D1771531

நூலாசிரியர் சோ. தர்மனின் இயற்பெயர் சோ. தர்மராஜ் (பி. 1953). இவரின் புனைவுலகம் அடித்தள மக்களைச் சார்ந்தது. ஆனால் கழிவிரக்கமோ அரசியல் சீற்றமோ அற்றது. இந்தத் தனித் தன்மையே அவரை முக்கியமான படைப்பாளியாக ஆக்குகிறது. இந்த நாவல் உள்பட *தூர்வை, கூகை, சூல், பதிமூனாவது மையவாடி, வௌவால் தேசம்* என ஆறு நாவல்களும், *நீர்ப்பழி* (முதல் 72 சிறுகதைகள்), *அன்பின் சிப்பி* ஆகிய சிறுகதைத் தொகுப்புகளும், *வில்லிசை வேந்தர் பிச்சைக்குட்டி* என்னும் ஆய்வு நூலும் வெளி வந்துள்ளன. *சூல்* நாவல் சாகித்ய அகாடமி 2019, மனோன்மணியம் சுந்தரனார் பல்கலைக்கழகம், ஆனந்தவிகடன், சுஜாதா அறக் கட்டளை, தமிழ்நாடு அரசு ஆகிய ஐந்து அமைப்பு களிடமிருந்து விருதுகளைப் பெற்றிருக்கிறது. பிற படைப்பு களுக்காகத் தமிழ்நாடு அரசு, கனடா இலக்கியத் தோட்டம், கதா, இலக்கியச் சிந்தனை, வி. ஆர். கிருஷ்ணய்யர் அறக்கட்டளை போன்ற அமைப்புகளும் விருதுகளை வழங்கி யிருக்கின்றன. தர்மனின் படைப்புகள் பல இந்தி, மலையாளம், ஆங்கிலம் ஆகிய மொழிகளில் மொழி பெயர்க்கப்பட்டுள்ளன. அண்மையில் *கூகை* நாவலை ஆக்ஸ் போர்டு யுனிவர்சிடி பிரஸ் ஆங்கிலத்திலும் சிந்தா பதிப்பகம் மலையாளத்திலும் மொழிபெயர்த்திருக்கின்றன. இவருடைய படைப்புகள் பல கல்லூரி களில் பாடத்திட்டத்தில் இருக்கின்றன; ஐம்பதுக்கும் மேற்பட்ட மாணவர்கள் இளநிலை, முதுநிலை ஆய்வு களைச் செய்துள்ளனர். சூழலியல் குறித்து ஆர்வலர் களிடமும் மாணவர்களிடமும் உரையாடுவதில் மிகுந்த ஆர்வமுடைய தர்மன், பஞ்சாலைத் தொழிலாளியாக இருபது ஆண்டுகள் பணியாற்றினார். விருப்ப ஓய்வுக்குப் பிறகு, முழுநேர எழுத்தாளராக, தூத்துக்குடி மாவட்டம் கோவில்பட்டியில் வசிக்கிறார்.

சினவயல்

சோ. தர்மன்

அடையாளம்

முதல் பதிப்பு 2024
© சோ. தர்மன்
வெளியீடு: அடையாளம், 1205/1 கருப்பூர் சாலை, புத்தாநத்தம் 621310, திருச்சி மாவட்டம், இந்தியா, தொலைபேசி: 04332 273444, 9444 77 2686
நூல் வடிவம்: த பாபிரஸ், அச்சாக்கம்: அடையாளம் பிரஸ், இந்தியா
ISBN 978 81 7720 358 5
விலை: ₹ 280

Sinavayal is a novel in Tamil by Cho. Dharman, Published by Adaiyaalam, 1205/1 Karupur Road, Puthanatham 621310, Thiruchirappalli District, Tamilnadu, India, email: info@adaiyaalam.net

குற்றம் சுமத்தப்பட்டு
பல்லாண்டுகளாகச் சிறைகளில் வாடும்
ஆயிரமாயிரம் கைதிகளுக்கு

என்னுரை

எண்பதுகளில் நான் பாளையங்கோட்டைச் சிறையில் இருந்த காலத்தில், எப்படியாவது ஓர் ஆயுள் தண்டனை அனுபவித்து வரும் கொலைக் கைதியைச் சந்தித்துப் பேசுவது அன்றாட வழக்கம். அப்போது ஒரு கொலைக் கைதி சொன்ன ஒரு விஷயம், இன்னும் என் நினைவில் நிழலாடிக்கொண்டிருக்கிறது. ஒரு சிறைவாசி தன்னுடைய உடன்பிறந்த தங்கச்சியின் கணவரைக் கொலை பண்ணிவிட்டு, ஆயுள் தண்டனையை அனுபவிக்கிறார். தங்கச்சி, மூன்று பிள்ளைகள்; அவருடைய மனைவி, இரண்டு பிள்ளைகள் தெருவில் நிற்கும் அவலம். அழுது சிவந்த கண்களுடன் அவர் சொன்னார், 'ஒரே நிமிடத்தில், புத்தியைப் பறிகொடுத்து விட்டு, மிருகமாகிவிட்டேனே சார்.'

தற்கொலை பண்ணிக்கொள்பவர்களும், கொலை செய்பவர்களும், கொலை செய்யப்படுபவர்களும் படும் வேதனையைப் பற்றி என்னிடம் பலமுறை அழுகையினூடே பகிர்ந்து கொண்டிருந்தார் அந்தச் சிறைவாசி. அவர் சொன்ன அந்த ஒரு நிமிடம் எப்படி வந்தது, எங்கிருந்து வந்தது, யார் கொண்டுவந்தது, யாரால் அனுப்பப்பட்டது, அந்த ஒரு நிமிடம் என்னிடம் ஏன் வர வேண்டும் போன்ற கேள்விகளையெல்லாம் என்னிடம் கேட்டுவிட்டு அழத்தொடங்கிவிடுவார். நீண்டநேரம் அழுது, கண்சிவந்து முகம் குராவி என்னைப் பார்த்தது கொடுமையான வேதனை.

இன்னொரு ஆயுள் தண்டனை கைதி கேட்டார், 'சார் காவல்துறை என்பது குற்றம் நடந்த பிறகு தலையிட்டு, குற்றவாளிகளைக் கண்டு பிடிக்கிற ஓர் அமைப்பு; நீதிமன்றம் அந்தந்த குற்றங்களுக்கு ஏற்ப தண்டனைகள் வழங்குகின்ற நிறுவனம்; நீதிமன்றங்கள் வழங்குகின்ற தண்டனைகளை நிறைவேற்றுகிற ஓரிடம்தான் சிறைச்சாலை. இங்கே குற்றங்கள் நிகழ்வதற்கு முன்பு அதைத்

தடுக்க எந்த அமைப்பாவது இருக்கா சார்?' அந்தக் கைதி கேட்ட பின்னர்தான் அதுபற்றி நானே சிந்தித்தேன்.

கொலைகளில் பலவிதக் கொலைகள் பற்றி எங்கள் பேச்சு நீளும்: எதிர்பாராத கொலை, சூழ்நிலையால் ஏற்படும் கொலை, தற்காப்புக்காக நிகழ்கின்ற கொலை, திட்டமிட்ட கொலை, அவமானம் ஏற்பட்டுவிடுமோ என்று அஞ்சி செய்கின்ற கொலை, உடல் சுகத்துக்கான கொலை, சொத்துக்கான கொலை, களவின் போது ஏற்படும் கொலை, கணவன் மனைவியையும் மனைவி கணவனையும், தகப்பன் மகனையும், மகன் தகப்பனையும் கொல்கிற கொலை. இவை எல்லாவற்றுக்கும் வெவ்வேறு காரணங்கள் இருந்தாலும், 'அந்த ஒரு நிமிடம்'தான் மனிதனை மிருகமாக்கிய ஆபத்தான நேரம்.

கைதிகளிலும் பல்வேறு வகையான கைதிகள் உண்டு. உருவான கைதிகள், உருவாக்கப்பட்ட கைதிகள், சூழ்நிலைக் கைதிகள், சூழ்ச்சியால் ஆன கைதிகள் எனப் பல. இந்த நாவலில் வரும் கணேசன் என்கிற நபர் ஆறு கொலைகள் செய்கிறார். இந்த ஆறு கொலைக் குற்றங்களிலும் விடுதலை பெறுகிறார். அவருடைய குடும்பம் சின்னாபின்னமாகிச் சீரழிகிறது. பூர்வீகமான சொத்துகளை விற்றுவிட்டு எங்கெங்கோ போய்த் திரிகிறார். ஆனால் மீண்டும் மீண்டும் குற்றச் சுமையை அதிகரித்துக்கொண்டே அலைகிறார்.

எல்லாவற்றுக்கும் அவர் சொல்லும் ஒரே காரணம், 'ஊழ் வினைப் பயன் அல்லது விதி.' ஆம், விதி வலியது.

உங்கள் விதியை நினைத்தபடியே இந்த சினவயல் நாவலுக்குள் நுழையுங்கள்! உலக ஜீவராசிகள் அனைத்துக்குள்ளும் சினவயல் உண்டு. மனிதர்களும் அதில் விதிவிலக்கல்ல. அந்தச் சினவயலில் நெருஞ்சி விளையலாம், ரோஜாவும் பூக்கலாம், குற்றங்கள் மட்டுமே விளையும் தரிசாகவும் அது இருக்கலாம். அடங்கிய சினம், அடங்காச் சினம், அடங்கும் சினம்.

'சினம் அடக்குபவன் சிறப்பான்; சினம் வளர்ப்பவன் தேய்வான்.'

'வெஞ்சினம் கொள்பவன் வெந்துதான் சாகவேண்டும்' என்பது விதி.

சோ. தர்மன்

(சாகித்திய அகாடெமி விருதுபெற்ற எழுத்தாளர்)

சினவயல்

1

பகல் முழுக்க அக்னியாய்த் தகித்த கோடை வெய்யிலின் உக்கிரம் தணிந்தபோது கருமேகங்கள் சூல்கொண்டன. மேற்கிலும் வடக்கிலும் கோபுரங்கள் கட்டியிருந்த மேகங் களிலிருந்து குளிர்ந்த காற்றுவீச மக்கள் மனங்களில் மகிழ்ச்சி கூடியது. மெல்ல வீசிக்கொண்டிருந்த குளிர்காற்று மெல்ல மெல்ல திசைமாறிச் சுழன்றடிக்கத் தொடங்கியது. கண்களைப் பறிக்கும் மின்வெட்டில் ஒரு கணம் தரை தங்கமாக மாறி மறைந்தது. அடுத்த நிமிடம் பெரும் சத்தத்துடன் இடித்த இடியில் கால் நடைகள் காதுகளை விறைத்துக்கொண்டன. சுற்றித் திரிந்த நாய்கள் பயந்து கடவுகளுக்குள் போய்ப் பதுங்கின. காடுகரை களுக்கு வேலைக்குப் போனவர்கள், மேய்ச்சலுக்குப் போன ஆடுமாடுகள் குதியாளம் போட்டு ஓடிவந்தன. எறி தூத்தல் சடசடவென விழத் தொடங்கியது. மல்லிகைப் பூக்களைச் சிதறியது போலப் பொல பொலவென உதிர்ந்தன தூத்தல். ஒரு கணம் மின்னலில் தங்கக் காசுகளைப் போல் மின்னி மறைந்தன எறி தூத்தல்கள். சுழன்றடித்த சூறைக் காற்றில் தளிர்த்து நின்ற வேப்பமரங்கள் சுழன்று பேயாட்டம் போட்டன. காக்கைகள் படபடவென இறக்கையடித்து பாதுகாப்பான இடங்களுக்குப் பறந்தன.

மெல்ல மெல்ல மழை பெருமழையாக உருக்கொண்டு வலுக்கத் தொடங்கியது. எதிர் எதிரே நிற்பவர்கள்கூட தெரியாத புகை மூட்டம் மாதிரி பேய்மழை, பெருமழை, படிப்படியாக காற்றும் மின்னலும் குறைய மழை வலுத்தது. கிராமங்களில் ஒரு சொலவடை ஒன்று சொல்வார்கள்.

‘சாயங்காலமா வந்த விருந்தாளி, சாமானியமா போகமாட்டாக’ அவரவர் வீட்டுக்குள் முடங்கிக்கொண்டார்கள் ஜனங்கள். மழையால் இருட்டிவிட்டதால், மண்ணெண்ணெய் விளக்கு களின் வெளிச்சத்தில் ஒடுங்கிக் கிடந்தது கிராமம். சோத்தாண்டி தாத்தா சொல்வார்.

'தாயோளி, மழை, எருமை மாடு மோண்டாப்ல சதசதனு கொட்டித் தீர்த்திருச்சு'

இருட்டிய பின்னும் மழை கொட்டிக்கொண்டிருந்தது. ஆளரவமற்ற மயான அமைதியில் மழைச் சத்தம் தவிர்த்து வேறு சத்தங்கள் ஏதுமில்லை.

இரவு எத்தனை மணிக்கு மழை வெறித்தது என்று யாருக்குத் தெரியும். பொழுது விடிந்தபோது கண்மாய் பெருகி மறுகால் பாய்ந்து ஓடை நிறைய தண்ணீர் நுங்கும் நுரையுமாக ஓடிக்கொண்டிருந்தது. ஊருணி பெருகி பால்கொடி ஓடையை மறைத்தபடி வெள்ளம் பாய்ந்தது. ஏற்று மீன்பிடிக்க பத்தலையும், இறங்கு மீன்பிடிக்க தூரியையும் தூக்கிக்கொண்டு ஓடைகள் தேடிப்போனார்கள். ஆண்களும் பெண்களும் ஓடும் தண்ணீரைப் பார்த்துக்கொண்டு வரிசை வரிசையாக நின்று பேசிக்கொண்டிருந்தார்கள்.

'காளியாத்தா புண்ணியத்துல இந்த வருஷம் கோடை மழை, தர்ம மழையா பேஞ்சிருக்கு, இந்த மழை இல்லனா ஆடு மாடுகளுக்குகூட குடிக்க தண்ணியில்ல'

இனி இலை உதிர்ந்து மாராக நிற்கும் பருத்தி தளிர்க்கும். புழுப் பூச்சிகள் இல்லாத கோடைப் பருத்தி மடிமடியாய்க் குமியும். நெல் எடுத்த வயல்களில் நிலக்கடலை, உளுந்து, தட்டப்பயிர் போடுவார்கள். கோடை மழையில் கண்மாய் நிரம்புவது அபூர்வம். சம்சாரிகள் அனைவரின் முகங்களிலும் பூரிப்பு. மானாவாரியில் கிணற்றுத் தண்ணி கண்மாய்த் தண்ணி இல்லாமல் நெல்லும், குண்டு வற்றலும், விளையும் விந்தை இந்த கரிசல் மண்ணுக்கு மட்டுமே சாத்தியம். தோட்டத்தில் வயலில் விளையக்கூடிய நெல்லும் வற்றலும் விளையும் கரிசல் பூமி.

சேமித்து வைத்திருக்கும் தண்ணீரின் அளவை யாரும் கணக்கிட முடியாது. அடியில் ஊற்று இருக்கிறதோ என்னவோ என்று ஆச்சரியப்படும் படியாக இரண்டு மூன்று மாதங்கள் கடந்தும் பயிர்கள் வாடாமல் பச்சைப் பசேல் என்றிருக்கும். மழை பெய்து விட்டால் ஒரு வாரம்வரை கரிசல் காடுகளில் உட்கார்ந்து 'வெளிக்கு' இருக்க முடியாது. கால்களுக்கடியில் வைத்து உட்கார கழிவு கூளங்களை முடியாகக் கட்டிகொண்டு போய்த் தரையில் போட்டு அதன் மீது உட்கார்ந்துதான் 'வெளிக்கு' இருக்க முடியும்.

இல்லையென்றால் நனைந்த கரிசலுக்குள் இரு கால்களும் புதைந்து 'புட்டம்' தரை தட்டிவிடும். ஒரு சிலர் வரப்பில் உட்கார்ந்து பின்னர் மல்லாக்க விழுந்து எழுந்த கதைகள் ஏராளம்.

மேலக்களத்தில் கூடி நின்றன வேட்டை நாய்கள். அவைகளுக்குத் தெரியும் இன்னும் எட்டு நாளைக்கு காட்டில் கால் வைக்க முடியாதென்று. கெண்டலும் மாணிக்கவேலும் கைகளில் கட்டைக் கம்புடன் வந்தார்கள். நாய்கள் அவர்கள் இருவரையும் வட்டம் சுற்றி முனங்கின. வேட்டையாடிய முயல்களைச் சுமக்க இரண்டு சிறுவர்களை சேர்த்துக்கொண்டார்கள். பழனியும் கணேசனும் தூரத்தில் வந்துகொண்டிருந்தார்கள். ஒருவன் கையில் வேல்கம்பும், இன்னொருவன் கையில் குத்து தரமும் இருந்தன. இன்னும் சிலர் சேர்ந்துகொள்ள அனைவரும் கூட்டமாய் கிளம்பினார்கள். நாய்கள் முன்னும் பின்னுமாக தரையை முகர்ந்தபடி சென்றன.

வைப்பாற்றில் இன்னும் தண்ணீர் சொடியவில்லை. கோடையில் தண்ணீர் எடுக்கத் தோண்டி வைத்திருந்த ஊற்றுக்கள் அனைத்தையும் மணல் மூடிவிட்டது. வண்ணான் வெளுத்த ஊற்றுப் பக்கத்தில் கிடந்த சலவைக் கற்கள் மூடிய மணலுக்கு வெளியே தெரிந்தன. கெண்டல், நாய்களைப் பிடித்து கயிறுகள் மாட்ட உத்திரவிட்டான். தங்கள் கைகளில் சுருட்டி வைத்திருந்த கயிறுகளால் நாய்களின் கழுத்தில் தொங்கும் வளையத்திற்குள் நுழைத்து கைகளில் வைத்துக் கொண்டனர்.

முயல் வேட்டையில் மூன்று வகையான வேட்டை முறைகள் உண்டு. ஒன்று வேனல் வேட்டை. இது கோடை வெய்யிலில் முயல் வேட்டையாடுவது. ஒரு செடிகொடிகூட விடாது நிறை பிடித்து களைத்துச் செல்ல வேண்டும். எந்த நிமிடத்திலும் முயல் வெளிப்பட்டு வெளியே குதித்து ஓடத் தொடங்கும், விரட்டிச் செல்லும் நாய்களைப் பின்தொடர்ந்து அனைவரும் ஓட வேண்டும். இரண்டாம் வகை ஈர வேட்டை. மழையில் நனைந்த கரிசல்காட்டில் முயல்களின் தடம் பார்த்துச் சென்று வேட்டையாடுவது. பின்தொடரும் முயலின் தடம் குறிப்பிட்ட புதரோடு நின்றுவிட்டால் முயல் அந்தப் புதருக்குள்தான் இருக்கிறது என்றறிந்து அப்புதரைச் சுற்றி நாய்களை நிறுத்தி முயலை தப்ப விடாமல் வளைத்து கொல்வது. இன்னொரு வகை இரவில்

அதிக வெளிச்சமுள்ள விளக்கின் ஒளியை முயலின் கண்ணில் பாய்ச்சி முயலை அசையாமல் ஒரே இடத்தில் நிற்க வைத்துத் துப்பாக்கியால் சுடுவது, வலையால் அமுக்குவது.

ஆற்றுக்குள் பதுங்கியிருந்த முயல்கள், மழை வெள்ளம் வந்தவுடன் இரு கரைகளிலும் ஏறி மறைவிடம் சென்ற வழிகளைத் தேடினார்கள். வடக்காமல் ஏறிப்போயிருந்த இரண்டு முயல்களின் கால்தடங்களைப் பின்தொடர்ந்தார்கள். கூட்டங் கூட்டமாய் தளிர்த்திருந்த மஞ்சணத்தி செடிகளையும் இலந்தைச் செடி களையும் கடந்து தடங்கள் போய்க்கொண்டே இருந்தன. நான்கும் நான்கும் எட்டுக் கால்கள் என்ற கணக்கு மாறி ஓரிடத்தில் ஆறு கால்களாகப் பதிந்திருந்தன. கெண்டல் சிரித்துக்கொண்டே சொன்னான்.

'நாலுகால் இந்தா இருக்கு, அதுக்குப் பின்னால பின்னத்தியங்கால் ரெண்டு அழுத்தமா பதிஞ்சிருக்கு, அப்படின்னா ஒரு முயலோட ரெண்டு முன்னத்தியங்கால்கள் எங்கே'

அவர்கள் அந்த ஆறுகால் தடங்களைச் சுற்றி கூடிநின்றார்கள். இன்னாசி சொன்னான்.

'இங்ஙன வச்சு முயல் மொக்கை போட்ருக்கு, ரெண்டு முன்னத்தியங்கால்களைத் தூக்கி பெண் முயலின் மேல் எக்குப் போட்டு புணர்ந்திருக்கு'

மீண்டும் எட்டுக்கால் தடங்கல் தொடர்ந்தன. ஓடையோரம் வளர்ந்திருந்த இரண்டு பனங்குட்டிகளையும் கடந்து போயின. ஓடைக் கரைகளில் வனாந்திரமாக வெள்ளைப் பூக்களுடன் செழித்து வளர்ந்து நின்ற நொச்சிக் கூட்டத்திற்குள் தடங்கள் போய் நின்றுவிட்டன. வேட்டைக்காரர்கள் அனைவரும் வேறு ஆட்களாக மாறிப் போயினர். கைச்ஜாடை போட்டுப் பேசிக் கொண்டார்கள். நாய்களை இழுத்துச் சென்று எங்கெங்கே நிறுத்த வேண்டுமோ அங்கே நிறுத்தினார்கள். தாக்குதலுக்கு தயாராகும் உத்திகள். முயல்கள், கண்களை நம்பாது காதுகளையும் கால் களையும் நம்பும் பிராணி. தலையை முழுவதும் மண்ணுக்குள் புதைத்துக் கொண்டு காதுகளை மட்டும் தரைக்கு வெளியே நீட்டிக் கொண்டு தூங்கும் பிராணி. இலேசாக சர்க் என்று சிறு அசைவு ஏற்பட்டாலும் போதும், நீண்ட, அகன்ற காதுகள் காட்டிக் கொடுத்துவிடும். சுற்றிலும் நாய்களைப் பிடித்து வட்டம் சுற்றி

நின்றார்கள். ஓடிவரும் முயலை எறிந்து வீழ்த்த அனைவர் கைகளிலும் கட்டையான கம்புகள்.

கெண்டல் கைகளில் வேல் கம்பைப் பிடித்துக் கொண்டு எட்டு மேல் எட்டு வைத்து முன்னேறினான். இரண்டு காதுகள் மட்டும் அசைந்து கொண்டிருப்பதை உற்றுப் பார்த்தான். குத்துவதற்கு தயாராக இரு கைகளாலும் வேல்கம்பை உயர்த்திப் பிடித் திருந்தான். ஓங்கி குத்தப் போகும் போது முயல் துள்ளிக் குதித்து தாவி ஓடியது. நாய்கள் நாலா பக்கமிருந்தும் விரட்டிச்சென்றன. கூப்பாட்டுச் சத்தங்களும் விசில் சத்தங்களும் எழுப்பிக் கொண்டு பின் தொடர்ந்து ஓடினார்கள். அடர்ந்த முள்மரங்கள் ஏதுமற்ற பரந்த கரிசல். சில நிமிட நேரத்திலேயே நாய்கள் முயலைப் பிடித்துவிட்டன. ஓடிவந்தவர்கள் நாய்களிடமிருந்து முயலை பிடுங்கிக்கொண்டனர். பெரிய முயல், கோழிக்குண்டு கண்களும் நீண்ட காதுகளும் தொங்க இன்னாசியின் கைகளில் தொங்கியது.

'முதல்ல பெண் முயல் மாட்டியிருக்கு, இன்னைக்கு வேட்டை நல்லா அமையும்'

'சின்னைய்யா, தடம் ரெண்டு முயலோட தடம்தான வந்திச்சு ஆண் முயல எங்க காணும்'

'அது பொம்பள முயல கெடாவிட்டுப் போயிருச்சு'

'சின்னைய்யா கெடாவுறதுனா என்ன'

'அதுவா இன்னக்கி ஒங்க ஆத்தாட்டப் போயி கேளு, கெடாவுறதுனா என்னனு அர்த்தம் சொல்வா'

கூடியிருந்தவர்கள் பலமாகச் சிரித்தார்கள். பின்னங்கால்களை ஒருவன் முன்னங்கால்களை ஒருவன் இழுத்துப் பிடித்துக் கொள்ள, முயலின் வயிற்றைக் கிழித்து குடல்களை வெளியே உருவி நாய்கள் இருந்த பக்கம் வீசினார்கள். நாய்கள் போட்டி போட்டுக் கொண்டு தாவிப்பிடித்தன. முன்னத்தியங் கால்களை ஒடித்து பின்னத்தியங் கால்களை வகிர்ந்து ஒடித்த கால்களை சொருகி முயல் சுமக்கவந்த சிறுவனிடம் பைக்கூட்டை கொடுப்பது போல் கொடுத்தான் இன்னாசி. கைகளில் வாங்கிய பிச்சாண்டிப் பயல் முயலின் தலையை முன் பக்கமும், புட்டத்தை பின்பக்கமும் வைத்து கைகளில் பிடித்தான்.

'ஏய்... சின்னச் சிரிக்கி புள்ள, தலைய பின்பக்கம் வச்சு பிடிடா,

இன்னைக்கு வேட்டை ஆடுனாப்லதான், முயல் மாட்டப் போகுதோ இல்ல இந்த ஒன்னோடதான் போகப் போறமோ'

'சின்னைய்யா அவன் புதுசு சின்னைய்யா, இன்னக்கித்தான் மொதமொதல்ல வேட்டைக்கு வந்திருக்கான்'

பழையபடியும் அவர்கள் எல்லா நாய்களையும் கைகளில் பற்றிக் கொண்டார்கள். நொச்சிப் புதர்கள் அடர்ந்த வரிசைப் பனை ஓடையிலிருந்து ஒரு தடம் மேற்காமல் சென்றது. நனைந்த கரிசலில் முயலின் கால்தடம் தெளிவாகத் தெரிந்தது. அந்த முயலில் குடல் எடுத்தபோது இளவட்டம் கணேசன் வெள்ளைத் துணியில் முயல் இரத்தத்தைத் துவைத்துச் சுருட்டி வைத்ததை இன்னாசி கவனித்து வைத்திருந்தான். இப்படி முயல் இரத்தம் தோய்த்த துணிகளைத் தேங்காய் எண்ணெய்க்குள் போட்டு ஊற வைத்து அந்த எண்ணெய்யைத் தலையில் தேய்த்தால் தலை முடி கருகருவென்று அடர்த்தியாக வளர்வதோடு நரைமுடியும் வராது என்பது ஒரு நம்பிக்கை. அதனால் இப்படி முயல்வேட்டைக்கு வரும்போது வெள்ளைத் துணியில் இரத்தத்தைத் தோய்த்து இளவட்டங்கள் கொண்டு போய்த் தனக்குப் பிடித்த பெண்களிடம் கொடுப்பார்கள். வேட்டைக்குப் போவது தெரிந்தால், சில பெண்கள் இளவட்டங்களிடம் வெள்ளைத்துணி கொடுத்து விடுவதும் உண்டு.

அந்த தடம் இவர்களை ஆவரஞ்செடிகள் அடர்ந்த புதருக்கு அழைத்துச் சென்றது. மஞ்சள்பூக்கள் கொத்துக் கொத்தாகப் பூத்திருக்க கூட்டமாய் அடர்ந்த ஆவராம்பூ செடிகள். பீடி பற்ற வைப்பதற்காக நின்ற இன்னாசியை ஒட்டி வந்தான் கணேசன். அவன் கைகளில் வேல்கம்பை பிடித்திருந்தான்.

'அடேய்... ஆசை மகன கணேசா, வெள்ளைத் துணியில முயல் இரத்தத்தைத் தொவச்சு தொவச்சு எடுத்தியே ஆருக்குடா இரத்தம். எந்தக் கொமரி ஒன்கிட்ட வெள்ளைத் துணி குடுத்துவிட்டா'

'... ... ...'

'அட, சொல்லுடா மகனே, சின்னைய்யாவும் அவ ஆருனு தெரிஞ்சுக்கிறன்'

'தாயோளிக்கு கண்ணு எங்கிட்டுத்தான் இருக்குனே தெரியல, யாருக்கும் தெரியாதுனு பாத்தா தாயோளி பாத்திட்டயே'

'அப்பனுக்கு தெரியாமப் போகுமாடா, நாளைக்கு ஒரு வம்பு தும்புனா அப்பன்தானடா வரணும்'

'நீங்க ஒரு மயிரும் வர வேண்டாம்'

'ஏலேய்... சவட்டையன் ஒன்னய வெட்டணும்னு அலையிறான்'

சவட்டையன் பெண்டாட்டி மினுத்தாளுக்கும் கணேசனுக்கும் உள்ள கள்ள உறவு ஊருக்கே தெரியும். இன்னாசியை முறைத்துப் பார்த்த கணேசன் கேட்டான்.

'சவட்டையன் என்னைய எதுக்கு வெட்டப் போறான்'

'அவன் பொண்டாட்டிய நீ நொட்டுனா வெட்டாம என்ன செய்வான்'

'அவன் பொண்டாட்டியை நான் நொட்டுனதை யார் பார்த்தா'

'ஏலேய்... ஒன்னும் தெரியாதுன்னு நெனக்காத, எல்லாம் தெரியும்டா, மகனே, ஊரு வாயை உலை மூடியால மூட முடியாது'

இருவரும் பேசிக்கொண்டே கொஞ்சம் பின்தங்கிவிட்டதால் கெண்டல் சத்தம் போட்டான்.

'ஏல... கணேசா முன்னால வாடா, ஓங்க சித்தப்பன் ஒரு உளறு வாயன், என்னத்தையாவது வளவளனு பேசுவான்'

இருவரும் வேகமாக எட்டு வைத்து முன்னால் சென்றார்கள். முயல் தடம் ஓடைக்கரையின் கற்றாலை புதருக்குள் போய் முடிந்தது. அனைவரும் பரபரப்பானார்கள். நாய்களை ஆங்காங்கே வளையம் போட்டு நிறுத்தினார்கள். கெண்டல் எட்டு மேல் எட்டு வைத்து கற்றாலைப் புதரை நெருங்கினான். வாழைப்பூவின் மடல்களைப் போல் இரு காதுகளையும் நீட்டியபடி முயல் உறங்கிக் கொண்டிருந்தது. வசம் பார்த்து நின்றுகொண்டு குத்து தரத்தால் ஓங்கி குத்தினான். முயலின் நடு வயிற்றில் பாய்ந்த குத்தீட்டி மறுபுறம் வந்து நீட்டிக்கொண்டு நின்றது. கீர்... கீர்... கீர்... என்று கத்தியபடியே துள்ளியது முயல். புதருக்குள்ளிருந்து கவனமாக தூக்கிவந்து தரையில் போட்டான். கொஞ்ச நேரத் திலேயே துள்ளித் துள்ளி செத்து அடங்கியது முயல்.

'இதுவும் பொம்பள முயல்தான்'

அனைவரும் வட்டமாக சுற்றி உட்கார்ந்து பீடி பற்றவைத்து

புகைத்தார்கள். இன்னாசியை நெருங்கிவந்தான் கணேசன்.

'சின்னைய்யா சூசுவானு நான் உண்டு, என் வேலை உண்டுனு இருக்கேன், நிம்மதியா இருக்கவிட மாட்டாங்க போல'

'ஏலே... ஏய்... வேற யாருகிட்டயும் போயி ஒங்கோமணத்த அவு, என்கிட்ட வந்து அவுக்காத, எல்லாம் எனக்குத் தெரியும்'

'ஒனக்கு என்ன தெரியும் சொல்லு'

'பத்து நாளைக்கு முன்ன கொடிக்காமரத்து கெணத்துல சவட்டையன் கமலை இறைக்க, அவன் பொண்டாட்டி மினுத்தாள் சோளத்துக்குள்ள தண்ணி வெலகுனாளா'

'அது எனக்கு எப்படி தெரியும்'

'ஒனக்கு தெரியாதுடா மகன, ஒங்க ஆத்தாளுக்குத் தெரியும், ஒங்க அப்பனுக்கும் தெரியும்'

'நீ என்ன சொல்ற சின்னைய்யா'

'அட, சிரிக்கி புள்ள, என்ன நடிப்பு நடிக்க, ஒன்னுமே தெரியாதவன் மாதிரி, தாயோளி... ஓடைக்குள்ள கூடி பூனை நொழஞ்சது மாதிரி கீழோரமா நொழஞ்சு தண்ணி வெலக்கிட்டு இருந்தவள வாய்க்காலுக்குள்ள மலத்திப் போட்டு நொட்டிட்டு ஓடை வழியா போனதை, மத்தியானம் பாளை சீவப் போன பனை மேலிருந்து நான் என் ரெண்டு கண்ணால பாத்தண்டா, எல்லார்த்தையும் கோட்டிக்காரனா ஆக்குன மாதிரி என்னையவும் கோட்டிக்காரன்னு நெனைக்காதடா மகனே'

'... ......'

'என்னல பேசாம இருக்க எனக்கும் மினுத்தாளுக்கும் தொடுப்பு இல்லனு எந்தலையில அடிச்சு சத்தியம் பண்ணு'

சவட்டையன் பொண்டாட்டி மினுத்தாளை யார் பார்த்தாலும் மூன்று பிள்ளை பெற்றவள் என்று சொல்ல மாட்டார்கள். நெற்று உடம்பு, ஒருப்பூட்டான ஒல்லியான உடம்பு, நல்ல வளர்த்தி, கறுப்பானாலும் களையான சிரித்த முகம், பார்த்த பார்வையிலேயே காமத்தைத் கிளறும் சிரிப்பு, கணேசன் கல்யாணமே வேண்டாம் என்று சொல்லி, தட்டிக் கழித்துவிட்டு மினுத்தாளை மேய்ப்பவன். கணேசன் அம்மா எல்லோரிடமும் அப்படித்தான் சொல்லிச் சொல்லி அழுகிறாள்.

‘எந்தப் பொண்ணு வந்தாலும் வேண்டாங்கான் இந்தச் சிரிக்கியை மேச்சிட்டு அலையிறான், இவன் வேண்டாம்னாலும் அந்தச் சிரிக்கி இவன விடமாட்டா, இவன் சொவட்டுப் பையன்க எல்லாரும் கல்யாணம் முடிச்சி புள்ள குட்டிக்காரனாகிட்டான், இவன் இவ காமாட்ல கெடக்கான், எனக்கு என்ன வெயசா திரும்புது, காலா காலத்துல ஒரு கல்யாணம் பண்ணி பேரன் பேத்தியை பாக்கிற ஆசை இருக்காதா’

ஓடையில் கெட்டிக் கிடந்த மழைத் தண்ணீரைக் கைகளால் அள்ளி அள்ளிக் குடித்தார்கள். கை நிறைய்ய தண்ணீரை அள்ளி அவரவர் தலையில் நனைத்த பின்னர் நாய்களைத் தூக்கி தண்ணீருக்குள் போட்டார்கள். தண்ணீருக்கு மேல் தலையை மட்டும் நீட்டிக்கொண்டு நீந்தி கரையேறிய நாய்கள் டப டப டப் என்று தண்ணீரை உதறித் சிலிர்த்துக்கொண்டன. சோற்றுக் கற்றாலையின் புதருக்குள் புகுந்த முயல் தடம் அதோடு நின்றுவிட நாய்களை வளையம் கட்டினார்கள். கற்றாலைப் புதர் ஓரம் நின்ற ஒரு நாய் தண்ணீரை உதற அந்த சத்தத்தில் முயல் குதித்தோடியது.

மஞ்சணத்தி செடிகள் தவிர்த்து வேறு புதர்கள் இல்லாததால் முயல் பதுங்கித் தப்பிக்க இயலவில்லை. கோடை காலம், ஆகையால் எல்லா நிலங்களும் சுத்தமாக்கப்பட்டு விதைப்புக்குத் தயாராக வைத்திருந்தார்கள் சம்சாரிகள். சிறிது நேரத்திலேயே கவ்விப் பிடித்துவிட்டன நாய்கள். ஓடித் தொடர்ந்தவர்கள் முயலின் குடலை வெளியே எடுத்து, கால்களைப் பின்னி, சிறுவர் களிடம் கொடுத்தார்கள். தங்களைச் சற்றே ஆசுவாசப் படுத்திக் கொண்டு பீடி பற்றவைத்தார்கள். தன்னை நெருங்கிவந்த கணேசனிடம் இன்னாசி பேச்சுக் கொடுத்தான்.

‘பத்து நாளைக்கு முன்னால் பட்டப் பகல்ல எதுக்குடா மினுத்தா வீட்டுக்குள்ள போன’

‘என்ன சின்னைய்யா இப்பிடி திட்டாந்தரமா சொல்றே’

‘அடேய்... மகன நான் மேய்ச்ச நரியே இன்னும் தண்ணி குடிக்காம அலையுது, நீ எனக்கே தண்ணி காட்றயாக்கும், ஒங்க அக்காளும் மாமனும்தான வந்து புத்திமதி சொல்லு சின்னைய்யானு அழுதிட்டுப் போறாக’

கணேசனால் பதில் எதுவும் பேச முடியவில்லை. அவன்

ஆச்சரியமாகவும் மௌன பீதியுடனும் இன்னாசியின் முகத்தை ஏறிட்டுப் பார்த்தான். இரண்டு முயல்களின் கால்தடங்களை வடக்காமல் பின் தொடர்ந்தார்கள். ஓடையைத் தாண்டிவிட்டால் கரும்புத் தோட்டம் போல் வளர்ந்து கிடக்கும் சீவு மண்டிய புதர்க்காடு. ஆட்கள் உள்ளே நின்றால் தலை மட்டுமே வெளியே தெரியும். முயல் தப்பிக்க ஏற்ற காடு.

பத்து நாட்களுக்கு முன்னால் கோடை வெய்யிலின் உக்கிரம், ஜனங்கள் வீட்டுக்குள்ளேயும் மரங்களுக்கடியிலும் அடைந்து கிடந்த ஒரு உச்சி மத்தியான வெய்யிலில் கணேசன் மினுத்தாளின் வீட்டுக்குள் நுழைந்தான். மினுத்தாளின் புருஷன் சவட்டையன் தோட்டத்தில் வேலை செய்துகொண்டிருந்தான். பேச்சிக் கிழவியைக் காவலுக்கு வைத்துவிட்டுப் போன விஷயம் கணேசனுக்கு தெரிய வாய்ப்பில்லை. உள்ளே நுழைந்து கதவைச் சாத்தி உள் தாழ்ப்பாள் போட்ட உடனேயே வெளியே தாழ்ப்பாள் போடும் சத்தம் கேட்டுத் திடுக்கிட்டான். வீட்டுக்குள்ளிருந்து ஓட்டை வழியே எட்டிப்பார்த்த போது பேச்சிக் கிழவி வேகவேகமாகக் கடவுக்குள் போனதைப் பார்த்தான்.

மினுத்தாளிடம் பயந்துகொண்டே விஷயத்தைச் சொன்னான். அவள் கொஞ்சம்கூட பதற்றப்படாமல் சொன்னாள்.

‘இந்த பித்துக்கால் முண்ட எங்க தோட்டத்துக்குப் போகவே அரைமணி நேரமாகும். அவன் அங்கேயிருந்து இங்க வர அரைமணி நேரமாகும். பயப்படாத, வா’

இம்மிகூட பயமின்றி கோரம் பாயை விரித்து, தலைக்கு துணிப் பொட்டலத்தை எடுத்துப் போட்டாள். கணேசன் எப்படி தப்பித்துப் போவது என்பது பற்றியே யோசித்துக் கொண்டிருந்தான். பாயைச் சுருட்டி சுவரில் சாத்திய மினுத்தாள் அவிழ்ந்துகிடந்த தலை முடியை இறுக்கிக் கொண்டை போட்டாள். சேலையை எடுத்து இடுப்பில் சொருகினாள். தான் குனிந்துகொண்டு தன் முதுகில் ஏறி, முகட்டு வளையைப் பிடித்து, கூரைவீட்டைப் பிளந்து மேலேறி, மீண்டும் அதே மாதிரி கூரையை மூடிவிட்டு, உங்கள் அக்காள் வீட்டு கூரைமேல் ஏறி, உள்ளே இறங்கி, ஒளிந்து கொள்ளும்படி யோசனை சொன்னாள். மினுத்தாளின் வீட்டுக்குப் அடுத்த வீடு கணேசனின் உடன்பிறந்த அக்காள் வீடு. வீட்டுக்குள் கோழிக் குஞ்சைப் போல் பதுங்கிக் கிடந்தான் கணேசன்.

அங்கிருந்தே மினுத்தாள் வீட்டில் என்ன நடக்கிறது என்பதையும் பார்க்க முடியும்.

மினுத்தாளின் புருஷன் சவட்டையனின் கைகளில் வீச்சரிவாள். அவன் வந்த வேகத்தைப் பார்த்து பின்தொடர்ந்த கூட்டம், சுற்றி நிற்க, பேச்சிக் கிழவி போட்ட வெளித் தாழ்ப்பாளை நீக்கிவிட்டு கத்தினான்.

'ஏ... மினுத்தா... யேய்... மினுத்தா... கண்டார ஓழி கதவத் தொறடி முண்ட, ஓந் தல மயித்த அறுக்கேன்'

என்ன விஷயம் என்று தெரியாமலே ஊர் கூடிவிட்டது. சவட்டையன் கையில் அரிவாளுடன் சாமியாட்டம் போட்டுக் கொண்டிருந்தான். நாலைந்து சத்தத்திற்குப் பின் மினுத்தாள் என்றைக்கும் போல் கதவைத் திறந்தாள். தன் வீட்டின் முற்றத்தில் கூடி நிற்கும் ஜனங்களைப் பார்த்து முகம் சுளித்தாள்.

'எங்கடி தேவிடியா முண்ட அந்தச் சிரிக்கி புள்ளைய'

'ஒனக்கு என்ன பைத்தியம் கிய்த்தியம் புடிச்சிருச்சா'

அவளையும் இழுத்துக்கொண்டு வீட்டுக்குள் போனவன், தப்பித்துவிடாதபடி உள் தாழ்ப்பாள் போட்டு கதவைப் பூட்டினான். வேகவேகமாக வந்து பேச்சிக் கிழவி விஷயத்தை போட்டுடைத்தாள். இப்போது கூட்டம் பரபரப்பானது. உள்ளே கொலை நடக்கப் போகிறது, சும்மா இருப்பார்களா இளவட்டங்கள் கதவை டமார் டமார் என்று போட்டு உடைத்தார்கள். வேர்க்க விறுவிறுக்க கையில் அரிவாளுடன் கதவைத் திறந்தான் சவட்டையன். ஊரே தன் வீட்டின் முன்னால் கூடிநிற்பதைப் பார்த்ததும் திடுக் கிட்டான். மினுத்தாள் மானங்கெட்ட வசவு வைது கொண்டிருந்தாள்.

'ஓங்கிட்ட வந்து சொன்ன முண்டைய இப்ப யாருனு சொல்லு, அவ தல முடிய இப்ப அறுக்கணும், இல்ல எந்தப் பொட்டப் பய வந்து துப்பு சொன்னானு சொல்லு அந்தப் பயல இப்பவே செருப்பால அடிக்கணும்'

'ஏம்பா... சவட்டையா ஒனக்கென்ன கிறுக்குப் புடிச்சிருக்கா, கேப்பார் பேச்சக் கேக்காத வம்பா சீரழியப் போற'

'எஞ்செவனேனு வீட்டுக்குள்ள படுத்துக் கெடக்கேன், அருவாளும் கையுமா வந்து அந்தப் பயல எங்க, இந்தப் பயல எங்கேனு கேட்டா, என்னத்தச் சொல்ல, இந்தப் பயலோட அக்கா

தங்கச்சிமாருக ஊர் மேய்றாகள அது மாதிரி என்னைய நெனச்சான் போலருக்கு'

பேச்சிக்கிழவி போன மாயம் தெரியவில்லை. சவட்டையன் கோபம் இன்னும் தீரவில்லை. பேச்சிக் கிழவியை கையைப் பிடித்து தரதரவென்று இழுத்து வந்தான். மினுத்தாளின் முன்னால் கொண்டு வந்து நிறுத்தினான்.

'அவகிட்ட சொல்லு கிழவி'

'கணேசன் உன் வீட்டுக்குள்ள போறத காளியம்மாள் சத்தியமா என் ரெண்டு கண்ணால பாத்தன்'

'இப்படி திட்டாந்தரமா இல்லாதது பொல்லாததை சொல்லி ஒரு குடும்பத்தை கெடுக்காத பாதகத்தி, நீ நல்லா இருக்க மாட்ட, ஒங் குடும்பம் வெளங்காது, நிய்யும் ரெண்டு பொன்னடிகளைப் பெத்து வச்சிருக்க, பொட்டுப் பொசுக்னு போயிருவீக'

தெருவில் இறங்கி மண்ணை வாரி வாரித் தூற்றினாள் மினுத்தாள். கூட்டம் சலசலக்கத் தொடங்கியது.

'எப்பிடிக்கா இல்லாறத கண்ணால பாத்தேனு சொல்வா'

'திட்டாந்தரமா சொல்ல பேச்சியக்காவுக்கு என்ன பைத்தியமா புடிச்சிருக்கு'

'பைத்தியம் புடிக்கல தாயி, ஓம் பேச்சுப் படியே வச்சிக் கிருவோம், அவதான வெளியில தாழ்ப்பாள் போட்டு பூட்டிட்டுப் போயிருக்கா, அவ போட்ட தாழ்பாள் அப்பிடியே இருக்கு, வீட்டுக்குள்ள போனவன் பறந்தா போயிட்டான், சொல்லுக்கா என்ன பேசாம இருக்கே'

'என்ன எழவு, காடையத்தோ, வம்படியா ஒரு பொம்பளப் புள்ளைய கோரப்படுத்திட்டீக, பேச்சிக் கிழவிக்கு இது தேவை யில்லாத சோலி.'

2

கூட்டம் கொஞ்சங்கொஞ்சமாக கலைந்தது. கூட்டத்தோடு கூட்டமாக நின்று வேடிக்கை பார்த்துக் காண்டிருந்த கணேசனின் அக்காவும் மாமாவும் போய் வீட்டைத் திறந்தார்கள். உள்ளே

கணேசன் இருப்பதைப் பார்த்ததும் பதறிப்போனார்கள். அவர்களுக்கு விஷயம் புரிந்துவிட்டது. ஓடிப்போய் கதவை இழுத்துச் சாத்தி உள்தாழ்ப்பாள் போட்டார் மாமா. கணேசன் எதுவுமே பேசாமல் தலை கவிழ்ந்து உட்கார்ந்துகொண்டிருந்தான்.

அந்தக் கூரைவீட்டின் குளுமையில் உஷ்ணம் ஏறிக் கொண்டிருந்தது. குற்ற உணர்வில் உட்கார்ந்திருக்கும் தம்பி, கையில் வீச்சரிவாளுடன் தன் தம்பியைக் கொல்ல வந்தவனின் ஆக்ரோஷத்தைப் பார்த்த அக்காள், எதுவும் சொல்ல வழியில்லாமல் அமர்ந்திருக்கும் மாமா. கணேசனின் அக்காள் அழுது கொண்டே பேசினாள்.

'டேய்... கணேசா, அந்த மினுத்தாள் முண்டகிட்ட, அப்படி என்னதான் இருக்கு, அவ கால்மாட்டச் சுத்துறத விட்டுட்டு, ஒரு கல்யாணம் காச்சினு முடிச்சு குடும்பத்தக் கவனிடா, ஒத்த ஆம்பளப் புள்ளனு ஒன்னைய ரொம்ப செல்லங்குடுத்து வளர்த்து எங்க அப்பனும் ஆத்தாளும் கெடுத்திட்டாங்க'

'இங்க கேளுங்க மாப்ள, இன்னைக்கி சவட்டையன் கையில அரிவாளோட வந்த வேகத்துக்கு வீட்டுக்குள்ள நீங்க இருந்திருந்தா கண்டம் துண்டமா வெட்டியிருப்பான், எந்தச் சாமி புண்ணியமோ தப்பிச்சிடீக, அப்பிடி ஏதாவது நடந்திட்டா நாங்க ஊருக்குள்ள தல நிமிர்ந்து நடக்க முடியுமா, இல்ல நாங்க பதிலுக்கு அவன வெட்டாம விடுவமா, ஊடைக்கு ஊட குடும்பம் அலஞ்சு போகும் மாப்ள. பேசாம ஒங்க அக்காள் சொல்ற மாதிரி காலாகாலத்துல ஒரு கல்யாணத்த முடிங்க'

இன்னாசி எல்லா விஷயத்தையும் சொன்னவுடன் கணேசன் வெட்கப்பட்டு தலை குனிந்து கொண்டான். இருவரும் வரிசைப் பனைகளின் அடியிலேயே நடந்து வந்தார்கள். காய்ந்த ஓலைகள் பனையடிகளில் காற்றுக்கு விழுந்து கிடந்தன. பெரிய மட்டையுடன் கிடந்த ஒரு காவோலையை தூக்கினான் இன்னாசி. இரண்டு முள்ளெலிகள் பந்து போல் சுருண்டு முட்களை மறைத்துக்கொண்டு முகமும் கால்களும் தெரியாதபடி உருண்டையாக கிடந்தன. இரண்டு முள்ளெலிகளையும் கைகளில் எடுத்து, இடுப்பின் இடதுபுறம் தொங்கவிடப்பட்டிருந்த பைக்கூட்டிற்குள் போட்டுக்கொண்டான்.

'முள்ளெலி எதுக்கு சின்னையா'

'முள்ளெலி எதுக்குனு மினுத்தாள் சொல்லலையா'

'... ... ...'

'பச்சப் புள்ளைங்களுக்கு வர்ற குன்னெருமைத் தொரத்தலுக்கு நல்ல மருந்துடா மகனே'

முள்ளெலியை பூனையோ நாயோ ஒன்றும் செய்ய முடியாது. ஆளரவம் கேட்டவுடன் நகர்வதை நிறுத்திக்கொண்டு கால்களையும் முகத்தையும் சுருக்கிக் கொண்டு, முட்களை சிலிர்த்தபடி உருண்டையாக சுருண்டு படுத்துக்கொள்ளும். கூர்மையான குத்திட்டு நிற்கும் முட்களுக்குள் அசையாமல் கிடக்கும். குழந்தைகளுக்கு ஒரு வகையான இருமல் வந்து பாடாய் படுத்தும். விடிய விடிய உறங்காமல் இருமிக்கொண்டே இருக்கும். குடித்த பாலை அப்படியே 'கொதக்' என்று வாந்தியெடுத்துவிடும், இரு கண்களிலும் கண்ணீர் வடிந்து கொண்டேயிருக்கும்.

முள்ளெலியைக் கொண்டுவந்து அதன் தோலை உரித்து, அந்தத் தோலை நன்றாக வெய்யிலில் காயவைத்து, வில்லை வில்லையாக நறுக்கி தீக்கங்கில் போட்டால் புகை அப்பிக் கொண்டு வரும். அந்தப் புகையை சுவாசிக்க செய்தால், குழந்தைகளின் இருமல் காணாமல் போய்விடும். நிறைய வீடுகளில் முள்ளெலியை வளர்ப்பார்கள், இன்னும் சிலர் வீட்டின் வாசற்படியில் அனைவருக்கும் தெரியும் படியாக அதன் தோல்களைக் கட்டி தொங்கவிட்டிருப்பார்கள். யார் வேண்டுமானாலும் எடுத்துக் கொள்ளலாம்.

'அடேய்... மகன, ஒங்க அப்பன், ஆத்தா, அக்காள், மாமன் எல்லாருமே ஒன்னைய நெனச்சு ரொம்ப வருத்தப்படுறாங்க, நான் சொல்றதக் கேளு, சவட்டையன் ஒரு கிருசு கெட்ட பய, ஒரு லாபநட்டம்னு வந்திட்டா பெரிய கேவலம், ஏல, கோட்டிக்காரப் பயல, அவ மூனு புள்ளப்பெத்த கெழவிடா, கெழவி சாமான் இனிக்குதாக்கும், கொமரி சாமான் கசக்குதாக்கும், சொல்லுடா அந்த கூசாலிபட்டி பொண்ணு சூப்பர் பொண்ணு, காடு, கரை, தோட்டம்னு நெறய்யா சொத்து வேற இருக்கு, இப்பச் சரினு சொல்லு நாளைக்கே பேசி முடிச்சிருவோம்டா'

'... ... ...'

'என்னல ஒன்னும் சொல்லமாட்டேங்க, ஒன்னு சரினு

சொல்லு, இல்ல கல்யாணம் வேண்டாம்னு சொல்லு, எனக்கு மினுத்தாள் சாமான்தான் இனிக்குதுனா நக்கிக்கிட்டே அலை'

உச்சி மத்தியான வெய்யில்தான் என்றாலும் வெய்யில் உறைக்கவில்லை. இரவில் பெய்த பெருமழையில் நனைந்த கரிசல் வெப்பத்தை கக்கவில்லை. பூமியின் குளிர்ச்சி கால்கள் பொசுக்கவில்லை. அவர்கள் தடங்கள் மங்கிய இடங்களில் நின்று நிதானித்து, முயல் அடுத்து எந்த திசையில் போயிருக்கும் என்று நிதானித்து எட்டு வைத்தார்கள். மஞ்சணத்தி செடியும் கொளுஞ்சி செடிகளும் கும்மலாக இருந்த ஒரு புதருக்குள் போய் முடிந்து விட்ட கால்தடம் வேறு எந்தப் பக்கமும் தன் தடத்தை பதிக்க வில்லை. ஆனால் அப்புதருக்குள் முயலைக் காணவில்லை. அவர்கள் கூட்டமாக நின்று விவாதித்துக்கொண்டிருக்கும் போது என்ன நடக்கிறது என்றே தெரியாதபடி பெருங்கூச்சலும் குழப்பமும் கேட்டன. அனைவரும் சத்தம்வந்த மேற்குத் திசையில் பார்த்தனர்.

முழு வேகத்தில் பாய்ந்தோடி வந்த முயலை மூன்று நாய்கள் விரட்டிக் கொண்டுவர, பின்னால் காட்டுக் கூச்சல் போட்டபடி ஏழெட்டுப் பேர் வேகமாக ஓடிவந்தனர். முயலைக் கண்டவுடன் இவர்களின் நாய்களை கட்டுப்படுத்த முடியவில்லை. கையில் பிடித்திருந்த கயிறுகளைவிட்டு திமிறிக் குதித்தன. செல்லையா பிடித்திருந்த நாய் அவனை ஓடைக்குள் தள்ளிவிட்டு முயலின் பின்னால் பாய்ந்தோடியது. கயிறுகளுடன் ஓடிய நாய்கள் கால்களில் கயிறுகள் சிக்கிக்கொள்ள ஓட முடியாமல் குப்புறக் குப்புற விழுந்து எழுந்து ஓடின.

இவர்களின் கன்னி நாய் முயலைக் கவ்விப் பிடித்துவிட்டது. மற்ற நாய்கள் கூடி நிற்க, கணேசன் முதல் ஆளாகப் போய் நாயி டமிருந்து முயலைப் பறித்துக்கொண்டான். இரண்டு ஊர்க்காரர் களும் ஓடிவந்து ஒன்றுகூடி கும்பலாக நின்றார்கள். நாய்கள் அங்கொன்றும் இங்கொன்றுமாக அலைந்துகொண்டிருந்தன.

'நாங்க களைச்சு விட்ட முயலு மரியாதையா குடுத்திருங்க'

'நீங்க களைச்சுவிட்டதுதான், இல்லைங்கலே, ஆனால் கடிச்சது எங்க நாயி, பிடிச்சது எங்க ஆளு'

'ஒங்க நாய்தான் கடிச்சது, ஆனா விரட்டி வந்தது நாங்கதான்'

‘விரட்டி வந்தா போதுமா, பிடிச்சது யாரு’

‘தெக்கூர் வடக்கூருக்குள்ள வம்பு தும்பு வேண்டாம்’

‘அப்பிடித்தான் நாங்களும் நெனைக்கோம்’

‘தொக்குன முயல் அடிக்காதீக, ஞாயமா வேட்டையாடுங்க’

‘என்னமோ ஒங்க நாய்கிட்டயிருந்து முயலை நாங்க பிடுங்கினது மாதிரி பேசுறிங்க, எங்க நாய்தான் முயலைப் பிடிச்சது, ஒங்க கண்ணாலயும் பார்த்தீகல்ல, அப்புறமென்ன’

அமைதியாக எல்லாவற்றையும் கேட்டுக்கொண்டிருந்த தெக்கூர் தாடி வளர்த்த பெரியவர் கூட்டத்தை விலக்கிக்கொண்டு முன்னால் வந்தார்.

‘இங்க கேளுங்கப்பா, நம்ம யாரோ எவரோ இல்ல, தெக்கூர், வடக்கூர் ஆட்கதான், விடிஞ்சா ஒங்க மொகத்துல நாங்க முழிக்கனும், எங்க மொகத்துல நீங்க முழிக்கணும் அப்பிடியிருக்க நம்ம ரெண்டு பேரும் ஒருத்தருக்கொருத்தர் சண்டை போட்டுக் கிட்டு இருந்தா மத்த ஊர்க்காரன் நம்மளப் பார்த்து சிரிப்பான்’

‘சரி, பெருசு, நீரு சொல்றது சரிதான், இப்ப என்ன செய்ய லாம்னு ஒரு முடிவச்சொல்லும்’

‘முடிவு என்ன முடிவு, முயலை களைச்சுவிட்டது நாங்க, பிடிச்சது ஒங்க நாய்தான் இல்லைங்களே, அதனால சண்டை சச்சரவு இல்லாம ஆளுக்கு பாதியா சரிசமமா எடுத்துக்கிட்டா போச்சு, இம்புட்டுத்தானே’

‘பெரியாள்னா பெரியாளுதான், அவரு சொல்றபடி ஆளுக்கு பாதியா வச்சுக்கிருவோம்’

முகத்தில் கடும் சினத்துடனும் வெறுப்புடனும் பார்த்துக் கொண்டிருந்த கிருதா மீசை இளவட்டம் சத்தமாகச் சொன்னான்.

‘எங்களுக்குத்தான் தலைப்பக்கம் வேணும், ஏம்னா மொதல்ல முயலைப் பார்த்ததும் விரட்ணதும் நாங்கதான்’

‘ஒங்களுக்குத் தலைப்பக்கம் தர முடியாது, தலையைக் குடுத்திட்டு பொச்சக்கொண்டு போனா ஊர்க்காரன் சிரிப்பான், வெட்கம் கெட்ட பயகனு கேலி பண்ணுவான்’

‘அப்ப நாங்க பொச்சக்கொண்டு போனா எங்க ஊர்க்காரங்க எங்களப் பார்த்து சிரிக்காம என்ன செய்வான்’

தெக்கூர் வடக்கூர் ஆட்களிடம் சூடேறிக்கொண்டிருந்தது. இளவட்டங்கள் விட்டுக்கொடுக்க மனமின்றி முறைத்துக் கொண்டுநின்றார்கள். கருவேல மரத்திலிருந்து காக்கை ஒன்று கத்திக் கொண்டிருந்தது.

அக்னியாய்த் தகித்த வெய்யில், இரவு பெய்த பெருமழையின் குளிர்ச்சியை அமுக்கிக்கொண்டிருந்தது. பெருமழைக்கு முன்னறிவிப்பாக மின்னலும் இடியும் இடிப்பது போல் இரண்டு ஊர்க்காரர்களின் வார்த்தைகள் தடித்து சவால்களாக மாறிக் கொண்டிருந்தன. எரி தூத்தலில் மழை தொடங்குவதைப் போல் யாரும் எதிர்பார்க்காத சம்பவம் ஒன்று பேரிடியாய் இறங்கியது. கணேசனின் கையில் இருந்த முயலைப் பிடுங்கத் தெக்கூர் இளைஞன் மல்லுக் கட்டினான்.

'மரியாதையா முயலக் கொடுத்திரு, அது எங்களோட முயல்'

'இப்ப முயலவிடப் போறியா இல்லையா, எங்க ஊர் நாய்க பிடிச்ச முயல் எப்பிடி ஓங்க முயலாகும்.'

தெக்கூர் வாலிபன் முயலை அங்கிட்டு இழுக்க, கணேசன் விடாமல் மல்லுக்கட்டி இங்கிட்டு இழுக்க, யாருமே எதிர் பார்த்திருக்கமாட்டார்கள். கணேசன் தன் இடுப்பில் சொருகி யிருந்த வங்கி கத்தியால் தெக்கூர்காரனின் இடது விலாவில் குத்தி உருவாமல் இழுத்தான். கிழிந்த விலாவுக்குள்ளிருந்து முட்டை உடைந்து கரு வெளியேறுவது மாதிரி குடல் சரிந்து தொங்கியது. அப்படியே மல்லாக்க சாய்ந்து கீழே விழுந்தான் தெக்கூர் இளைஞன்.

3

இரண்டு ஊர்க்காரர்களும் அவரவர் ஊரை நோக்கி ஓடிக் கொண்டிருந்தார்கள். முன்னால் முயல் ஓட அதன் பின்னால் நாய்கள் விரட்ட நாய்களுக்குப் பின்னால் ஓடுபவர்கள் முதன் முறையாக, முயலே இல்லாமல் முன்னால் ஓட, நாய்கள் வழக்கத் திற்கு மாறாகப் பின்னால் ஓடிவந்தன. முயலைக் காணாது நாய்கள் எதற்காக ஓடுகிறோம் என்று தெரியாததால், அவர்களின் வேகத்திற்கே மெதுவாக ஓடிக்கொண்டிருந்தன. ஓங்கு தாங்காக

வளர்ந்து நின்ற காட்டு வாகையில் சடைசடையாய் தொங்கும் முற்றிக் காய்ந்த நெற்றுக்கள் காற்றுக்கு பலமாக சலசலத்து ஓசை எழுப்பியது. ஒரு முயலுக்காக, மனித உயிரைப் பறித்துவிட்டு ஓடும் இவர்களைப் பார்த்து சிரிப்பது போலிருந்தது. ஓடி வருவதைக் கண்டதும் தனியே நின்ற செம்போத்து ஓடிப் பிறகு பறந்தது. ஓடுவதற்குத் தடையாக இருந்த முள்ளெலிகளை எடுத்து தூர எறிந்தான் இன்னாசி.

விஷயம் மெல்ல மெல்லக் கசிந்து பரவி, பெருமழையைப் போல் வியாபித்தது. இரண்டு ஊர்களுமே ஒட்டுமொத்த ஊமையர்கள் வசிக்கும் ஊர்களாக மாறிப் போயின. பதிலுக்கு தாக்குதல் நடத்த தெக்கூர் ஆட்கள் வந்தால், என்ன செய்ய வேண்டும் என்று விவாதித்துக்கொண்டிருந்தது ஒரு கூட்டம்.

'சவத்துப்பயக முயலக் கேட்டாம்னா இந்தாடானு தூர வீசிட்டு வர்றத விட்டுட்டு சிலு விழுத்திட்டு வந்துட்டாங்களே வெடலப் பயக, இது இன்னைக்கோட போற காரியமா, மூக்குள்ள மட்டும் சளிங்கிற கதையா, பதிலுக்கு அவங்க செய்யாம விடுவானா, தெக்கூரு வடக்கூருக்குள்ள எப்பிடிடா மொகங்காட்ட'

'ஏய்... கெழட்டுச் சிரிக்கி மவன, நீ ஒன்னும் ஊரைத் தாங்க வேணாம், ஒஞ் சோலி மயித்த மட்டும் பாரு, நடந்தது நடந்து போச்சு, அதையே சொல்லிக்கிட்டு இருந்தா எப்பிடி' இளவட்டம் பொங்கினான்.

'இப்ப கொஞ்ச நேரத்துல போலீஸ் ஊருக்குள்ள வந்திருவான், கண்ணுல தட்டுப்படுற அத்தனை ஆம்பளைகளையும் அள்ளிப் போட்டுட்டு போயிறுவான், சீக்கிரம் ஒரு முடிவுக்கு வாங்கடா, இப்பிடி வளவளனு பேசிக்கிட்டே நின்னா அத்தனை பேரும் போயி களி திங்க வேண்டியதுதான்'

கொஞ்ச நேரத்தில் ஊர் சுடுகாடானது. ஆண்கள் அனைவரும் ஓடி தலைமறைவானார்கள். நடக்க முடியாத கிழடு கெட்டைகள் மட்டுமே இருந்தார்கள். ஆண்களே இல்லாத ஊரில் பெண்கள் குலை நடுங்க பூட்டிய வீட்டுக்குள் முடங்கிக் கிடந்தார்கள். எந்த நேரத்திலும் போலீஸ் படை ஊருக்குள் வரலாம். அதற்கு முன்னதாக தெக்கூர் ஆட்கள் ஆயுதங்களுடன் ஊருக்குள் புகுந்து விட்டால் நிலமை படுமோசமாகிவிடும். பெண்களால் என்ன செய்ய முடியும். கொலை வெறியில் வரும் மூர்க்கர்களுக்கு ஆண்

என்ன? பெண் என்ன? பழி தீர்க்கும் வெறி மேலோங்கிவிட்டால் உணர்ச்சிகளே நம்மை வழி நடத்தும், அறிவு மங்கி உடலின் ஒரு ஓரத்தில் பதுங்கிக்கொள்ள, உணர்ச்சிகளின் வெறியாட்டம் தொடங்கும்.

பொழுதடைகிற நேரம் வரை போலீஸ் வரவில்லை. கூடடைந்த குருவிகளைப் போல் வீட்டுக்குள் முடங்கிக் கிடந்தார்கள் ஊர் ஜனங்கள். ஒரே நொடியில் கிராமம் ஆண்களே இல்லாத கிராமமாக மாறிப்போன அவலம். எல்லா வீடுகளிலும் அடைத்து வைக்கப்பட்ட கதவுகள். கொலையாளிகளுடன் உடனிருந்த சாட்சிகளான நாய்கள் சுதந்திரமாகத் தெருவில் திரிந்தன. வீட்டுக்குள் அழும். குழந்தையை அதட்டிக்கொண்டிருந்த ஒரு தாயின் சப்தம் பலமாகக் கேட்டது. தெரு விளக்குகள் அற்று இருளில் மூழ்கிக் கிடந்த கும்மிருட்டில் பலமாக மிகப் பலமாக ஒற்றைக் குரல் ஒன்று ஒலித்தது.

'போலீஸ் வந்து கதவத் தட்டுனா கதவத் திற, வேற எவன் வந்து கதவத் தட்டுனாலும் கதவ திறக்காதே, மிளகாப் பொடி டப்பாவ எடுத்து கையில வச்சிக்கோ, அருவா இருந்தாலும் எடுத்து பக்கத்துல வச்சுக்கோ, கதவ ஒடச்சு உள்ள தலைய நீட்னா மொதல்ல மிளகாப் பொடிய மொகத்துல தூவு ரெண்டு கையாலும் கண்ணப் பொத்துவான், அந்த மானக்கி ஒரே போடா போட்ரு, போலீஸ்காரனப் போட்டுத் தள்ளிராதே, இம்மிகூடப் பயப் படாத, பொம்பளைங்களா தைரியமாக இருங்க, அதுக்கு மேல காளியாத்தாவிட்டபடி'

கையில் வீச்சரிவாளுடன் தெரு வழியே நெடுக சொல்லிக் கொண்டே போனாள் சோலையம்மாள். இது இன்னாருடைய சத்தம் என்பதை புரிந்துகொண்டு மெதுவாகக் கதவைத் திறந்தாள் மாடத்தி.

'ஏட்டி, ஏய்... சோலை, ஒனக்கென்ன கொழுப்பாடி. போடி போயி வீட்டுக்குள்ள இரு, மனியம் பண்ணாதடி, வம்பா சீரழியப் போற'

'எக்கா மாடத்தியக்கா என்னக்கா புதுசா சீரழியப் போறன், போலீஸ் வந்தா பிரச்சினையில்லக்கா, பொம்பளைகள ஒன்னும் செய்யமாட்டான், வீட்டுக்குள்ள தேடிப் பார்ப்பான் தடாப்புடானு அரட்டுவான் போயிருவான், தெக்கூர் பயக வந்து பொம்பளைகள

ஒன்னு இருக்க ஒன்னு பண்ணிட்டா கேவலமில்லையாக்கா, எனக்கென்னக்கா புள்ளையா கொல்லியா எந்தப் புள்ள காலக் கெட்டிட்டு கெடக்கு, அப்படி ஒரு இலாப நட்டம் வரும்போது ரெண்டு பயகளப் போட்டுத் தள்ளிட்டு ஜெயிலுக்குப் போயிருவேன்.'

சோலையம்மாளின் துணிச்சலான பேச்சைக் கேட்டு மாடத்தி கதவைப் பூட்டிக்கொண்டாள். தெரு நெடுகிலும் சோலையம் மாளின் தார்மீகமான அந்தப் பேச்சு கேட்டுக்கொண்டே யிருந்தது.

உறவுமுறை சொல்லி அழைப்பதை விடவும் சோலை சோலை என்று அழைப்பவர்களே அதிகம். சோலையம்மாள் பிறக்கும் போது பெண்ணாகத்தான் பிறந்தாள். ஆனால் வளர்ந்துவந்த போது அவள் அணிந்திருந்த ஆடைகள் பெண்ணாகவும், அன்றாடப் பழக்கங்கள் ஆணாகவும் மாறிப்போயின. பெண்மையின் வசீகரமும் நளினமும் இன்றி ஆண்மையின் திமிருடனும் அடங்காத கெத்துடனும் நிலமதிர நடந்து திரிந்தாள். பெண்மையின், காதலின், காமத்தின், உணவளிக்கும் அட்சயப்பாத்திரமான முலைகள் வளரவில்லை. ஆனாலும் வெற்று மார்புகளை சேலையால் மூடியிருந்தாள். சிறுவயதிலேயே காது வளர்த்து செல்லமாகச் செய்து போட்டிருந்த பாம்படங்களை கழற்றிக் கொடுத்தாள். சில நேரங்களில் பெண்ணாகவும், பல நேரங்களில் ஆணாகவும், அபூர்வ கனங்களில் கேலிப் பொருளாகவும் மாறி வாழ்ந்து வந்தாள் சோலையம்மாள்.

இரண்டு மகன்களுடன் மூன்றாவதாக மகளாகப் பிறந்த சோலையம்மாள் இளவட்டமாக வளர்ந்தபோது சோலையப்பனாக மாறிப் போவாள் என்று கனவிலும் நினைத்திருக்க மாட்டான் இருளாண்டிக் குடும்பன். மரமானபின் கனிகள் காய்க்காத மலட்டு மரம் எனத் தெரிந்தால் வெட்டி தூர எறியவா முடியும். கனிகள் தராவிட்டால் என்ன, குளிர்நிழல் தராமலா போய்விடும்? நிழலுக்காகவும் மரங்கள் வேண்டும்தானே? சோலையம்மாள் ஊருக்கே நிழலானாள். பெருங்கொண்ட சம்சாரியான இருளாண்டிக் குடும்பன் செய்த பெரிய காரியம் தன்னுடைய காடுகரைகள் தோட்டம், வயக்காடு, வீடு எல்லாவற்றிலும் சரிபங்கு சோலை யம்மாளுக்கு என்று உயில் எழுதி, தான் காலமாகும்வரை ஊர்க் கணக்கப்பிள்ளை குமாரசாமி ரெட்டியாரிடம் கொடுத்து

வைத்துவிட்டு, காலமாகிப் போனான் இருளாண்டிக் குடும்பன்.

போலீஸ் இரவு நேரத்தில் உள்ளே வந்தால் என்ன நடக்கும் என்பதை அனைவரும் நன்றாக அறிந்திருந்தார்கள். இருள் கவ்விய, ஆண்களே இல்லாத ஊரில் எந்தப் பெண்களுமே உறங்கவில்லை. சந்தியம்மன் கோவில் புளியமரத்தில் அடையும் ஆந்தையின் குரல் இன்று இவ்வளவு பீதியையும் பயத்தையும் அலறிக்கொண்டே இருந்தது. ஒவ்வொரு முறை வீரிட்டு அலறிய போதும் பெண்கள் குலை நடுங்கிக்கிடந்தார்கள். ஊரடங்கி விட்டது ஆனால் ஒருவருமே உறங்கவில்லை. அந்த அகால வேளையில் கும்மியிருட்டில் மேலக்களத்தில் பிரகாசிக்கும் ஒளியைப் பாய்ச்சிக்கொண்டு இரண்டு வாகனங்கள் வந்து நின்றன. போலீஸ் ஜீப்பை பின்தொடர்ந்து ஒரு லாரி நிறைய்ய காவலர்களும் வந்து இறங்கினர். காவலர்கள் வரிசையாக அணிவகுத்து நிற்க ஜீப்பிலிருந்து இறங்கிய அதிகாரி ஏதோ உத்திரவுகளை பிறப்பித்துக்கொண்டிருந்தார்.

4

போலீஸ் வாகனங்களின் வெளிச்சம் தவிர்த்து வேறு வெளிச்சமே இல்லாத கும்மிருட்டில் யாருமே எதிர்பார்க்காத ஒரு சம்பவம் நடந்தது. காவலர்களும், அதிகாரிகளும் ஆச்சரியமாகப் பார்த்துக் கொண்டு நின்றார்கள். தெருவிலிருந்து பெண்கள் வரிசை வரிசையாக கூட்டங்கூட்டமாக வந்து மேலக்களத்தில் காவலர் களின் முன்பாக வந்துகூடினார்கள். சில பெண்கள் தூங்கும் குழந்தைகளை தங்களின் தோள் மேல் போட்டிருந்தார்கள். பகலில் அடித்த கோடை வெய்யிலின் வெப்பத்தைக் கக்கிய பூமியின் பெருமூச்சுடன் ஊர்ப் பெண்கள் அத்தனை பேரின் உஷ்ண மூச்சும் கலந்து அந்த இடத்தை பேச்சரவமற்ற சுடுகாட்டைப் போல் மாற்றியது. ஆந்தைகளின் ஒற்றை அலறல், பெண்களைப் பயமுறுத்தியது. இந்த ஏற்பாடுகளை எல்லாம் கச்சிதமாக திட்டமிட்டு செயல்படுத்திய சோலையம்மாள், காவல்துறை அதிகாரியின் முன்வந்து நின்று கும்பிட்டாள்.

‘கும்புடுறேன் எசமான்’

'... ... ...'

'நீங்க தாராளமா ஊருக்குள்ள போகலாம், எல்லாருடைய வீட்டுக் கதவும் திறந்துதான் இருக்கு, ஊருக்குள்ள ஒரு ஈங்குஞ்சு கூட கெடையாது, ஒவ்வொரு வீடா சோதனை போடுங்க, நீங்க சோதனை போட்டு முடிச்சு வர்ற வரைக்கு இங்கேயே நிக்கிறோம். இந்த இடத்த விட்டு ஒரு எட்டு அங்கிட்டும் இங்கிட்டும் நகர மாட்டோம்; ஏய் பொம்பளைகளா எல்லாரும் அப்பிடியே உட்காருங்க'

ஊர்ப் பொம்பளைகள் அத்தனை பேரும் வட்டமாக உட்கார்ந்து கொண்டார்கள். தன்னுடைய கைகளில் இப்படியொரு கை விலங்கை வடக்கூர் பெண்கள் மாட்டுவார்கள் என்று நினைக்க வில்லை. என்னென்ன ஆசைகளுடனோ வந்த காவலர்கள் பெரும் ஏமாற்றத்துடன் பார்த்துக்கொண்டு நின்றார்கள். வேட்டை நாய்களைக் கூண்டில் அடைத்தது போலிருந்தது காவலர்களுக்கு.

'சரிம்மா நாங்க இப்ப தெருவுக்குள்ள போகல, ஆனா நீங்க எங்களுக்குச் சில விஷயங்களைச் சொல்லணும், சரியா'

'... ... ...'

'கொலை எப்படி நடந்துச்சு, தெக்கூர்க்காரனைக் குத்தி கொன்னது யாரு? சொல்லிட்டீகன்னா நாங்க அவங்கள தேடி கண்டுபிடிச்சுக்கிறோம், இல்லனா இப்ப ஒங்க எல்லாத்தையும் வண்டியில ஏத்தி பருத்திகுளம் கொண்டு போயி, நாளைக்கு ரிமாண்டுக்கு அனுப்பியிருவேன்'

'நாங்கதான் எதுவுமே செய்யலையே, பெறகு எதுக்கு சார் எங்கள கொண்டு போகப் போறீக'

'கொலையாளிகள வீட்டுக்குள்ள ஒழிச்சு வச்சுக்கிட்டு போலீசை ஊருக்குள்ள போகவிடாம மறிச்சாங்க, போலீஸ் வாகனத்தை தீ வச்சுக் கொளுத்த முயற்சி பண்ணுனாங்க, அதை தடுத்த ரெண்டு போலீஸ்காரங்களைத் தாக்குனாங்க, போலீஸ் வாகனத்தின் கண்ணாடிகளை ஒடச்சு சேதப்படுத்தினாங்கனு கேஸ் போடுவேன்'

'நீங்க சொல்ற எதையுமே நாங்க செய்யலையே சார்'

'நீங்க செய்ய வேண்டாம், நாங்க செஞ்சிட்டு ஒங்க மேல பழியைப் போட்டு உள்ள தள்ளுவோம், எனக்குத் தேவை நாலு

வெள்ளப் பேப்பர்தான்'

'... ... ...'

'அதனால கொலை எப்படி நடந்துச்ச, தெக்கூர்க்காரனைக் குத்திக் கொன்னது யார்னு சொல்லிட்டா இப்பிடியே வந்த வழியே போயிருவோம்'

'எஜமானே... அது காட்டுக்குள்ள வேட்டைக்குப் போன எடத்துல நடந்தது, பொம்பளைக வேட்டைக்குப் போவாகளா'

'பொம்பளைக வேட்டைக்குப் போக மாட்டாகனு எங்களுக்கும் தெரியும்டி, ரொம்பவும் தாழிக்காத, ஓங்க புருஷன்மாருகதான கொலை செஞ்சது, ஓங்ககிட்ட சொல்லியிருப்பாங்கல்ல அத சொல்லுங்க'

ஆந்தைகளின் ஒற்றை அலறல் சத்தம், விட்டுவிட்டுக் கேட்டுக் கொண்டிருந்தது. நீண்ட நெடிய மௌனத்தில் ஆந்தைகளின் ஒற்றை அலறல், விகாரமாக ஒலித்துக்கொண்டிருந்தது. போலீஸ் அதிகாரி காவலர்களுக்கு உத்திரவிட்டான்.

'வரிசையா தெருவுல ரெண்டு பக்கமும் இருக்கிற ஒவ்வொரு வீட்லயும் சோதனை போடுங்க, ஆம்பளைக யார் இருந்தாலும் இழுத்திட்டு வாங்க'

உடனடியாக அனைத்துக் காவலர்களும் இரண்டு அணிகளாகப் பிரிந்து கிழக்கு வரிசை வீடுகளில் ஒரு அணியும், மேற்கு வரிசை வீடுகளில் ஒரு அணியும் சோதனை போடச் சென்றார்கள். சொல்லி வைத்தது மாதிரி எல்லா வீட்டுக் கதவுகளும் திறந்தே கிடந்தன. அதே மாதிரி அனைத்து வீட்டு விளக்குகளும் எரியவில்லை. கும்மிருட்டில் காவலர்கள் அனைவரும் வாசல் களுக்கு முன்னால் திகைத்தபடி நின்றார்கள். போலீஸ்காரன் ஒருவன் தீக்குச்சியை உரசிப் பற்ற வைத்து அந்த வெளிச்சத்தில் வீட்டுக்குள் நுழைந்தான். மற்றொரு குச்சியைப் பற்றவைத்து விளக்கைத் தேடினான். தீப்பெட்டிக் குச்சிகள் அனைத்தும் தீர்ந்தது தான் மிச்சம் விளக்கைக் கண்டுபிடிக்க முடியவில்லை. விளக்கு களை அணைத்து வைத்தது மட்டுமின்றி அவற்றைக் கச்சிதமாக ஒளித்து வைத்துவிட்டதைத் தேடிச் சலித்த எல்லா காவலர் களும் பகிர்ந்துகொண்டார்கள். மேற்கு வரிசையில் தேடிப்போன போலீஸ் ஒருவன் தலைதெறிக்க ஓடிவந்தான். வலதுகால் பேண்ட்

நாராகக் கிழிந்து தொங்கியது. பின்னாலயே நாய் ஒன்று விரட்டிக் கொண்டு வந்தது. வீடென்று நினைத்து இருட்டுக்குள் மாட்டுத் தொழுவத்திற்குள் போனவன், வாசலில் படுத்திருந்த நாயை மிதித்துவிட, தொடையைக் கவ்விப் பிடித்து பேன்ட்டைக் கிழித்து விட்டது. இப்போது ஊர் நாய்கள் அனைத்தும் குரைத்தன.

கனக்ச்சிதமாக, திட்டமிட்டு வடிவமைக்கப்பட்டிருந்த இந்தப் போராட்ட வடிவமைப்பை எண்ணி போலீஸ் அதிகாரி வியந்து போனார். ஊர் நாய்கள் அனைத்தும் ஒன்றுகூடிவிட்டபடியால், இனிமேலும் ஊருக்குள் நுழைய முயல்வது பெரிய சங்கடத்தை ஏற்படுத்தும் என்றெண்ணி அடுத்து என்ன செய்வதென்று யோசித்துக்கொண்டிருந்தார். அவருடைய முகத்தில் தெரிந்த கடுகடுப்பில் பெண்கள் பயந்தபடி இருந்தார்கள்.

'சரி பொம்பளைகளா, இப்படி மொத்தமா மேலக்களத்துக்கு வரவும், கதவுகளைச் சாத்தி வீட்டைப் பூட்டாமல், எல்லா விளக்குகளையும் அனைத்து விளக்குகளை ஒளித்து வைத்து விட்டு வரும்படியும் உங்களுக்கு யோசனை சொன்னது யாருனு சொல்லுங்க'

'... ... ...'

'என்ன ஒன்னுமே பேசாம இருக்கீக, யாராவது ஓராள் ஒங்களுக்கு ஐடியா குடுத்திருக்கணுமில்ல, அந்த ஆள் யாருனு சொல்லுங்க'

'யாரும் ஐடியா குடுக்கல எசமான், நாங்களாத்தான் முடிவு பண்ணி இங்க வந்தோம்'

'முதல்முதலா இங்க மேலக்களத்துக்கு வந்தது யாரு'

'... ... ...'

'சரி, யாரும் சொல்ல வேண்டாம், இந்த ஊரு கிராம முன்சீப், கணக்கப்பிள்ளை, தலையாரி வீடுங்க எங்க இருக்கு, அதையாவது காட்டுங்க'

'எசமான், அவங்க வீடு வடக்குத் தெருவுல இருக்கு, இது தெக்குத் தெரு, எங்க தெருவுக்குள்ள அவங்க வரமாட்டாங்க, என்னமும் ஏதும்னா மடத்துல வந்து உக்காந்துக்கிட்டு ஆள் விட்டு கூப்பிட விடுவாங்க.'

5

சோலையம்மாள் முன்னால் வழி காட்ட அவள் பின்னால் காவல் துறை அதிகாரிகள் சென்றார்கள். வழியில் எதிர்பட்டு குரைத்த நாய்களைச் சோலையம்மாள் சத்தங்காட்டி அதட்டினாள். வட்டக் கோவிலைத் தாண்டி கிராம முன்சீப் குமாரசாமி ரெட்டியார் வீட்டின் முன்னால் நின்றபோது வீடு பூட்டிக் கிடந்தது. கோடைக்கால வெளிப்படுக்கை காலமாகையால் முற்றத்தில் படுத்திருந்த இரண்டு மூன்று பேர் எழுந்துவந்தார்கள்.

சோலையம்மாளைக் கண்டதும் சங்குப் பிள்ளை கிட்டத்தில் நெருங்கி வந்தார். எல்லா விஷயத்தையும் கேட்டு முடித்தவர் வேகமாகப் போய் கதவைத் தட்டினார்.

'யோவ் குமாரசாமி, கதவத் தெறய்யா, தேடி ஆள் வந்திருக்கு'

ஒரே சத்தம்தான் கதவைத் திறந்துகொண்டு காவல் துறையினரைக் கண்டதும் திடுக்கிட்டு ஆச்சரியப்பட்டவர் பெரிய கும்பிடு ஒன்று போட்டார்.

'என்னய்யா கொலை நடந்திருக்கு, உம்மபாட்ல நிம்மதியா வீட்டப் பூட்டிட்டு உறங்குறீரு'

'சார், அது காட்டுக்குள்ள நடந்திருக்கு சார், நம்ம என்ன செய்ய முடியும்'

'காட்டுக்குள்ள நடந்தாலும் வீட்டுக்குள்ள நடந்தாலும் நம்மதானே விசாரிக்கனும்'

'எங்க போய் விசாரிக்க, தெருவுல ஒரு பய ஆம்பளப் பய கெடையாது, வேட்டைக்குப் போன எட்டுப் பேருக்குத்தான் தெரியும் என்ன நடந்ததுனு, மிச்சப் பேர்க வெசாரனைக்குப் பயந்துக்கிட்டு ஓடி ஒழிஞ்சிட்டான்'

'சரி, தலையாரி வீடு எங்கேயிருக்கு'

சங்குப் பிள்ளை அவக் தவக்கென்று தலையாரியைக் கூப்பிட ஓடினார். கீழக்கடைசியில் இருந்தது தலையாரி குருசாமித் தேவரின் வீடு. பெரிய மீசையுடன் வந்து மிடுக்காக நின்று வணக்கம் வைத்தார் தலையாரி.

'என்னய்யா தலையாரி ஊருக்குள்ள கொலை நடந்திருக்கு நீருபாட்ல நிம்மதியா படுத்து கொறட்டை விடுறீரு'

'சார்... அது காட்டுக்குள்ள நடந்திருக்கு, வேட்டைக்குப்போன பயக யார் யார்னு வெசாரிச்சிட்டேன், அந்த ஏழெட்டுப் பேரு யார்னு எனக்குத் தெரியும் சார்'

'சரிவோய், அவங்க எல்லார் பேரையும் எழுதிக்கிட்டு நாளைக் காலையில ஸ்டேசனுக்கு வாரும், அவங்களோட அப்பன் பேர்களும் வேணும் ஓய், எல்லாத்தையும் வெவரமா எழுதிக் கொண்டாரும், கேஸ் பதியணும்'

போலீஸ் வாகனங்கள் புறப்பட்டுச் சென்ற பின்னர் கூட்டம் கலைந்து சென்றது. ஒவ்வொரு வீட்டிலும் தீபம் எரியத் தொடங்கியது. ஊர்நாய்கள் அததின் இடத்தில் நிம்மதியாய் படுத்துறங்கின.

6

ஊரிலுள்ள அத்தனை ஆம்பளைகளும் வைப்பாற்று மணல் வெளியிலும், உப்போடைக்குள்ளும் நாகு ரெட்டியார் ஓடைக் குள்ளும் பதுங்கிக் கிடந்தார்கள். சித்திரை மாசத்து கோடை யாகையால் திறந்த வெளியிலும்கூட வெக்கையாக இருந்தது. கோடை வெய்யிலில் வெடித்துக் கிடக்கும் பருத்திச் சுளைகளைப் போல் நட்சத்திரங்கள் பூத்துக்கிடக்க மேகங்களற்ற வானம் கரிசல் நிலத்தைப் போல் பரந்து கிடந்தது. ஓடைக்குள்ளிருந்து நட்சத்திரக் கூட்டங்களை அண்ணாந்து பார்த்த கணேசன் மனசில் பல வித நினைவுகள் நிழலாடின.

இந்த ஓடையை தாண்டித்தான் ஆறாம் வகுப்புக்கு மேல் படிக்க கடலையூர் செல்ல வேண்டும். பெருமழைக் காலங்களில் வெள்ளம் வந்துவிட்டால், பாதை துண்டிக்கப்படும். பள்ளிக்கூடம் விட்டு வருகிற சிறுவர்களை மீட்டுக் கொண்டு போக ஓடையின் மறுபக்கம் காத்திருப்பார்கள். தண்ணீர் சொடிய எவ்வளவு நேரமும் ஆகலாம். அப்புறம் ரொம்ப நாளைக்குப் பிறகு நீண்ட பனை மரம் ஒன்றை வெட்டிவந்து கரையின் இரு பக்கமும் தொடுவது மாதிரி போட்டிருந்தார்கள். வெள்ளம் கரை புரண்டோட, பள்ளிச்

சிறுவர்கள் அனைவரும் ஒருவர் கையை ஒருவர் பிடித்துக்கொண்டு பைக்கூடுகளை அணைத்தபடி எட்டு மேல் எட்டுவைத்து பனையின் மேல் நடந்து மறுகரை சேர்ந்ததை நினைத்துக் கொண்டான்.

இதே மாதிரி போன வருஷம் ஒரு நாள் இதே ஓடைக்குள் ஒரு நாள் இரவு முழுக்க ஒளிந்து கிடந்ததை நினைத்துக் கொண்டான். வீட்டை விட்டு வெளியேறும் போதே பாட்டி சொன்னாள்.

'ஏல, கணேசா, சினிமா பாக்க போறது சரி, போனமா வந்தமானு இருக்கணும், ஆருகிட்டயும் சிலுவு இழுத்திட்டு வந்துறாதே'

'சரி பாட்டி'

நாம் விலகிப் போக நினைத்தாலும் நம்மைப் பிடிச்ச சனியன் விலகிப் போகாது என்பது மாதிரிதான் நடந்தது அன்றைய சம்பவம். தியேட்டரின் முன்னால் பெருங்கூட்டம், இன்னும் டிக்கெட் கொடுக்க நேரமிருந்தபடியால், தியேட்டருக்கு முன்னால் இருந்த வேப்பமர நிழலில் இருக்கலாம் என்று நடந்தான் கணேசன். அங்கே ஏதோ பஞ்சாயத்து நடந்துகொண்டிருக்க கூட்டத்தோடு கூட்டமாக நின்று எட்டிப்பார்த்தான். இந்த கூட்டத்தை விட்டு வேகமாக தன் கைகளை ஊன்றி சூம்பிப்போன இரு கால்களையும் இழுத்துக்கொண்டு ஊர்ந்துபோன தவக்களையைப் பார்த்தான். தவக்களை, தியேட்டரைச் சுற்றி எந்நேரமும் கஞ்சா பொட்டலம் விற்பவன். ஊனமுற்ற சப்பாணி என்பதால், காவல் துறையும் கண்டுகொள்வதில்லை.

'ஏல ஹமீது என்னல மரத்தடியில பெருங்கூட்டம்'

'அதுவா ரெண்டு நாய்ங்க மொக்கை போடுதுங்க, அதப் பாக்கத்தான் கூட்டம் நீங்களும் போய் பாருங்க'

'தாயோளி, நாலு பேருக்கு மாதிரி கடவுள் ஒனக்கு காலையும் கையையும் நல்லா படச்சிருந்தா இந்த ஊரையே வெலக்கி வாங்கியிருவேடா, அதனாலதான் ஒன்னய கடவுள் சப்பானியாப் படச்சு வச்சிருக்கான்'

எதையும் காதில் வாங்கிக் கொள்ளாமல் தன் கால்கள் தரையில் இழுபட இரு கைகளை ஊன்றி தவழ்ந்து போய்க்கொண்டிருந்தான் தவக்களை. கூட்டத்தை விலக்கிக்கொண்டு எட்டிப்பார்த்தான் கணேசன். அங்கே வடக்கூருக்குத் துணிகள் வெளுக்கும் ஏகாலி

வண்ணான் மருதன் கூப்பாடு போட்டு அழுதுகொண்டிருந்தான். கணேசனைக் கண்டதும் அழுகையை நிறுத்திவிட்டு கிட்டத்தில் நெருங்கி வந்தான். நடந்த விபரத்தை எல்லாம் சொன்னான். தியேட்டருக்கு முன்னால் வந்த மருதன் கூட்டத்தோடு கூட்டமாக நின்று வேடிக்கை பார்த்திருக்கிறான். திரிக்குத்து என்கிற சூதாட்டம் மும்முரமாக நடந்துகொண்டிருந்தது. கீழே உட்கார்ந் திருந்த ஒருவன் திரிகளை சுருட்டி வைக்க, கூட்டத்தில் நின்ற ஒருவன் சுற்றிவைத்துள்ள திரியில் ஊசியால் குத்தினான். ஊசி திரியில் மாட்டிக்கொண்டது. உட்கார்ந்திருந்தவன் திரி குத்தியவ னுக்கு பணம் எண்ணிக் கொடுத்தான். அடுத்த ரவுண்டு திரியைக் குத்தியவன் நின்றுகொண்டிருந்த இன்னாரென்று தெரியாத சிலரைக் காட்டி ஆளுக்கு ஐம்பது ரூபாய் என்றான். திரி மாட்டிக்கொள்ள அனைவருக்கும் ஐம்பது ஐம்பது ரூபாய் கொடுத்தான். மருதனுக்கும் ஐம்பது ரூபாய் கிடைக்க சந்தோஷமாக வாங்கிக்கொண்டான்.

விளையாட்டு தொடர்ந்தது. அடுத்த ரவுண்டிலும் திரி குத்தியவன் ஆளுக்கு ஐம்பது ரூபாய் என்று சிலரைக் காட்டினான். அவர்களில் மருதனும் ஒருவன், திரி ஊசியில் மாட்டிக்கொள்ள ஆளுக்கு ஐம்பது ரூபாய் எண்ணிக் கொடுத்தான். மருதனுக்கு சந்தோஷம் பிடிபடவில்லை. அதிர்ஷ்டம் போல் சுளையாக கிடைத்த நூறு ரூபாயை எப்படி செலவழிக்கலாம் என்று மனசுக்குள் கணக்குப் போட்டான். ஆசைகள் அலைக்கழிக்க அங்கேயே நின்றான். அடுத்த ரவுண்டு திரியைக் குத்தியவன் ஆளுக்கு இருநூறு ரூபாய் என்றான். மருதனுக்கு சந்தோஷம் பிடிபட வில்லை. இன்னும் கொஞ்ச நேரத்தில் இருநூறு ரூபாய் நம் கைக்கு வரப் போவதை எண்ணி மனம் குதியாளம் போட்டது. இப்போது ஊசியில் திரிமாட்டவில்லை.

'ம்... எடு... எடு இருநூறை எடு'

வேடிக்கை பார்த்துக் கொண்டிருந்த சிலர் இருநூறு இருநூறு ரூபாயை எடுத்து கொடுத்தார்கள். மருதன் நூறு ரூபாயை எடுத்து நீட்டினான்.

'எர நூறு ரூவாயை எடும், ஆடுனது எரநூறு ரூவா ஆட்டம் பாத்துக்கிட்டுத்தான இருந்தீரு'

'நீங்க என்கிட்டக் குடுத்தது நூறு ரூபாதானே'

‘அது நீரு ஜெயிச்சது, இது இப்ப நீரு தோத்தது’

‘நான் எப்ப தோத்தேன், எப்ப ஜெயிச்சேன், நீங்கதானே கொடுத்தீக’

‘கொடுக்கும் போது வேண்டாம்னு சொல்லணும்ல்ல, வாங்கி இடுப்புல சொருகுனீர்ல்ல, எடும் எரநூற’

பேசிக்கொண்டிருக்கும் போதே ஒருவன் மருதனின் சட்டைப்பை, இடுப்பில் சொருகியிருந்த வேஷ்டி எல்லாவற்றையும் சோதனை போட்டு இருநூறு ரூபாயை எடுத்துக்கொண்டான். நீலமும், சவக்காரமும் வாங்க வைத்திருந்த ரூபாயைப் பறிகொடுத்த மருதன் எவ்வளவோ கெஞ்சிப் பார்த்தான்.

‘பேசாமப் போயிரு அடி வாங்கி சாகாதே’

மருதன் கூப்பாடு போட்டு அழத் தொடங்கினான். தெய்வம் போல் வந்த கணேசனைக் கண்டதும் எல்லாவற்றையும் சொல்லியழுதான்.

கூடியிருந்த கூட்டத்தில் மூன்று பேர் கூட்டுக் களவானிப் பயல்கள். வருடம் முழுக்க இதே தொழில்தான். கணேசனுக்கு இப்போது என்ன செய்வதென்று தெரியவில்லை, மருதனைப் பார்க்க பரிதாபமாய் இருந்தது. மத்தியான காட்சிக்கான கூட்டம் வந்துகொண்டிருந்தது. கேட்டால் நிச்சயமாக பணத்தைத் திருப்பித் தரமாட்டார்கள். ஆனால் மருதன் பறிகொடுத்த பணத்தை எப்படியும் வாங்கியாக வேண்டும். தைரியத்தை வரவழைத்துக் கொண்டு அவர்களிடம் போனான்.

‘அவர்கிட்டபிடுங்கின ரூபாயை மரியாதையா குடுத்திருங்க’

‘அவருகிட்ட யாரும் ருவாயை புடுங்கல, ரெண்டாட்ட ஜெயிச்சாரு, மூனாவதாட்ட தோத்துப் போய்ட்டாரு’

‘அவரு வெளையாடவே இல்லை’

‘வெளையாடாமையா ரெண்டாட்ட ரூவாயை வாங்கி வேட்டி மடிப்புக்குள்ள சொருவினாரு’

‘அது நீங்க செஞ்ச தந்திரம்’

‘தந்திரம்னா, நான் கொடுத்த ரூவாயை வேண்டாம்னு சொல்லியிருக்கணுமில்ல, எதுக்கு வாங்கணும்’

‘மரியாதையா நூறு ரூவாயைக் குடுத்திருங்க’

'குடுக்க முடியாது, அவரு தோத்துட்டா, அதுக்கு நாங்க பழியா'

எந்தச்சாமி புண்ணியமோ வடக்கூர் இளவட்டங்கள் செல்லையாவும், ஆறுமுகச்சாமியும் கணேசன் பக்கத்தில் வந்து நின்றார்கள். கணேசன் தெம்பு கூடியது. நடந்ததை எல்லாம் இருவரிடமும் சொன்னான் கணேசன். கவனமாகக் கேட்டுக்கொண்டிருந்த இருவரில் ஒருவனான செல்லையா இப்படி செய்வான் என்று எதிர்பார்க்கவில்லை.

'அழுக்குத் துணி துவைக்கிற.....த் தாயோளிக்கு சூதாடுற எடத்துல என்ன சோலி'

மருதனின் செவ்வியில் பளார் என்று ஒரு அறைவிட்டான். அடுத்த நொடி கீழே உட்கார்ந்து திரிகளை சுருட்டிக் கொண்டிருந்தவனை ஒரு எத்து எத்தி மல்லாக்க தள்ளினான். மற்ற இருவரையும் கணேசனும், ஆறுமுகச்சாமியும் புரட்டி எடுக்க அடி தாங்க முடியாமல் ஓட்டம் பிடித்தார்கள். பிடிபட்ட ஒருவனிடமிருந்து நூறு ரூபாயை வாங்கி மருதனிடம் கொடுத்தார்கள். நடந்த இந்தக் களேபரத்தில் படம் பார்க்க வந்த கூட்டம் கந்து கந்தாக ஓடி மறைய தியேட்டர் வெறிச்சோடியது.

மறுநாள் தன் வீட்டுக்கு போலீஸ் தேடிவந்த போதுதான் கணேசன் தலைமறைவாகி நாகு ரெட்டியார் ஓடைக்குள் ஒளிந்து கிடந்தான். தியேட்டர் முதலாளி புகார் கொடுத்திருப்பதாகவும், தியேட்டருக்கு முன்னால் கலாட்டா பண்ணியதாக 'பெட்டி' கேஸ் போட்டிருப்பதாகவும், கோர்ட்டில் பைன் கட்டி வந்து விடலாம் என்று வக்கீல் முருகானந்தம் சொன்னதாக நாகு ரெட்டியார் ஓடைக்கு தாக்கல் வர தைரியத்துடன் வக்கீலுடன் கோர்ட்டுக்குப் போய் பைன் கட்டிவிட்டு வந்தான். அதையெல்லாம் அசை போட்டபடியே ஓடைக்குள் ஒளிந்துகிடந்தார்கள்.

எப்படியாவது வக்கீலைப் பார்த்து கோர்ட்டில் ஆஜராகாமல் ஊருக்குள் எந்த ஆம்பளையும் போக முடியாது என்பதை உணர்ந்து கொண்ட கணேசன் ஆடுமாடு மேய்ப்பவர்கள் மூலமாக வக்கீலை சந்திக்கும்படி தன் அம்மாவையும் அய்யாவையும் கேட்டுக்கொண்டான். மஞ்சணத்திமரத்தின் மேலிருந்து கூவிய செம்போத்துப் பறவையின் கனத்த கூவல் காற்றில் கரைந்தது. எப்படியும் வக்கீலிடமிருந்து நல்ல தகவல் வரும் என்று காத்துக்

கொண்டிருந்தார்கள். தன் அய்யாவும் ஊரைவிட்டு ஓடி ஒளிந்து கிடக்கிற விஷயம் கணேசனுக்கு தெரியவில்லை. இவ்வளவு துணிச்சலுடன் தன் அம்மா தன் முன்னால் வந்து நிற்பாள் என்று கணேசன் நினைக்கவே இல்லை. அவளுடைய பேச்சும்கூட மாறிப் போயிருந்தது. இம்மிகூட கவலையோ வருத்தமோ தெரியவில்லை.

'டேய்... கணேசா, வக்கீல் சாமியப் போய் பார்த்தேன்டா, நாளைக்கு காலையில பத்து மணிக்கு வேட்டைக்குப் போன அத்தனை பேரும் கோர்ட்டுக்கு வந்து ஆஜராகணும்னு சொல் லிட்டாரு, அதனால எல்லாரும் மொத்தமா கோர்ட்டுக்கு வந்திருங்க, வேற ஆம்பளைக யாரும் வர வேண்டாம். நானும் சோலையம்மாளும் இன்னும் சில பொம்பளைகளும் விடியக் கருக்கல்லயே வக்கீல் சாமி வீட்டுக்குப் போய்ட்டு கோர்ட்டுக்கு வந்துறோம், அரவமில்லாம கோர்ட் முன்னால வந்தவுடனே எல்லாரும் மொத்தமா கோர்ட்டாரு முன்னால போயி நிக்கணுமாம், சொல்லி விட்டுக்காரு சாமி, எக்காரணம் கொண்டும் போலீஸ் கண்ணுல பட்றக் கூடாதாம்'

போலீஸ்காரர்களின் கண்களில் படாமல் கோர்ட் வாசல் ஏற வேண்டும். யாராவது ஒருவன் பிடிப்பட்டாலும் போச்சு, மற்றவர்கள் ஒளிந்து கிடக்கிற இடத்தை சொல்ல வைத்து விடுவான். எட்டுப் பேரும் எப்படி தனித்தனியாகப் பிரிந்து சென்று கோர்ட்டின் அருகில் வந்து ஒன்று சேர்வது என்று திட்டம் போட்டார்கள். நகரத்திற்குள் நுழைகிற வரை கூடுமானவரை ஓடைகளுக்குள்ளும், ஒற்றடியடிப் பாதை வழிகளிலும் மட்டுமே போக வேண்டும் என்று முடிவு செய்து புறப்பட்டார்கள். எதிரே டிப்டாப்பாக யார் வந்தாலும் போலீஸ் என்று பதறி படபடத் தார்கள். கணேசன் ஒருவனைத் தவிர மற்ற ஏழு பேரும் முதன் முறையாக போலீஸ் கோர்ட் என்று போகிறவர்கள்.

சோலையம்மாளும் கணேசனின் அம்மாவும் வக்கீலை எதிர்பார்த்தபடி பரக்கப் பரக்கப் பார்த்துக்கொண்டு நின்றார்கள். வேப்ப மரங்கள் அடர்ந்த வெள்ளைக்காரன் கட்டிய கோர்ட் பரபரப்பாகிக்கொண்டிருந்தது. சில வக்கீல்கள் குதிரை வண்டியிலும் இன்னும் சில வக்கீல்கள் நடந்தும் வந்துபோய்க்கொண்டிருந்தார்கள்.

'ஏண்டி... சோல, எல்லா வக்கீல் மாருகளும் கறுப்புக்கலர்

சட்டைதான் போடணுமா?'

'எக்கா... அது சட்டையில்லக்கா, சட்டைக்கு மேல போடுற கோட்டு, வெள்ளக்காரன் போட்ட சட்டம் எல்லா வக்கீல்களும் கறுப்புக் கோட்டுதான் போடணும்'

குதிரை வண்டியிலிருந்து இறங்கிய முருகானந்தம் வக்கீல் வேக வேகமாக வந்துகொண்டிருந்தார். கணேசனின் அம்மாவையும் சோலையம்மாளையும் அடையாளம் கண்டுகொண்டார்.

'கும்புடுறேன் சாமியோவ்'

'கும்புடுறது இருக்கட்டும், ஆட்கள எங்க காணோம்'

'எப்பிடியும் வந்திருவாக சாமி, காக்கிச் சட்டக்காரங்க கண்ணுல படாம வரணுமில்ல சாமி'

'கோர்ட்டுக்குள்ள நுழைகிற வரைக்கு அவங்க கண்ணுல பட்டுட்டாப் போச்சு, கொலக்கேசில்லயா, அப்பிடியே தூக்கிட்டுப் போயிருவான், ஸ்டேசன்லயே நாலு நாளா வச்சிருந்திட்டு இன்னக்கித்தான் இப்பத்தான் புடிச்சோம்னு சொல்லி அஞ்சாவது நாள் கொண்டாந்து ஆஜர்படுத்துவான்'

நேரம் ஆக ஆக கோர்ட்டைச் சுற்றிலும் கூட்டம் பெருகிக் கொண்டே போனது. கீழக் கோர்ட்டு, நடுக் கோர்ட்டு, மேலக் கோர்ட்டு என்று மூன்று கோர்ட்டுகள் வரிசையாக கட்டப் பட்டிருந்தன. மேற்கேயிருந்து இரண்டு போலீஸ்காரர்கள் வருவதைக் கவனித்துவிட்டாள் கணேசனின் அம்மா. பதறிப் போனாள். கை கால்கள் உதறல் எடுக்கத் தொடங்கியது. மெதுவாக சோலையம்மாளிடம் கிசுகிசுத்தாள்.

'எட்டி...யே... சோல, அங்க பாரு ரெண்டு போலீஸ்காரங்க வாராக, நேரா நம்மளப் பாத்துதாண்டி வாராக ஒரே ஓட்டமா ஓடிருவமா'

'எக்கா பேசாம இருக்கா, நம்மள இங்க ஒரு பயலுக்கும் அடையாளம் தெரியாது, கம்முனு இரு, அவங்க பாட்ல அவங்க சோலியப் பாத்திட்டு போவான்'

இரண்டு போலீஸ்காரர்களும் இவர்களைக் கடந்துசென்றார்கள். கோர்ட்டுக்குள்ளிருந்து அடிக்கடி வெளியே வந்து எட்டிப் பார்த்துக்கொண்டிருந்தார் வக்கீல் முருகானந்தம். கோர்ட்டுக்கு பின்பக்கமிருந்து மெல்ல எட்டிப்பார்த்தான் கணேசன். சோலை

யம்மாள் கண்டுகொண்டாள். நாலா பக்கமிருந்தும் ஒவ்வொருவராக வந்து ஒன்றுகூடினார்கள். கோர்ட்டுக்குள்ளிருந்து வேக வேகமாக வந்த வக்கீல் முருகானந்தம் அனைவரையும் கூட்டிக்கொண்டு முன்னால் சென்றார். உள்ளே செல்வதற்கு முன்னர் நான்கு பேரின் தலைத் துண்டை எடுத்து இடுப்பில் கட்டிக்கிறச் சொன்னார். கணேசன் பனியன் மட்டும், மற்ற மூன்று இளைஞர்கள் மேல் சட்டை அணிந்திருந்தார்கள். சாட்சிக் கூண்டுக்கு முன்னால் வரிசையாக எட்டுப் பேரையும் உட்கார வைத்தார். நீதிபதியிடம் ஆங்கிலத்தில் ஏதோ பேசினார். அவர்களை அங்கேயே உட்காரச் சொல்லிவிட்டு அவர் தன் இருக்கையில் போய் உட்கார்ந்து கொண்டார். எட்டுப் பேரும் கூண்டுக்குள் சிக்கிக்கொண்ட குருவிக் குஞ்சுகளைப் போல் பரக்கப் பரக்கப் பார்த்தபடி உட்கார்ந் திருந்தார்கள். சாட்சிக் கூண்டிலும் ஆட்கள் ஏறி இறங்கிக் கொண்டிருந்தார்கள். உச்சி மத்தியானம் நாலைந்து போலீஸ் காரர்கள் வந்து இவர்களை கூட்டிக்கொண்டு போனார்கள். அவர்களுக்குப் பின்னாலயே சோலையம்மாளும் கணேசனின் அம்மாளும் வக்கீலும் போனார்கள். பெரிய இரும்புக் கேட்டின் நடுவில் ஒரு ஆள் மட்டுமே நுழையக் கூடிய சின்ன வாசலுக்குள் முதலில் ஒரு போலீஸ்காரன் நுழைய அடுத்தடுத்து எல்லோரும் நுழைந்து உள்ளே போனவன் துப்பாக்கி சகிதம் காவலுக்கு நின்ற போலீஸ்காரன் கதவைச் சாத்திக்கொண்டான்.

‘ஏட்டி... ஏ... சோல, செம்மறியாட்ட தொழுவத்துக்குள்ள அடச்சது மாதிரியில்ல அடச்சிட்டான்’

‘உள்ள வச்சு அடிப்பாங்களா சாமி’

‘அடிக்கவிடாமப் பண்றதுக்குத்தான இத்தனை கஷ்டம், போலீஸ் ஸ்டேசன்லதான் அடிப்பான், ஜெயிலுக்குள்ள அடிக்க மாட்டாங்க, வேற ஏதும் சேட்ட செஞ்சாத்தான் அடிப்பாங்க’

‘சாமி நம்ம உள்ள போயி பாக்க முடியாதா சாமி’

‘அதுக்கெல்லாம் இன்னும் கொஞ்சம் நாளாகும். இப்ப ஒடனடியா பாக்க முடியாது, சரி, நீங்க போங்க, எனக்கு கோர்ட்ல இன்னும் கொஞ்சம் வேல இருக்கு’

‘சாமி ரூவா எம்புட்டு வேணும், கணேசன் ஒங்களுக்கு குடுக்கணும்னு ரூவா கொண்டாரச் சொன்னான் சாமி’

'வார வெள்ளிக்கிழம வீட்டுக்கு வாங்க, கணேசனோட அய்யாவையும் கூட்டிட்டு வரணும், அந்த எட்டுப் பேரோட வெவரமெல்லாம் எனக்கு சொல்லணும்'

'சரி, சாமி, அப்ப நாங்க போறோம், வெள்ளிக் கெழமை சாயங்காலம் வீட்டுக்கு வந்திருரோம்'

இருவரும் வேகமாக எட்டுவைத்தார்கள். கறுப்பு கோர்ட்டு களையும், காக்கிச் சட்டைகளையும் அவர்கள் ஆச்சரியமாகப் பார்த்தார்கள்.

'ஏண்டி, சோல, இவ்வளவு கூட்டம் இருக்கே, அம்புட்டுப் பேரும் கொல செஞ்சவங்க தானா'

'எக்கா, மொள்ளமாரி, முடிச்சுமாரி, களவாணிப் பயல்க, அடிபிடி போட்டவங்க, பொம்பளைகள கேலி பண்ணுன பயக, அத்தன காவாலிப் பயகளும் இங்கதான் வந்து குண்டி தேய ஒக்காந்திருப்பாங்க, நல்ல மனுஷங்க இந்த எடத்துக்கு வரவே மாட்டாங்க'

'நம்மள மாதிரி ஆளுங்க வரணும்னா, வாரோம், கெரகம் புடிச்சு ஆட்டுது, இல்லனா முயல்வேட்டைக்கு போனவங்க இப்பிடி கொலகாரங்களா வந்து நிப்பாங்களா'

'அதச் சொல்லு நம்ம கெரகம் நல்லாயில்ல, சீரழிய வேண்டிய திருந்தா சீரழிஞ்சுதான ஆகணும்'

'ஏட்டி, சோல, வக்கீலு தங்கமான மனுஷனா இருக்காரு'

'எக்கா இவரு ஆருனு ஒனக்கு தெரியாதாக்கா, கணேசன் அண்ணன் சொல்லலையா, போன அடிபிடி கேசுக்கு இவருதான ஆஜராகி பைன் கட்டி அண்ணன வெளிய கொண்டாந்தாரு, அப்பவே என்கிட்ட இவரப்பத்தி சொன்னாருக்கா நம்ம ஒட்டப் பிடாரம் சிதம்பரம் பிள்ளையோட பேத்தியைக் கல்யாணம் பண்ணியிருக்காராம்'

'எனக்கென்ன தெரியுது, வக்கீல்மாருக எல்லாருமே பிராமணன் இல்லனா பிள்ளைமாருக இருப்பாங்கனு சொல்வாங்க, தப்பித் தவறி மொதலியாருக ஒன்னு ரெண்டு பேரு இருப்பாங்கனு பேசிக்கிருவாங்க, இவரு பிள்ளைமாரா, சோல'

'எக்கா, இவரு சம்பந்தம் பண்ணியிருக்கிற வீட்டம்மா பெரிய கோடிசுவரியாம், அந்தம்மாவோட தாத்தா அத்தனை சொத்துக்

களையும் வித்து நம்ம நாடு சொதந்திரம் அடையனும்னு வெள்ளைக்காரன எதுத்து சண்டை போட்டு ஜெயிலுக்குள்ளயே கெடந்தாராம், அவரும் பெரிய வக்கீல்தானாம், ஏழை எளியவங் களுக்கு காலணாகூட வாங்காம இலவசமா கோட்ல வாதாடுவாராம், அவரோட மருமகன்தான் இவரு'

'ஏட்டி, சோல, இதெல்லாம் ஒனக்கு எப்பிடிடி தெரியும்'

'நம்ம ஊரு மாரிமுத்துப் பிள்ளையோட தாத்தாவும் இதே மாதிரி வெள்ளக்காரன்கூட சண்டைபோட்டு ரெண்டு பேருமே ஒன்னாத்தான் ஜெயில்ல அடைபட்டுக் கெடந்தாங்களாம், அன்னைக்கி மாரிமுத்துப் பிள்ளை தோட்டத்துக்கு மிளகாப் பழம் பறிக்கப் போனேனல்லக்கா அப்ப சம்பளம் வாங்க அவரு வீட்டுக்குப் போனேன் சொவத்துல வரிசையா பெரிய பெரிய போட்டோவா வச்சு, நடுவுல இவரோட தாத்தா படத்தையும் வச்சிருக்காரு, தெனமும் பூ போட்டு தீபம் காட்றாரு, அப்பத் தான் இது யாரு சாமினு கேட்டதுக்கு, நம்ம ஓட்டப்பிடாரம் சிதம்பரம் பிள்ளையைப் பத்தி வெவரமா சொன்னாருக்கா, பெரிய பணக்காரராம், அம்புட்டு சொத்தையும் எழந்து கடேசியில ஓட்டாண்டியா போனாராம்'

சோலையம்மாளும் கணேசன் அம்மா முனியம்மாளும் ஊருக்குள் நுழைந்தபோது பொழுதடைந்துவிட்டது. காடுகளுக்கு மேய்ச்சலுக்குப் போன ஆடுமாடுகள் கூட்டங்கூட்டமாக பாதைகளை அடைத்துக்கொண்டு சென்றன. ஊரை ஒட்டியுள்ள புங்க மரத்தில் பறவைகள் அடையும் காச் பூச் கெச்சட்ட ஒலி கேட்டது. கோர்ட்டில் எட்டுப் பேரும் சரணடைந்துவிட்டார்கள் என்ற விபரம் கேள்விப்பட்டு வேட்டைக்குப் போகாதவர்கள் ஒவ்வொருவராக ஊரில் தலைக்காட்டினார்கள். காலையில் எட்டுப் பேரும் கோர்ட்டுக்கு சரணடையப் போகிற விஷயம் அனை வருக்கும் தெரிந்தே இருந்தது. வருகிற வழியில்தான் மினுத் தாளின் வீடு. முற்றத்தில் கால் முட்டுக்களின் மேல் தலை வைத்து சோகமாக உட்கார்ந்திருந்த மினுத்தாளை இருவரும் பார்த்தார்கள். தலையைத் தூக்கிப் பார்த்தவள் மீண்டும் தலை கவிழ்ந்து உட்கார்ந்துகொண்டாள்.

'ஏக்கா... முனியமக்கா, கண்டாரஓழி, பலபட்டற உக்காந் திருக்கிற கோலத்த பாத்தியாக்கா'

‘ஆமா, நாலஞ்சு நாளா கணேசன் இல்லையில்ல, அதனால அரிப்பெடுத்திருக்கும், அதுதான் சொறிஞ்சுவிட ஆள் இல்லையேனு கவலையாயோட இருக்கா, சின்னப் பயல ஒழிக்கு கொஞ்சமாவது வெக்கம் மானம் ரோசம் இருந்தா கல்யாணம் முடியாத சின்னப் பயலுக்கு காலத் தூக்குறோமேங்கிற ஒணரு இருக்கணும், தேவிடியா விடுவனா தொடுவனானு அவன் பின்னாலயே தொயங்கட்றாளே, அங்ஙன பாத்தேன், இங்ஙன பாத்தேன், ஓடைக்குள்ள பாத்தேன், கம்மாக் கரையில பாத்தேனு நம்மகிட்ட பிறத்தியாரு சொல்லும்போது நமக்குத்தான் வெக்கமா இருக்கு, தேவிடியா நாக்கப் புடிங்கிட்டு சாகலாம்’

‘எக்கா ஒன்னு தெரிஞ்சுக்கோ, எந்த ஆம்பளைக்கும் சரி, பொம்பளைக்கும் சரி எத்தனை நாளைக்கு காவல் இருக்க முடியும், அதுகளாப் பாத்து திருந்துனா உண்டு, ரெண்டு கழுதை களும் ஏறணும்னு நெனச்சிட்டா முந்திச் சேலையை மறவு வச்சிட்டுக்கூட ஏறிட்டுப் போயிருவாக’

‘அதச் சொல்லு அதுதான் உண்மை, ஏங்கிட்ட ஒரே வார்த்தை யில சொல்லி அடச்சிட்டா சோல’

‘என்னக்கா சொன்னா’

‘ஓங் கன்னுக்குட்டிய ஒழுங்கா கட்டிப் போட்டு வச்சுக்கோ.’

7

கணேசனின் அய்யா வேலுவும் அம்மா முனியம்மாளும் இன்னும் சிலரும் வக்கீல் முருகானந்தம் வீட்டுக்கு வந்தபோது மத்தியான வெய்யில் கொளுத்தியது. ஒல்லியான தேகம், நல்ல வளர்த்தி, சிகப்புனா அப்பிடியொரு சிகப்பு நெற்றியில் திருநீரும், குங்குமமும்,

‘கும்புடுறோம் சாமியோவ்’

‘என்ன வேலு நல்லாயிருக்கியா, போன கேசுக்கு கணேச னோட வந்தப்போ ரெண்டாட்டப் பாத்திருக்கேன், இது ஒன்னோட சம்சாரமா’

‘சாமி, எப்பிடியாச்சும் சட்டுப் புட்டுனு கணேசனையும் ஊர்க்

காரங்களையும் வெளிய கொண்டாரணும்'

'எட்டுப் பேருக்கு ஜாமீன் கொடுக்க ஆளுக்கு ரெண்டு பேர் வீதம் பதினாறு பேர் வேணும், யாராவது தப்பித்தவறி ஒளறிட்டாப் போச்சு, கோட்டார் கேக்கிற கேள்விகளுக்கு பயப்படாம சரியா பதில் சொல்லணும், அதனால ஒன்னு ரெண்டு பேர் அதிகமா வச்சிக்கிறது நல்லது, ஆக பதினெட்டு ஜாமீன்தார் வேணும், எல்லாத்துக்கும் அவங்க அவங்க பேர்ல சொத்து இருக்கணும், அவங்க யார் மேலயும் வேற கேஸ் இருக்கக் கூடாது, ஒங்க ஊர் கிராம முன்சீப்கிட்ட எழுதி வாங்கிட்டு வாங்க, இருக்கிற சொத்துக்களுக்கு இந்தப் பசலி வரைக்கு வரி கட்டின ரசீது வேணும், நீங்க எவ்வளவு சீக்கிரம் ஆட்களத் தயார் பண்ணி கொண்டு வாரீங்களோ ஒடனே ஜாமீன் மனு தாக்கல் பண்ணி யிருவோம்'

'சாமி ஆம்பளையாட்களுக்கு பொம்பளையாட்க ஜாமீன் கொடுக்கலாமா'

'தாராளமா கொடுக்கலாம், அந்தப் பொம்பளை பேர்ல சொத்து இருக்கணும்'

'நம்ம சோலையம்மா பேர்ல சொத்து இருக்குல்ல அதுதான் கேட்டேன்'

'ஏன்... வேலு, இன்னும் கொஞ்ச நாளைக்கு ஜெயிலுக்குள்ள இருக்கட்டுமே, ஏம்னா இங்க இருக்கிறது ஒரு வகையில பாதுகாப்பு, ஒடனடியா வெளியில வந்து நடமாடுனா எதிராளிக உசுப்பேத்தி விடுவாங்க'

'அதுக்குப் பயந்தா முடியுமா சாமி, கழுத உண்டானபடி இருக்கட்டும், ஒன்னு அரிசியாகணும் இல்ல தவிடாகணும்'

முனியம்மாள் இடுப்பில் சொருகி வைத்திருந்த சுருக்குப் பையை வெளியில் எடுத்தாள். வேலுவும் மற்ற ஆட்களும் மௌனமாக நின்றுகொண்டிருந்தார்கள்.

'சாமி, ஒங்களுக்கு எம்புட்டு ரூவா வேணும், இதுல கொஞ்சம் பணம் கொண்டாந்திருக்கேன்'

'பணத்தை தன் புருஷன் வேலுவிடம் கொடுத்து, கொடுக்கச் சொன்னாள் முனியம்மாள்.'

'வேலு, இப்ப ஒன்னும் பணம் வேண்டாம், ஜாமீன்தார்களை

தயார் பண்ணி கூட்டிட்டு வாங்க, அன்னைக்கு பாத்துக்கிறலாம் கோர்ட்டுக்குக் கொஞ்சம் பணம் கட்ட வேண்டியதிருக்கும்'

அவர்கள் கன்னியம்மன் கோவில் ஆறு புளிய மரத்தடிக்கு வந்த போது சாயங்காலமாகிவிட்டது. கொஞ்ச நேரம் தங்களை ஆசுவாசப்படுத்திக்கொண்டார்கள். தங்களுடைய வேண்டுதல்கள் நிறைவேற வேண்டும் என்பதற்காக கோயிலைச் சுற்றிலும் பொங்கலிட்ட அடுப்புக் கற்கள் கன்னங்கரேரென்று ஏராளமாகக் கிடந்தன. சுற்றுவட்டாரத்தில் கன்னியம்மன் துடிப்பான சாமி. தன்னுடைய கற்பைக் காப்பதற்காகப் போராடி கன்னியாகவே உயிர் நீத்த ஒரு பெண். இன்று வழிபடக்கூடிய கன்னியம்மனாக வரம் தரக்கூடிய முதிர் கன்னியாக தரிசனம் தந்து கொண்டிருக் கிறாள். முனியம்மாள் கன்னியம்மன் சிலை முன்னால் வந்து நின்று இரு கைகூப்பினாள், தானாகவே வாய் முணுமுணுத்தது.

'தாயே... கன்னியம்மா, எங்க புள்ளைக கொலகாரப் புள்ளைக இல்ல தாயி, ஒனக்குத் தெரியாதது ஒன்னுமில்ல, முயல் வேட்டைக்குனு போன புள்ளைக இன்னைக்கு கொலக் கேசுல மாட்டி ஜெயிலுக்குள்ள அடபட்டு கெடக்காங்க, யாரு கொல செஞ்சது என்ன ஏதுனு தெரியல, ஆனா ஓராள் செத்தது சத்தியம், எப்பிடியோ தாயி எங்க புள்ளைக இந்தக் கொல பாதகத்திலருந்து விடுதலையாகணும், அப்பிடி விடுதலையாகிட்டா ஒனக்கு ரெட்டக் கெடா வெட்டி பொங்கல் வைக்கேன், இது சத்தியம் தாயி'

'அப்பிடியே ஓம் புள்ள மினுத்தாள் கிட்டயிருந்தும் விடுதலை யாகனும்னு கேளு, கூட ஒரு கெடா வெட்டிருவோம்'

'நல்ல பேச்சப் பேசுப்பா, இந்த நேரம் போயி எவ பேச்சப் பேசுற, நாறக் கழுத பேச்சப் பேசுற, கழுதைக்கு கால்ல ஒரு கெட்டுப் போட்டுட்டா எல்லா சரியாப்போகும்'

விடிகாலை நேரம். ஊர்ப் பொதுக் கிணற்றில் நான்கு பக்கமும் தண்ணீர் இறைத்துக் கொண்டிருந்தார்கள் பெண்கள். தலையில் ஒரு பானையும் இடுப்பில் ஒரு குடமுமாகப் பெண்கள் போவதும், வெற்றுப் பானையுடன் வாளியும் கையுமாக வருவதுமாகவும் கிணற்றைச் சுற்றிலும் பெண்கள் நிறைந்து காணப்பட்டார்கள். வடக்குச் சுவர்ப்பக்கம் தண்ணீர் இறைத்துக்கொண்டிருந்தாள் சின்ன மாடத்தி. இவளுக்குப் பக்கத்தில் வந்து மினுத்தாள் குடத்தை வைத்ததைக் கவனிக்கவில்லை. சின்ன மாடத்தியின்

புருஷன் பெரிய சாமியும் முயல்வேட்டைக்குப் போய் ஜெயிலுக்குள் கிடப்பவன். பேச்சு சத்தம் கேட்டவுடன் திரும்பிப் பார்த்தாள்.

'என்னக்கா... சின்னமாடத்தியக்கா, நேத்து வேலு மாமா அவுக வக்கீல்கிட்ட போய்ட்டு வந்தார்களாம்ல்ல வக்கீல் என்ன சொல்லி விட்டாரு'

'எட்டுப் பேரையும் வெளிய கொண்டாரணும்னா பதினாறு ஆளுக ஜாமீன் குடுக்கணுமாம், தயார் பண்ணிட்டுப் போனப் பெறகுதான் என்ன ஏதுனு தெரியும்'

'அப்பிடியாக்கா, அப்ப இனியும் வெளிய வர ரொம்ப நாளாகுமோ'

பானையைத் தூக்கி நச்சென்று இடுப்பில் வைத்த மினுத்தாள் வேகமாகப் போனாள். அவள் போன உடனேயே சின்ன மாடத்தியின் பக்கத்தில் வந்த நட்டுவா, அக்கம் பக்கம் பார்த்து விட்டு மெதுவாக கேட்டாள்.

'ஏட்டி... ஏய்... சின்ன மாடத்தி, அந்த மினுத்தாள் தேவடியா ரொம்ப அக்கறையோட வெசாரிச்சா'

'ஆமா... அவளோட கள்ளப்புருஷன் உள்ள கெடக்கான்ல பாத்தியாடி இந்த ஒரு மாசத்துக்குள்ள ஆளு அரை உசுராப் போய்ட்டா, சாப்பிடுறாளோ இல்லை பட்டினி கெடக்காளோ'

'சின்னப்பய, நல்ல எளவட்டப் பயல ஏறி ருசி கண்டுட்டா எப்பிடி மறப்பா, நீ கல்யாணம் முடிச்சா நான் செத்துப் போவேன்னு சொல்லிச் சொல்லியே கணேசனை கல்யாணம் பண்ணவிட மாட்டேங்கா'

'இவ புருஷன் ஒரு பொட்டப் பயக்கா, இவள அடக்கிவைக்க முடியல, அவன வெட்றதுக்கு அருவாளத் தூக்கிட்டு அலை யிறான், பொட்ட முண்டைக காலத் தூக்குனாத்தான ஆம்பளப் பயக வர முடியும், என்னக்கா நாஞ் சொல்றது.'

8

பெருங்கூட்டமாக குமாரசாமி ரெட்டியார் வீட்டின் முன்னால் உள்ள வேப்பமரத்தில் கூடியிருந்தார்கள். காடு, கரைகளுக்கு வேலைக்குப் போகிற ஆண்களும், பெண்களும் பரபரப்பாக போய்க்கொண்டிருந்தார்கள்.

'ஊரார் எல்லாரும் வேலை வெட்டிக்குப் போறாக, நாம காக்காசு பெறாத விஷயத்துக்கு நடையா நடந்து சாகிறோம்'

'இங்க கேளுங்க மாமா எதயெத அனுபவிக்கணுமோ அத அனுபவிச்சுத்தான் தீரணும், விதியை மீறி யாராலும் தப்ப முடியாது, இன்னக்கி நேத்தா நம்ம வேட்டைக்குப் போறோம் தலமொற தலமொறயா நம்ம தாத்தன் பூட்டன் காலத்திலருந்து வேட்டைக்குப் போறோம், நாயை கையில புடிச்சு வேட்டைக்கு கிளம்பும் போது இப்பிடி ஒரு சம்பவம் நடக்கும், ஊரோட சீரழியப் போறம்னு கனவுலயும் நெனச்சிருப்பமா, தெக்கூர்காரங் களும் நெனச்சிருப்பானா, இன்னைக்கித் தெனத்துக்கு இன்னார் உசுரு இன்னாரு கையால போகணும்னு விதி இருக்கும்போது அதுப்படி நடந்துதானே தீரும், விதிய மாத்த முடியுமா'

'நீ சொல்றதும் சரிதான், கழுத வெனைய கழுதைதான் சொமக்கணும், அன்னைக்கி எழுதுனவன் அழிச்சா எழுதுவான்'

கிழக்குப் பக்கமிருந்து துவைவேட்டி போட்டுக் குளித்துவிட்டு தும்பை பூப்போன்ற வேஷ்டியை தலையில் முக்காடு போட்டு இரு கைகளாலும் விரித்துப் பிடித்தபடியே வந்தார். ரெட்டியாரைக் கண்டவுடன் அனைவரும் எழுந்து நின்று கும்பிட்டார்கள். ரெட்டியார் வீட்டுக்குள் போய்விட்டு உடனே வாசலுக்கு வந்தார்.

'என்னடே.... என்ன விஷயம், ஒரே கூட்டமா இருக்கு'

'சாமி... உள்ள கெடக்கிற பயகள வெளிய கொண்டாரணும் சாமி, ஜாமீன் கொடுக்க ஒங்க கையெழுத்து வேணும்ல்ல'

'வக்கீல் யாருடா வேலு'

'சாமி, நம்ம ஓட்டப்பிடாரம் சிதம்பரம் பிள்ளையோட பேத்தியாளக் கெட்டணவர் முருகானந்தம் சாமி'

40 ❋ சினவயல்

'பரவாயில்லடா, நல்ல வக்கீலப் புடிச்சிட்டீக, அவரைப் பத்தி நெறய்யா கேள்விப்பட்ருக்கேன்டா, ஆனா நேர்ல பாத்தது இல்ல, ஆபிசுக்கு போகும்போது அதிகாரிங்க அவரைப் பத்தி ரொம்ப சிலாகித்துப் பேசுவாங்க, இருபது பேருக்கு எழுதணும் நேர மாகும்டா வேலு, பட்டா பத்திரம், தீர்வை ரசீது எல்லாத்தையும் தலையாரிகிட்ட குடுத்திட்டுப் போங்க, எழுதி வச்சிருக்கேன் நாளைக்கு காலையில வாங்கிக்கோங்கடா'

'சரி, சாமி நாளைக்கு வாரோம், தீர்வை போடாதவங்களுக்கு இன்னக்கி வரைக்கு போட்ருங்க, ரூவா நாளைக்கு வாங்கிக் கோங்க சாமி'

தலையாரி குருசாமித்தேவர் அனைவரிடமும் ரிக்கார்டுகளை வாங்கி ஒன்று சேர்த்தார். அவருடைய இரத்தக் கண்கள் யாரையும் பயமுறுத்தும். ஆனால் நல்ல மனுஷர் என்று பெயரெடுத்தவர்.

'ஏன்டா வேலு, ஒன்னுக்குள்ள ஒன்னு, தெக்கூர், வடக் கூருக்குள்ள இது நல்லாவாடா இருக்கு, மத்த ஊர்க்காரங்க ஓங்களப் பாத்து சிரிப்பாங்கடா, ஒரு முயலுக்கு மல்லுக்கட்டிட்டு இப்பிடி ஊரோட சீரழியிறாங்கனு'

'ஒரு மொசல்கூட இல்லப்பச்சி, அரை மொசலுதான் எனக்குத் தான் தலப்பக்கம் வேணும்னு இவன் சொல்ல, எங்களுக்குத்தான் தலப்பக்கம் வேணும்னு அவன் சொல்ல கடைசில இப்பிடியாகிப் போச்சு'

'பாடு சோலி கெட்டுப் போகும்டா, சம்சாரிக் கோப்பு நாசமாப் போயிரும், தண்ணி பாய்ச்சுற முறையிருக்கும் அன்னைக்குப் பாக்க வாய்தா இருக்கும், களையெடுக்க ஆட்களோட புறப்பட்டுக் கிட்டு இருப்போம், போலீஸ்டேசன்ல ஐயா கூட்டிட்டுவரச் சொன்னாருனு வருவான், கோர்ட் வாசல மிதிச்சிட்டா எல்லாத்தை யும் மறந்திர வேண்டியதான், காத்துக் கெடந்து காத்துக் கெடந்து குண்டி தேஞ்சு போகும், நெலத்துக்கு மல்லுக் கட்டிட்டு கோர்ட்டுக்குப் போனா, அந்த நெலத்த வித்துத்தான் கேசுக்கு செலவழிக்கணும்'

அவர்கள் கூட்டமாக ஊர்வலம் மாதிரி தெரு நோக்கிப் போய்க் கொண்டிருந்தார்கள். அவரவர் வீடுகளுக்குப் பிரிந்தபோது மனசு கனத்தது. தெருவிலுள்ள எட்டுப் பேர் ஜெயிலுக்குள் அடைபட்டுக்

கிடக்கும் போது, தெரு சந்தோஷமாகவா இருக்கும். எப்போதும் கலகலப்பாகவும் கேலியும் கிண்டலுமாக சந்தோஷ மாக இருக்கும் தெருவை ஒரு அரை முயல் காவு கொண்டுபோய்விட்டது. தங்கள் பிள்ளைகளின் முகம் பார்க்கத் தவியாய் தவித்தார்கள் பெற்றோர்கள்.

மழை வெறித்த அடுத்த நிமிஷமே மேலக்களத்தில் வந்து ஒன்று கூடி குதியாளம் போடுகிற வேட்டை நாய்கள் வீட்டுக்குள் முடங்கிக் கிடந்தன. ஒரேயொரு விசில் சத்தம்தான் எங்கே யிருந்தாலும் நாலு கால் பாய்ச்சலில் நாக்கைத் தொங்கப்போட்டுக் கொண்டு ஓடி வரும் வேட்டை நாய்களைக் கூப்பிட விசில் சத்தம் கொடுக்க ஆளில்லை. சதா, காடலையும் கால்கள், கட்டிப் போட்டது மாதிரி முடங்கிக் கிடந்தன ஜெயிலுக்குள். இரண்டு வாய்தாவுக்கும் ஜாமீன் மனு நிராகரிக்கப்பட்டது, வருகிற வாய்தாவில் எப்படியும் ஜாமீன் கிடைத்துவிடும் என்று நம்பிக்கை கொடுத்திருந்தார் வக்கீல் முருகானந்தம்.

நிராயுதபாணிகளாக ஜெயிலுக்குள்ளிருந்து கோர்ட்டுக்கு போலீஸ் காவலுடன் வருபவர்களையும் கொலை செய்த சம்பவங்கள் நிறைய உண்டு. யாருக்கும் அடையாளம் தெரியாத சில நபர்களை வருகிற வழி நெடுக நிறுத்தியிருந்தார் வேலு. வேஷ்டிக்குள் அரிவாள், முதுகுக்குப் பின்புறம் அரிவாள், கையில் வைத்திருக்கும் குடைக்குள் அரிவாள், ஆயுதங்களை கையாள் வதை விடவும் அவைகளை மறைத்து வைத்துக்கொண்டு நடமாடுவது என்பது பெரிய கலை. குரு வைத்து கற்றுக்கொள்ள வில்லை வேலு, ஆனால் கற்றுத்தான் ஆகவேண்டும் என்ற நிர்ப்பந்தத்தில் கற்றுத்தானே ஆக வேண்டும்.

இன்று வாய்தா, கோர்ட்டுக்கு கொண்டு வரும் எட்டுப் பேரையும் பார்ப்பதற்கும் சந்தித்து பேசுவதற்கும் உறவினர்கள் கூட்டமாக வர அவர்களுடன் வேலுவும் முனியம்மாளும் பஸ்டாண்டைவிட்டு வெளியே வந்தார்கள். தெற்கு வாசலோரம் சப்பாணி ஹமீதும் இரண்டு திருநங்கைகளும் பேசிக்கொண்டிருந் தார்கள். சினைத்தவளையைப் போல் சூம்பிப்போன இரு கால்களை இழுத்துக்கொண்டு கைகளை தரையில் ஊன்றி தவழ்ந்து வருவதை உற்றுப்பார்த்தார் வேலு. கிட்டத்தில் நெருங்கி வந்து காலடியில் நின்றபடி அண்ணாந்து பார்த்தான்.

'என்ன வேலு இன்னக்கி வாய்தாவா'

'ஆமாய்யா இன்னக்கி வாய்தா, எப்படியும் இன்னக்கி ஜாமீன் கிடைச்சிரும்னு வக்கீல் சொல்லியிருக்காரு'

'வேலு, கணேசன்கிட்ட நான் கேட்டதா சொல்லு மறந்திறாத'

மேற்காமல் வேகமாக தவழ்ந்து போன்னான். இரண்டு பேர் நின்றுகொண்டிருந்தார்கள். பார்த்த மாத்திரத்திலேயே சுட்ட கருவாடு மாதிரி இறுகிப் போயிருக்கும் முகம் காட்டிக் கொடுத்து விட்டது கஞ்சா கிராக்கிகள் என்று.

கோர்ட் பரபரப்பாக இயங்கிக்கொண்டிருந்தது. ஜெயிலுக் குள்ளிருந்து எட்டுப் பேரையும் கூட்டி வரும் திசையையே உற்றுப் பார்த்துக்கொண்டிருந்தனர் வேலுவும் உடன்வந்த ஆட்களும் கொஞ்சம் கொஞ்சமாக கூட்டம் கலைந்துகொண்டிருந்தது. இரண்டு போலீஸ்காரர்கள் முன்னால் வர துப்பாக்கியுடன் பின்னால் இரண்டு போலீஸ்காரர்கள் வர, எட்டுப் பேரையும் வரிசையாக நடத்திக்கொண்டுவந்தார்கள். முனியம்மாளுக்கும் உடன்வந்த பொம்பளைகளுக்கும் அழுகையை அடக்க முடிய வில்லை. இரண்டு இரண்டு பேராக கைகளில் விலங்கு மாட்டி ஆடு மாடுகளைப் போல் அழைத்து வருகிற காட்சியைக் கண்டால் எந்தச் சம்சாரிகளால் அழுகையை அடக்க முடியும். அதுவும் முதல் குற்றம் சுமந்து ஜெயிலுக்குள் போகிறவர்களுக்கு அன்றாடமே மாறிப் போகும்.

கடேசி ஜாமீன்தார்கள் இருவரும் கூண்டைவிட்டு இறங்கினார்கள். ஜன்னல் வழியாக எட்டிப் பார்த்துக்கொண்டிருந்த அத்தனை கண்களும் நீதிபதியின் உதட்டசைவையே உற்றுப் பார்த்துக் கொண்டிருந்தன. வக்கீல் முருகானந்தம் வேகவேகமாக சந்தோஷ முகத்துடன் வெளியே வந்தார்.

'வேலு ஜாமீன் கெடச்சிருச்சு'

கூடியிருந்த அனைவர் முகங்களிலும் சந்தோஷம். அவர்கள் நிம்மதிப் பெருமூச்சுவிட்டனர். இப்போதுதான் வேப்ப மரக் காற்று குளிர்ச்சியாக வீசியது. முருகானந்தத்தை கையெடுத்து கும்பிட்டார்கள்.

'வேலு கண்டிஷன் பெயில் குடுத்திருக்காரு வேலு'

'அப்பிடினா என்ன சாமி'

‘கோயில்பட்டியில தங்கியிருந்து காலையில ஒரு தடவை சாயங்காலம் ஒரு தடவை, அங்குள்ள போலீஸ்டேசன்ல கையெழுத்துப் போடணும்’

‘நம்ம சந்திச்சு பேசலாம்ல்ல’

‘தாராளமா பேசலாம், எங்கேனாலும் போகலாம் வரலாம் ஆனா ரெண்டு தடவையும் டயத்துக்கு கையெழுத்து போட்ரணும். இல்லனா ஜாமீன் கேன்சலாகிரும், பிறகு பழையபடியும் ஜெயிலுக்குள்ள போக வேண்டியதான்.’

9

அவர்கள் அனைவரையும் ஊருக்கு அனுப்பிவிட்டு வேலு கோயில்பட்டிக்கு பஸ் ஏறினார். பழைய உறவுகள் தூர்ந்து போன சொந்தங்கள் என ஒவ்வொரு பெயரையும் நினைத்து அசை போட்டபடியே கோயில்பட்டி முத்துநகர் வந்து நின்றார். உரிமையோடு உபசரித்தவர்கள் கடைசியில் விஷயத்தை சொன்ன வுடன் பின்வாங்கினார்கள்.

‘நீங்க சொல்றது சரிதான் மாமா, அவங்க இங்க வந்து தங்கியிருக்கிற விஷயம் தெரிஞ்சு ஒரு லாப நட்டம் வந்திட்டா நாங்களும்ல்ல சீரழியணும்’

‘அப்படியெல்லாம் ஒன்னும் வராது மருமகனே’

‘நீங்க சொல்றீக மாமா, வராதுனு, வராதுங்கிறதுக்கு என்ன நிச்சயம், அவங்களும் ஆம்பளதான, அவன தூண்டிவிட நாலு பயக இருக்க மாட்டானா’

தெரிந்தவர்கள் உற்றார் உறவுகள் எல்லாம் ஒதுங்கிக் கொள்ள வேலு முகம் குராவிப்போய் நடந்துகொண்டிருந்தார். காரணம் இல்லாமல் இல்லை, முத்து நகர் முழுக்க தன்னுடைய உறவுகள் தான் என்றாலும் அனைவருமே அரசாங்க வேலைபார்ப்பவர்கள், விவசாயத்தை மறந்துவிட்டு இங்கே வந்து குடியேறி வசதி வாய்ப்புடன் வாழ்பவர்கள். தண்ணீர் நாவறட்சி எடுத்தது. டீ கடையோ ஓட்டலோ இருக்கிறதா என்று பார்த்தபடியே நடந்துகொண்டிருந்தார் வேலு. கைதட்டி கூப்பிடுகிற சத்தம்

கேட்டவுடன் நின்று உற்றுப்பார்த்தார். சந்தோஷமாக நின்று கொண்டு கைகாட்டி அழைத்துக்கொண்டிருப்பவரின் முகத்தையே பார்த்தார்.

'வேலண்ணன்தானே'

'ஆமா வேலுதான்'

'வாரும், வீட்டுக்குள்ள வாரும், வந்து உட்காரும்'

'ஏம்மா... அண்ணனுக்குத் தண்ணி கொண்டாந்து கொடு, மோர் சாப்பிடுறீகளாண்ணா'

'... ... ,

'என்ன அப்பிடிப் பாக்கீரு, ஆருனு தெரியலையா'

'எங்கயோ பாத்தது மாதிரி இருக்கு, ஞாபகத்துல வரல'

'என்ன அதுக்குள்ளயா மறந்துட்டீரு, கக்கரம்பட்டி செல்லையா'

'அட, நீ எப்பிடி கோயில்பட்டி மந்தையில முத்து நகருக்கு வந்தே'

'அது பெரிய கதைண்ணே'

கடம்பூரைச் சுற்றியுள்ள ஊர்களில் உள்ளவர்கள் ஏராளமான பேர் ரெயில்வேயில் வேலை பார்ப்பவர்கள். பெரும்பாலும் ரெயில்வேயின் அடிமட்டத்து வேலைகளான காங்க்மேன், சின்னச் சின்ன கான்ட்ராக்ட் வேலைகள் செய்பவர்களாக இருப்பார்கள். கடம்பூரை ஒட்டியுள்ள கக்கரம்பட்டி செல்லையா காங்க்மேன் களுக்கு மேஸ்திரியாக வேலை பார்த்தாலும்கூட விவசாயத்தையும் விடாதவர். ஒரு சம்சாரிக்கே உரிய அத்தனையும் அவர் வீட்டில் உண்டு. அதில் எல்லோருடைய கண்களையும் பார்த்த மாத்திரத்தில் உறுத்துவது அவருடைய பசுமாடுதான். வெள்ளையும் செவலையும் கலந்த நிறம். குறுங்கால்கள், கரையான் புற்றைப்போல் தரையில் தொடுவது மாதிரி மடுவை இழுத்துக்கொண்டு மெதுவாக எட்டு வைத்து அது நடந்து வரும் அழகைப் பார்த்தால், தேர் அசைந்து வருவதைப் போலிருக்கும். செல்லையா மேஸ்த்திரியின் மனைவி கொடுத்த மோரை வேலு அண்ணாந்து குடித்தார். மீசையில் ஒட்டியிருந்த மோர் துளிகளை புறங்கையால் நீவித் துடைத்தார்.

'சரிண்ணே வேலண்ண சொல்லு என்ன இந்தப் பக்கம்'

'ஒரு முக்கியமான விஷயமா அலையிறேன், ஒரு வழியும்

தெகைய்ய மாட்டேங்கு’

‘அப்பிடியென்ன முக்கியமான விஷயம், வீடு கீடு பாக்கயா, வெவசாயத்த விட்டுட்டு இங்கிட்டு வரப் போறயா’

‘ஐயய்யோ... அப்பிடியெல்லாம் இல்லண்ணே வெவசாயத்த விட்டுட்டு இங்க வந்து சோத்துக்கு சிங்கி அடிக்கவா, நமக்கு ஆரு கவுருமெண்ட் வேல குடுக்காக’

‘அப்ப என்னனு சொல்லு’

வேலு நடந்த கதையைப் பூராத்தையும் சொல்லச் சொல்ல செல்லையா கவனமாகக் கேட்டுக்கொண்டிருந்தார். இடை யிடையே பீடி பற்றவைத்துக்கொள்ளத் தவறவில்லை. சொல்லி முடித்த வேலு தன்னை ஆசுவாசப்படுத்திக்கொண்டார்.

‘இங்க கேளு வேலண்ணே இதிலிருந்து கெழக்காம திட்டங் குளம் வரைக்கு நம்ம சொந்த பந்தம்தான், ஆனா ஒருத்தனுக்கு ஒருத்தன் என்ன ஏதுனுகூட கேக்க மாட்டான், எல்லாப் பயகளும் பட்டிக்காட்லருந்து இங்க வந்து குடியேறுனவங்கதான், எல்லார் வீட்லயும் கவர்மெண்ட் வேல பாக்கிறவங்க இருப்பாங்க. ஒன்னு அவன் பார்ப்பான், இல்ல அவனோட மகன் பார்ப்பான், இல்ல பெண்டாட்டி பார்ப்பா கண்டிப்பா யாராவது ஒராள் கவர்மெண்ட் உத்தியோகம் பாப்பாக, இல்லனா என்னையக் கெணக்கா கவர்மெண்ட் வேலை ரிடையர் ஆன ஒடனே, அந்த ரிடையர் மெண்ட் பணத்த வாங்கிட்டு இனிமேப்பட பட்டிக்காட்டு வாழ்க்கை போதும்னு இப்பிடி பட்டணத்திற்கு வந்து ஒரு எடத்தை வாங்கி சிம்பிளா ஒரு வீட்டக் கட்டிக்கிட்டு குடியேறுனவங்கதான்’

‘நீ சொல்றது சரிதாண்ணே வெவசாயம் முந்தி மாதிரி இல்ல, வெள்ளாம நிச்சயமா வந்திரும்ங்கிற நம்பிக்கையில்ல, மனுஷர் களும் முந்தி மாதிரி இல்ல, எனக்கு நெகர் ஆருமே இல்லைனு அலையிறான், இம்புட்டுக்கானும் சின்னப் பயக நம்ம சொன்னா கேக்க மாட்டேங்கான், காலம் மாறிப் போச்சுண்ணே’

‘வேலு எட்டுப் பேர்த்தையும் இங்க கூட்டியா, நம்ம தொழுவத்துல தங்கிக்கிறட்டும், ஒரு மாசமில்ல எத்தனை மாசமினாலும் இங்க இருக்கட்டும், நான் பாத்துக்கிறேன், வர்ர பயக இங்க வரட்டும்’

‘நீ நல்லா இருப்பண்ணே, கும்பிடப் போன தெய்வம் குறுக்க

வந்தது மாதிரி, நாளைக்கே கையெழுத்து போட்டுட்டு அப்பிடியே இங்க கூட்டியாந்துறேண்ணே, தெனமும் விடியக் கருக்கல்லயும் கையெழுத்து சாயங்காலமும் கையெழுத்து போடணும்னா ஊருக்குப் போய்ட்டு வரமுடியுமாண்ணே'

'அதெப்படி முடியும் ஒரு நாளைக்கு ஓராட்டனா போய்ட்டு வரலாம் ரெண்டாட்டனா முடியாது, சரி வேலு நாளைக்கு காலையில கையெழுத்து போட்டுட்டு இங்க வந்திருங்க, மத்தியானச் சாப்பாடு நம்ம வீட்ல, சாப்பிடாம நேரா இங்க வந்திருங்க, சேத்து பொங்கச் சொல்லிறேன்'

'சாப்பாடெல்லாம் வேண்டாம்ண்ணே நீ தங்குறதுக்கு எடம் குடுத்ததே பெரிய புண்ணியம்'

'புண்ணியம் என்ன பெரிய புண்ணியம், அன்னைக்கு நடுச் சாமத்துல ஏழெட்டுப் பேரத் தெரட்டிட்டு நீ வரலனா மாடு கெடச்சிருக்குமா? ஒத்தையில நான் என்ன செய்ய முடியும்.'

10

நடுச்சாமம், நான்கு நாய்களும் ஓயாமல் குரைத்துக்கொண்டே இருக்க வேலு அவக் தவக் என்று எழுந்து வீட்டுக்கு வெளியே வந்தார். நிர்மல்யமான ஆகாயத்தில் நட்சத்திரங்கள் பூத்துக் கிடந்தன. ஆறாம் கூட்டம் வெள்ளியும் ரெட்டியைக் கெடுத்த வெள்ளியும் துணிப்பாய் தெரிந்தன. விடிவெள்ளி பிரகாசித்துக் கொண்டிருந்தது. நேரம் சாமத்தை தாண்டிவிட்டது என்பதை உணர்ந்து கொண்டார். முழங்கால் உயரம் வளர்ந்துநின்ற நெற் பயிர்களுக்குள்ளிருந்து தவளைகளின் சத்தமும், சில் வண்டுகளின் ரீங்காரமும் கேட்டுக்கொண்டிருந்தன. வீட்டுக்கு வெளியே வந்த வேலு சுற்றும் முற்றும் பார்த்தார். நாய்கள் வரிசை கட்டி நின்றபடி குரைத்துக் கொண்டிருந்த திசையில் உற்றுப் பார்த்தார். இரண்டு பேர் நிற்பது கும்மிருட்டில் அரிச்சலாய் தெரிந்தது. இன்னார் என்றும் ஆணா பெண்ணா என்றும் பார்த்து தெரிந்து கொள்ள முடியாத இருட்டு. இரண்டு உருவங்களின் அசைவுகளை உணர்ந்தார்.

'யாரய்யா நீங்க நடுச்சாமத்துல'

'ஐயா, கொஞ்சம் நாய்களை அதட்டுங்கய்யா, வேற ஒன்னுமில்ல பயப்பட வேணாம், கல்லுட்டுக் கில்லுட்டு எறிஞ்சிறாதிங்கய்யா'

வேலு அதட்டியவுடன் நாய்கள் குரைப்பதை நிறுத்திக் கொண்டு, அவரைச் சுற்றி நின்றுகொண்டு வாலாட்டின. இரண்டு உருவங்களும் தன்னை நோக்கி வந்து பக்கத்தில் நின்றவுடன் உற்றுப்பார்த்தார். புதிய ஆட்கள், யாரென்று தெரியவில்லை. இருவர் முகங்களும் குராவிப் போயிருந்தன.

'ஐயா, கும்புடுறோம்யா'

'வாங்க, வாங்க, நீங்க ஆரு, என்ன விசயம், இந்நேரம்'

'ஐயா எங்க ஊர் கக்கரம்பட்டி, நான் ரெயில்வேயில காங்க்மேனா வேல பாக்கேன், இது என்னோட பையன் வீட்ல தொழுவத்துல கட்டிப் போட்டிருந்த பசு மாடு ஒன்னு காணாமப் போயிருச்சு, ரெண்டு பேரும் தேடி அலையிறோம், வெசாரிச்சதுல ஒன்னு ரெண்டு பேரு இந்த வழியா ஒராள் மாட்ட கொண்டு போனதாகச் சொல்றாங்க. எங்களுக்கு இந்தப் பக்கம் பாதைகூட தெரியலை'

அடுத்த நொடியே வேலு பரபரப்பானார். மாட்டுத் தொழுவத்தில் படுத்து உறங்கிக் கொண்டிருந்த தன் மகன் கணேசனை எழுப்பினார். அடுத்தடுத்த வீடுகளில் உறங்கிக் கொண்டிருந்த நாலைந்து இளவட்டங்கள் தூக்கச் சடவுடன் எழுந்து வந்தார்கள். மீனாட்சிபுரம் பாதைவழி ரெண்டு பேரும், வீரப்பட்டி பாதை வழி ரெண்டு பேரும், மலைப்பட்டி பாதை வழி ரெண்டு பேருமாகப் பிரிந்து தேடிச் சென்றார்கள். கெச இருட்டுக்கு ஏத்தபடி கண்கள் பழகிக்கொண்டன போலும். உற்றுப் பார்த்தால் தூரத்து அசைவுகள்கூட அரிச்சலாய் தெரிந்தன.

'கன்னுக்குட்டி ஈன்று அஞ்சு மாசம்தான் ஆகுதுய்யா மாடு சரியான மாடு, மடுவை இழுத்து நடக்கவே திணறும்'

எங்கே தேடியும் யார் கண்ணுக்கும் தட்டுப்படவில்லை. பொழுது விடிந்துகொண்டிருந்தது. முன்னர் பேசிக்கொண்ட படியே பக்கத்திலேயே பெரிய ஊரான உப்பத்தூரில் வந்து ஒன்று கூடினார்கள். தென்னங் கிடுக்குகளால் வேயப்பட்டிருந்த ஒரு டீக் கடையில் அப்போதுதான் பாய்லரை பற்றவைத்துக் கொண்டிருந்தார் கடைக்காரர்.

'அண்ணே... ஆளுக்கொரு டீ அடிச்சிட்டு வடக்காமப் போவம், விடிஞ்சிட்டா ஆளுககிட்ட வெசாரிக்க தோதாப் போகும், மறச்சு கொண்டு போக முடியாதில்ல, ஒருத்தர் கண்ணுக்காவது தட்டுப்படாமயா போயிருவான்'

விடிகாலைக்கு இதமாக இருந்தது டீ. சிலர் பீடி பற்றவைத்துக் கொண்டார்கள். முதன் முதல் ஏழெட்டுப் பேர் வேற்றாள்களைக் கண்டதும் டீ கரைக்காரர் விசாரிக்கத் தவறவில்லை.

'எந்த ஊருய்யா, இந்நேரம் கூட்டமா எங்க போறீக'

'பசுமாடு ஒன்னு களவு போயிருச்சுய்யா, அதான் ராத்திரி பூராவும் தேடியலையிறோம், இங்கிட்டு யாராவது மாடு பத்திட்டுப் போனாங்களாய்யா'

'மாடு பத்திட்டுப் போகல, ஆனா ஒராள் வேத்தாள் வந்து பால் கறக்க சட்டி கேட்டான், யாருனு வெசாரிச்சேன், புது மாடு ஒன்னு வாங்கிட்டுப் போறதாகவும், காலையில பால் கறக்காததால பால் கட்டிக்கிட்டதாகவும் நடக்க முடியாம நிக்கிறதாகவும், பால் கறக்க ஒரு சட்டி வேணும்னும் வாங்கிட்டுப் போனான், இன்னாருனு எனக்கு எனந்தெரியல, ஆனா அவன் முழிச்ச முழி சரியில்ல எப்படியும் இங்க வருவான், என்ன ஏதுனு அதையும் கொஞ்சம் வெசாரிச்சிட்டுப் போங்க'

வேலுவின் முகத்திலும் செல்லையாவின் முகத்திலும் மின்னல் வெட்டியது. உடனடியாக வேலு செயலில் இறங்கினார். தன்னுடன் வந்த எல்லோரையும் டீ கடைக்கு பின்னால் போய் ஒளிந்துகொள்ளும்படி உத்திரவிட்டான். வேலுவும் செல்லை யாவும் யாரோ மாதிரி பெஞ்சில் மூலைக்கொருவராக உட்கார்ந்து கொண்டனர். கண்கள் மட்டும் தெருவையே பார்த்துக் கொண்டிருந்தது. யாரோ ஒரு உருவம் நடந்து வருவது மாதிரி தெரிந்தது. இரண்டு கைகளினாலும் ஏந்திய குத்துச்சட்டியில் மஞ்சள்நிற நுரை பொங்கிய பாலுடன் கடைவாசலில் நின்றவனை உற்றுப் பார்த்தன நான்கு கண்கள். பெரிய மீசை, அகன்ற முகம், இடுப்பில் பச்சைக் கலர் கச்சைப் பெல்ட், குரானடிச் செருப்பு, ஆறடி உயரம், ஆஜானுபாகுவான உருவம். பால்சட்டியை வாங்கிக்கொண்டார் டீகடைக்காரர், சந்தேகம் வராதபடி இயல்பாக கேட்டார்.

‘எம்புட்டுய்யா வேணும்’

‘குடுக்கிறதக் குடுங்க, இதுல கேக்க என்ன இருக்கு’

‘அப்பிடியில்லல்ல, எம்புட்டுனு சொல்லும்’

‘அட குடுமய்யா, போற வழியில பீச்ன பாலுக்கு வெல என்ன வெல, இனியும்கூட ஒரு சட்டி பீச்சலாம்’

டீ கரைக்காரர் கொடுத்த பணத்தை எண்ணிக் கூடப் பார்க்காமல் பெல்ட் பையில் சொருகி வைத்துக்கொண்டு மேற்காமல் நடந்தான். கொஞ்ச தூரம் நடக்கவிட்டு வேலுவும் செல்லையாவும் பின்தொடர அவர்களுக்குப் பின்னால்கூட வந்தவர்கள் தனித் தனியே பிரிந்து நடந்தார்கள். வண்டிப் பாதை ஒரு பெரிய ஓடைக்குள் இறங்கியது. ஒருவர் முகம் ஒருவரை பார்க்கும் படியான வெளிச்சம், விடிகாலை. ஓடைக்கரையின் மேல் நின்று ஓடைக்குள் பார்த்தார்கள். மாட்டின் கயிற்றைப் பிடித்தபடி ஒருவன் நிற்க மாடு அசையாமல் நின்றுகொண்டிருந்தது. கரையின் மேல் இரண்டு தலைகள் தெரியவும் இருவரும் சுதாரித்துக்கொண்டார்கள். செல்லையாவை அருகில் கண்டதும் மாடு மா... என்று கத்தியது.

மாட்டின் கயிற்றை விட்டுவிட்டு ஓடிப்போய் அரிவாளை கையில் எடுத்தான். இருவருடைய கைகளிலும் பளபளக்கும் அரிவாள். மாட்டு வியாபாரிகளுக்கே உரிய அடையாளமாக இரண்டு பேருடைய இடுப்பிலும் சூரிக் கத்திகள் நீட்டிக் கொண்டிருந்தன. வேலு வீசின கை வெறுங்கையாக வந்த முட்டாள்தனத்தை நினைத்துக் கொண்டார். கிட்ட நெருங்க பயம். என்ன செய்வது என்று தெரியவில்லை.

‘ரெண்டு பேரும் அப்பிடியே நில்லுங்க ஒரெட்டு முன்னால வச்சாலும் கண்டந்துண்டமா வெட்டிருவேன்’

கடைக்கு பால் கொண்டு வந்து கொடுத்தவன் மிரட்டினான். இப்போது அவன் கையில் வீச்சரிவாள். வேலுவும் செல்லையாவும் என்ன செய்வதென்று தெரியாமல் பதறி திகைத்துக்கொண்டு நின்ற போதுதான் அந்தச் சத்தம் வந்தது.

‘ஒரு இஞ்ச் நகண்டாலும், ஒரு எட்டு எடுத்து வச்சாலும் ஒரே எறியில மூளைக்குழி செதறிப் போகும். ரெண்டு பேரும் மரியாதையா அரிவாள கீழ போடுங்க’

ஓடைக்கரையின் உள் வாகரையில் வட்டம்கட்டி நின்ற

ஆறு பேரின் இரு கைகளிலும் தேங்காய் தண்டி எறிகற்கள். அரிவாளுடன் நின்ற இருவரும் எதிர்பாத்திருக்கமாட்டார்கள், நிலைகுலைந்து போனார்கள். திகைத்தபடியே நின்றார்கள். கணேசனின் குரல் ஓங்கி ஒலித்தது.

'சொல்றத கேக்கப் போறீகளா இல்ல கல்லெறிபட்டு சாகப் போறீகளா, போடுங்கல அரிவாள, திருட்டுச் சிரிக்கி பிள்ளைகளா, நல்ல பயக மாட்டக் களவாம்பானா'

இருவரும் கையில் வைத்திருந்த அரிவாள்களை தரையில் போட்டார்கள். இரண்டு அரிவாள்களையும் ஓடிப் போய் கணேசன் எடுத்துக் கொண்டான்.

'ரெண்டு பேரும் இப்பிடி இந்தப் பாறையோரமா குத்துக்கால் வச்சு உக்காருங்க, ரெண்டு கைகளையும் பின்பக்கமா முதுகுக்குப் பின்னால வச்சுக்கோங்க, கையை எடுக்கக்கூடாது, எடுத்தா தலை ஒடைக்குள்ளதான் கெடக்கும்'

கணேசனின் ஆனித்தரமான அதட்டலில் இருவரும் ஆடிப் போய்விட்டார்கள். அவன் சொன்னபடியே புறங்கையைக் கட்டியபடியே பாறையின் மேல் குத்துக் கால்வைத்து உட்கார்ந் தார்கள். செல்லையாவைக் கண்டதும் மாடும்மா... என்று கத்திய படியே மருகியது. காதுகளை விடைத்து விடைத்து ஆட்டியது. செல்லையா கண்ணீர் தளும்ப மாட்டைத் தடவிக் கொடுத்தார்.

'ஓங்க ரெண்டு பேருக்கும் எந்த ஊர்ல'

'இவனுக்கு மாடக்குளம், எனக்கு சுண்டாங்குளம்'

'மாட்டுத் தரகனார்களா'

'ஆமாய்யா'

'பாத்தாலே தெரியுதே, வேலை வெட்டி செய்யாம வாய்ச் சவடால் பண்ணி சாப்பிடுற பயகனு'

'அவ்வளவு தூரத்திலருந்து கக்கரம்பட்டியில வந்து மாடு களவாங்கணம்னு எப்பிடி தோணுச்சு'

'கக்கரம்பட்டி கணபதி தரகனாருதான் துப்பு கொடுத்தாரு, அவருதான் கூட இருந்து மாட்டப் பத்திவிட்டாரு'

'நான் சந்தேகப்பட்டது சரியாப் போச்சு, தாயோளி செஞ்ச தெல்லாம் செஞ்சிட்டு எங்ககூடச் சேர்ந்து மாட்டை தேடுறான்,

திருட்டுத் தாயோளி'

'சரி, செல்லையா, இவங்கள இப்பிடியே விடக்கூடாது. தாயோளிகள போலீஸ்ல ஒப்படச்சு நொங்கப் பிதுக்கணும்'

'வேலண்ணே போலீஸ் வேணாம்ண்ணே, கழுதப் பயக போறான், பசு மாடு களவாண்ட பாவம் அவன சும்மா விடாது, நமக்கு மாடு கெடச்சுப் போச்சு அதுவே போதும்.'

'ஏஞ் செல்லையா அப்பிடிச் சொல்றே'

'திருட்டுக் கேசு போடுவான், கோடு நாடுனு அலையணும் கேஸ் முடியற வரைக்கு மாட்டக் கொண்டு போயி கவர்மெண்ட் கண்காணிப்ல பவுண்டுல அடைக்கணும்னு உத்திரவு போடுவான், மாடு அரை உசுறாப் போயிரும், அந்தக் கொடுமை பெருங் கொடுமை, நமக்கு வேல மெனக்கெட்டுப் போயிரும், அவன் கூப்டுற போதெல்லாம் அலஞ்சு அலுத்துப் போகும், எல்லாத்தையும் நமக்கு மேல ஒருத்தன் இருக்கான் அவன் பாத்துக்கிருவான்'

இரண்டு பேரையும் கூப்பிட்டு மாட்டைச் சுற்றிவந்து மாட்டின் முன்னால் விழுந்து கும்பிடும்படி சொன்னார் வேலு. இருவரும் மூன்று தடவை மாட்டை சுற்றிவந்து மூன்று தடவை மாட்டின் முன்னால் கும்பிட்டு எழுந்தார்கள். கூனிக் குறுகி முகங்குராவி வெக்கத்துடன் ஓடைக் கரையேறி மறைந்துபோனார்கள்.

வேலுவும் செல்லையாவும் மாட்டின் முன்னால் நிற்க மற்றவர்கள் மாட்டைச் சுற்றி நின்றார்கள். காலை வெய்யில் உறைக்கத் தொடங்கியது. பறிமுதல் செய்யப்பட்ட இரண்டு வீச்சரிவாள்களையும் கணேசன் கையில் வைத்திருந்தான். பளபளத்த இரண்டு அரிவாள்களும் ஏறு வெய்யில் பட்டு மின்னின. அரிவாள்களை வைத்திருந்த கணேசனை செல்லையா உற்றுப் பார்த்தார்.

'இந்தச் சனியனையும் அவங்ககிட்ட குடுத்து விட்ருக்கலாமே, நமக்கெதுக்கு அருவா, அது இருந்தா லேசா ஒரு வம்பு தும்புனாலும் பொசுக்னு அருவாளத் தூக்கச் சொல்லும் எல்லா நேரமும் ஒன்னு போல இருக்காது, என்னணே நாஞ் சொல்றது'

'நீ சொல்றது ரைட்தான், அதுக்காக வெறுங்கையோடயும் இருக்கக் கூடாதில்ல, நம்ம வெலகிப் போக நெனச்சாலும் நம்மளப் புடிச்ச சனியன் வெலகிப் போகணுமில்ல, விதி

யார விட்டது, நம்ம ஏழெட்டுப் பேரு இருக்கப் போயி சரியாப் போச்சு பயக ரெண்டு பேரும் அரண்டு போய்ட்டான், இல்லனா அடிபுடினு வரத்தான செய்யும்'

'நீ சொல்றதும் சரிதான்ணே'

ஓடைக்குள்ளிருந்து மாட்டை கரைக்கு ஏற்ற அரும்பாடுபட வேண்டியதாயிற்று. ஒரு எட்டு வைக்க கால் மணி நேரமானது. கழுத்தை சுண்டிச் சுண்டி இழுத்துகொண்டு வந்திருப்பார்கள் போல. கழுத்தில் கயிறு சுண்டிய தடிப்புக்கள் இருந்தன. வீட்டுக்குள்ளேயே நின்ற மாடு, இவ்வளவு தூரம் எப்படித்தான் நடந்ததோ. செல்லையா மேலெல்லாம் அடிக்கடி தடவிவிட்டார். அவர் முகம் வருத்தங் கலந்த சந்தோஷத்துடன் இருந்தது. கையில் குத்தாகப் பிடுங்கிய பச்சையைக் கையில் பிடித்துக்கொண்டு செல்லையாவின் மகன் நடக்க, அந்தப் பச்சையைப் பார்த்துக் கொண்டே ஒவ்வொரு எட்டாக வைத்தது.

'செல்லையா இப்படி நடந்து ஊர் போய் சேர முடியாது, மெல்ல மெல்லப் போவோம், என் வீட்ல மாடு நிக்கட்டும், ஒரு லாரிய வாடகைக்கு அமர்த்தி அதுல ஏத்தி ஊருக்கு கொண்டு போங்க, நாங்க எல்லாரும்கூட மாட இருந்து லாரியில ஏத்தி விட்றோம்'

வேலுவின் வீட்டுக்கு வரவே மத்தியானமாகிவிட்டது. புது மாட்டை கண்டவுடன் காடியில் கட்டிக் கிடந்த மாடுகள் முறைத்துப் பார்த்துக் கனைத்தன. எல்லோரையும் இருக்கச் சொல்லிவிட்டு முனியம்மாளிடம் அனைவருக்கும் சோறு பொங்கச் சொல்லிவிட்டு வேலுவும், செல்லையாவும் லாரி வாடகைக்குப் பிடிக்கப் போனார்கள். வீட்டைவிட்டு கிளம்பிய வுடனே வயல்கள். வரப்பில் எட்டுமேல் எட்டுவைத்து மெதுவாக நடந்தார்கள்.

'இதெல்லாமே நம்ம வயக்காடுகதான், தண்ணி, மடைத் தண்ணி பக்கத்துலதான் கண்மாய் இருக்கு, தெக்க கொஞ்சம் தள்ளி தோட்டம் இருக்கு, எறவக் கெணறு தண்ணி வத்தாது. எப்பிடியும் வருசா வருசம் நெல் வெளஞ்சிரும், சாப்பாட்டுக்கு கவலையில்ல, அதோட பத்து இருபது வெள்ளாடுக, நாலு பசு மாடுக வச்சிருக்கேன், ஏதோ பிறத்தியாருகிட்ட கையேந்தாம கதை ஓடுது, நம்மளப் புடிச்ச கெரகம் கோடுநாடுனு அலைய வேண்டியதாப் போச்சு,

இப்பிடி அலையிறதனால அன்னன்னைக்கிப் பாக்கவேண்டிய பாடு சோலியப் பாக்க முடியாமப் போகுது. தண்ணி பாச்சுற நேரத்துல தண்ணி பாச்சணும், களையெடுக்கிற நேரத்துல களை எடுக்கணும் இல்லனா பயிறு வம்பாப் போகும்'

இருவரும் பேசிக்கொண்டே சாத்தூர் டவுணுக்குள் நுழைந் தார்கள். சின்ன லாரிகள் வரிசை வரிசையாக நிறுத்தி வைக்கப் பட்டிருந்தன. டிரைவர்கள் அனைவருமே சொன்ன விஷயம் ஒரே மாதிரிதான் இருந்தது.

'மாடு என்றால் ஏற்றுவதும் இறக்குவதும் கஷ்டம்'

அதை நான் பார்த்துக்கொள்கிறேன் என்று சொன்ன வேலுவும் செல்லையாவும் லாரியில் ஏறிக்கொள்ள லாரி புறப்பட்டது. லாரியிலிருந்து இறங்கிய வேலு வேகமாகப் போய் ஏழெட்டு வாழை இலைகளை அறுத்துக் கொண்டுவந்தார். உச்சி மத்தி யானம், யாருமே காலைச் சாப்பாடு சாப்பிடவில்லை, நன்றாக சாப்பிட்டார்கள். பூசணிகாய் கூட்டும் பருப்பு ரசமும்.

'இது எல்லாமே நம்ம தோட்டத்திலயும் வயல்லயும் வெளஞ்சது தான், கடவுள் புண்ணியத்துல சோத்துக்கு பஞ்சமில்ல'

அவர்கள் முனியம்மாளை கையெடுத்து கும்பிட்டார்கள். சம்சாரிக் குடும்ப முகத் தெளிச்சியுடன் இருந்தாள்.

லாரியை ஓடைக்குள் நிறுத்திவிட்டு, கரைமேல் மாட்டை கொண்டுவந்து லாரிக்குள் மாட்டை நடக்கவைத்த வேலுவின் யோசனையை நினைத்து செல்லையா சந்தோஷப்பட்டார். வேலு மட்டும் இங்கே தங்கிக்கொள்ள மற்ற இளவட்டங்கள் நாலைந்து பேரை லாரியுடன் அனுப்பிவைத்தார் வேலு. செல்லையாவால் ஒன்றும் சொல்ல முடியவில்லை.

'வேலண்ணே... இவங்க எதுக்கண்ணே மாட்டை நானும் என் மகனும் கொண்டு போயிருவோம், வீணா எதுக்கு அலையிறாங்க'

'மாட்ட ஒங்க வீட்ல விட்டுட்டு லாரி இங்கதான வரப் போகுது, அதுல திரும்பி வரப் போறாங்க, பெறகென்ன கஷ்டம்'

காலில் விழுந்து கும்பிடாத குறையாகக் கும்பிட்டு கண்ணீர் மல்க புறப்பட்டார் செல்லையா. வேலுவின் அருகில் நின்ற முனியம்மாவின் முகத்தில் தாய்மையின் மகிழ்ச்சி. லாரிக்குள் மாட்டைச் சுற்றிலும் இளவட்டங்கள் நிற்க, டிரைவரின் அருகில்

செல்லையா அமர்ந்துகொள்ள, அசைந்தாடும் தேரைப் போல் புறப்பட்டது லாரி. மாட்டை ஏற்றிக்கொண்டு லாரி வந்து நின்ற வுடன் லாரியைச் சுற்றி ஊரே கூடிவிட்டது. செல்லையா வின் பெண்டாட்டி அழுதுகொண்டே மாட்டின் அருகில் வந்து நின்றாள்.

'என் செல்வம், என் பணப்பெட்டி, என் சீதேவி வந்திருச்சு. காளியாத்தா என்கிட்ட கொண்டாந்து சேர்த்திட்டா'

மாட்டை ஏற்றியது மாதிரியே ஓடைக்குள் லாரியை நிற்க வைத்து மாட்டை கரையின் மேல் இறங்க வைத்து கூட்டி வந்தார் செல்லையா. தொழுவத்தில் இருந்த மற்ற மாடுகள் காதுகளை விறைத்து ஆட்டியபடி அசையாமல் நின்றன. கூடியிருந்த கூட்டத்தில் கணபதி தரகனாரும் நின்றுகொண்டிருந்தான். அவனை ஏறிட்டுப் பார்க்க விரும்பாத செல்லையா, முகத்தை வேறு பக்கம் திருப்பிக்கொண்டார். வார்த்தைகள் தடித்துவிட்டால் போச்சு. தன் மகனையும் உடன் வந்திருக்கும் இளவட்டங் களையும் சமாளிக்க முடியாது. யார் யாரோ என்னென்னவோ கேட்டுக்கொண்டிருந்தார்கள். அவர்கள் அனைவருக்கும் செல்லையா சொன்ன ஒரே பதில்.

'காடா சாரியா தேடி அலஞ்சோம், சாத்தூர் போற பாதையில ஒரு ஓடைக்குள்ள தன்னந்தனியா நின்னது, ஆட்க யாரையும் காணோம், பெறகென்ன, பத்திட்டு வந்திட்டோம்.'

11

கணேசனும் மற்ற ஏழு பேரும் போலீஸ்டேசனில் கையெழுத்துப் போட்டுவிட்டு வெளியே வந்தபோது தன் அய்யாவுடன் செல்லையாவும் அவருடைய மகனும் பேசிக்கொண்டிருப்பதைப் பார்த்தான். செல்லையா முன்னால் செல்ல மற்றவர்கள் அவரைப் பின்தொடர்ந்து சென்றார்கள். சுற்றிலும் வேற்றாள்கள் நடமாடு கிறார்களா என்று கண்காணித்தபடியே மெதுவாக நடந்தார்கள். கைகளில் எந்தவித ஆயுதங்களும் இல்லாமல் வீசுன கை வெறுங்கையாகப் போகும்போது சந்தர்ப்பம் பார்த்து எதிரிகள் தாக்குவது வழக்கம்தானே. போலீஸ்டேசனில் கையெழுத்து

போடப் போகும்போது ஆயுதங்கள் கொண்டுபோக முடியாது, என்பது எதிரிகளுக்குத் தெரியாதா என்ன?

அவர்கள் அனைவரையும் மெயின்ரோட்டுப் பாதை வழி அழைத்துச் செல்லாமல் குறுக்குப் பாதைகள் வழியாகக் கூட்டிப் போனார் செல்லையா. செண்பக வல்லியம்மன் கோவில் தெப்பம் வழி போய் ராமசாமி தாஸ் பூங்காவைச் சுற்றி மேலப் பார்க் ரோட்டுவழி போய் மந்தித் தோப்பு ரோடு போய் பாரதி நகர் அடுத்து முத்து நகர் செல்லையாவின் வீடு. எதிரிகள் இந்தப் பாதையை கண்காணித்திருக்கமாட்டார்கள். ஒவ்வொரு முறை கையெழுத்துப் போட போலீஸ்டேசன் வரும்போதும் போகும் போதும் வெவ்வேறு வழிகளை தேர்ந்தெடுக்க வேண்டும் என்று எண்ணிக்கொண்டார் செல்லையா. அனைவரையும் வரவேற்று செம்பில் தண்ணீர் கொண்டுவந்து கொடுத்தாள் செல்லையாவின் மனைவி.

'சித்தப்பா ரெண்டு வருஷத்துக்கு முன்னாடி நம்ம லாரியில பசு மாடு ஏத்திட்டு வந்தமே அது இந்த வீடுதான சித்தப்பா'

வீட்டை சரியாக அடையாளம் கண்டுகொண்ட தன் அண்ணன் மகனைப் பார்த்து சிரித்தார் வேலு. அவர்கள் தங்கப் போகிற கொட்டகையைக் காண்பித்தார் செல்லையா.

'சாப்பாடு நாங்களே பொங்கிக்கிறோம், வீட்ல அரிசிக்கும் காய்கறிகளுக்கும் பஞ்சமில்ல, நான் போயி கொண்டாந்துருவேன். இவங்கள மட்டும் பாத்துக்கோ, டயத்துக்கு ஸ்டேஷன்ல கையெழுத்து போட்றணும், ஒரு மாசம் கண்ண மூடிக்கிட்டு இருக்கணும், அப்புறமா ஜாமீன் நிபந்தனையை தளர்த்துவான்'

ஒரே வாரத்தில் சாத்தூரின் அத்தனை குறுக்கு வழிகளையும் கண்டு கொண்டார்கள். ஆயுதங்களை மறைத்து எடுத்துக் கொண்டு போகவும் போலீஸ்டேசனுக்கு வெளியே நம்பிக்கையான ஒருவரிடம் கொடுத்துவிட்டுச் செல்லவும், கையெழுத்து போட்டு விட்டு வந்து பழையபடியும் ஆயுதங்களை வாங்கிக்கொள்ளவும் சிலரை ஏற்பாடு செய்து கொடுத்திருந்தார் செல்லையா. இதுவரை கொலை செய்யப்பட்டவரின் தரப்பிலிருந்து ஒரு வார்த்தைகூட கசியவில்லை என்பது பயமுறுத்தியது. எப்போதுமே எதிராளியை நம்மைவிட வலிமையானவன் என நினைப்பதே விவேகம், மாறாக எதிராளியைத் தூசியாக நினைத்தால் நீ தோற்பது நிச்சயம்.'

இதை மிகச் சரியாக உள்வாங்கிக்கொண்டவர் வேலு. விவசாயத்தை மறந்து அவர் அலைகிற அலைச்சல் நாயினும் கேடான அலைச்சல். கொஞ்சங் கொஞ்சமாக சமையலும் கற்றுக் கொண்டார். அடிக்கடி வக்கீல் வீட்டுக்கும் போய் வந்தார். ஒரு மாதம் காலையும் மாலையும் இரண்டு வேளை கையெழுத்து போட வேண்டும் என்பதைத் தளர்த்தி காலை பத்து மணிக்கு ஒரு வேளை மட்டும் கையெழுத்து போட்டால் போதும் என்று நிபந்தனையைத் தளர்த்தி உத்திரவிட்டது நீதிமன்றம். ஒருவேளை கையெழுத்து போடுவது என்றால் ஊரிலிருந்து வந்து போட்டு விட்டுப் போகலாம், அனைவரும் ஊருக்கு புறப்பட்டுக் கொண்டிருக்கும் போது யாருமே எதிர்பாராத சம்பவம் நடந்தது. கணபதி தரகனார் கமுக்கமாக வீட்டுக்குள் வந்து பொசுக்கென்று செல்லையாவின் கால்களில் விழுந்தார்.

'ஐயா, என்னைய மன்னிச்சுக்கோங்க, மதி மயங்கி பிய் தின்னுட்டேன், அந்த ரெண்டு பயகலும் எல்லா விஷயத்தையும் சொன்னாங்க, ஒரு வார்த்தை மன்னிச்சிட்டேன்னு சொல்லுங்கய்யா, என் பொண்டாட்டி என்னைய வீட்டுக்குள்ள வராத வெளியே போனு வெரட்டிட்டாயா'

'டேய்... நீ வெட்டிப் பயலா அலையப் போய்த்தான் இந்த மாதிரி ஈனப் புத்தியெல்லாம் வருது, ஓம் பொண்டாட்டி சம்சாரி வீட்டுப் புள்ளடா, எந்தச் சம்சாரியும் ஆடுமாடு களவாங்குற பயகல படியேத்தமாட்டாள், அன்னைக்கு இவங்க எல்லாரும் இல்லனா என்னைய வெட்டியிருப்பாங்க அந்த ரெண்டு வேகாரிப் பயகலும், இவங்க தானடா என்னையக் காப்பாத்துனது'

வரப்போரங்களில் வனாந்திரமாக வளர்ந்து நின்ற ஆமணக்கஞ் செடிகளில் குழைகளை ஒடித்து கைகளை மடக்கி முழங்கை நிறைய வைத்துக்கொண்டு வரப்பில் வழியே வந்துகொண்டிருந்தார். எதிரே வருபவரை உற்றுப் பார்த்தார். வெம்பூர் வெள்ளையனாசாரி. உயரமாக வளர்ந்து நின்ற அகத்திச் செடிகளும், வாய்க்கால்களில் உதிர்ந்து கிடந்த புளிச்சி நார் செடிகளின் பழுத்த இலைகளையும் உற்று பார்த்தார். கத்தரிக்காய்கள் பழுத்து மஞ்சள் நிறத்தில் தொங்கிக் கொண்டிருக்க, சீனியவரைக் காய்கள் முற்றிக் காய்ந்து நெற்றுக்களாகிப் போயிருந்தன. கோடு நாடுனு அலையப் போய் சம்சாரித்தனம் சீரழிவதை எண்ணி வருந்தினார். பருவத்தில்

தண்ணீர் பாய்ச்சாமல் விப்போடிக் கிடந்த பாத்திகளைப் பார்த்து பெருமூச்சு விட்டார்.

'என்னப்பா வேலு ஆள பாக்கவே முடியல, எப்பிடி இருக்கே'

'யாரு ஆசாரியாரா, இந்தா இருக்கேன்ல்ல'

'வீட்டுக்குப் போனேன், முனியம்மா சொல்லுச்சு, தோட்டத்துக்கு போயிருக்கார்னு, என்னப்பா வேலு இப்பிடிப் போட்டு வச்சிருக்கே, வாய்க்கா வெட்டல, காயெல்லாம் பிடுங்காம நெத்தாகிக் கெடக்கு தண்ணி பாச்சாம பாத்தியெல்லாம் விப்போடிக் கெடக்கு கெணத்துல தண்ணி இல்லையா'

'எல்லாம் வேலையவும் போட்டுட்டு வேல மெனக்கெட்ட வேலையா கோடு நாடுனு அலையிறேன் ஆசாரியாரே, கேள்விப் பட்டிருப்பீர்ல்ல, கணேசன் உள்ள கெடக்கான், வேலை செய்ய ஆளில்ல, நாந்தான் அலைய வேண்டியதிருக்கு'

'ஆடுகள அடைக்க ஒரு செட் போடணும்னு அன்னைக்கு சொன்னே, அதுக்குப் பிறகு தாக்கல் சொல்லலையே'

'ஆடுகள அடைக்கும் முன்ன இவங்களக் கொண்டு போயி அடச்சிட்டான், வெளிய கொண்டுவரப் படாதபாடு பட்ருக்கேன், ஏகப்பட்ட செலவு, அலைச்சல், சம்சாரித்தனத்தை பார்க்கவா ஜெயிலுக்குள்ள கெடக்கிறவன்களப் பாக்கவா, இப்பத்தான் ஜாமீன்ல வந்திருக்காங்க, தினமும் சாத்தூர் ஸ்டேசன்ல கையெழுத்துப் போடணும், எட்டுப் பேரும் அலையிறாங்க'

'தெக்கூர்ப் பக்கம் போனீரா ஆசாரியாரே'

'தெனமும் போறேன் வேலு, சம்சாரிகளுக்கு நான்தான வேணும், என்ன விசயம் வேலு'

'இல்ல, இந்த கொலைக்கேசு விஷயமா எதுவும் பேச்சு வந்திச்சா'

'வராம இருக்குமா. அங்கேயும் நாலு வெட்டிப் பயக இருப்பாங்கல்ல, அவங்களுக்கு பொழுது போகணுமில்ல வேலு'

'என்ன பேசிக்கிறாங்க'

'எளவட்ட மாருக துள்ளுனான்க, பெரியாட்க சத்தம் போட்டு அதட்டி வச்சிருக்காங்க, ஆனாலும் சில பயக இன்னும் மொறச்சிட்டுத்தான் அலையிறான், செத்தவனோட சொந்த

பந்தங்கள் அவ்வளவா தாட்டீகமான ஆட்க கெடையாது, பாவப் பட்டவங்க வேலு'

'ஆசாரியாரே இங்க கேளும், கொலை செய்யணும்னு செய்யல, ஆனா கொலை பாவம் வந்திருச்சு. நம்ம தலையெழுத்து அப்பிடி இருக்கு, என்ன செய்ய, இப்பப் பாரும் நானும் முனியம்மாளும் நாயா பேயா அலையிறோம், அலைச்சல் மட்டுமா ஆசாரியாரே, சம்சாரிக் கோப்பே போச்சு, நெல் நாத்துப் பாவல, தொழிப்போட சேத்து வச்ச கொளுஞ்சியும், ஆவரையும், மஞ்சணத்தியும் காஞ்சு சருகாப் போச்சு, ஆவரை ஒன்னுதான் கொஞ்சம் பச்சையா இருக்கு, மொத்தத்துல இந்த ஒரு வருஷத்துல நேரத்துக்கு கஞ்சி கூட குடிக்க முடியல ஆசாரியாரே, ஆடுகளுக்கு செட் போடுறத பெறகு பாத்திக்கிருவோம்னுவிட்டுட்டேன்'

'அதுவும் சரிதான் வேலு, வேணும்ங்கும்போது தாக்கல் சொல்லிவிடு வாரேன்'

பேசிக் கொண்டே அவர்கள் இருவரும் ஓடைக் கரை வரிசைப் பனைகளுக்கு அடியில் வந்துநின்றார்கள். அரைப் பனை உயரத்திற்கு சுற்றிப் படர்ந்திருந்த பீர்க்கங் கொடிகளிலும் சுரைக் கொடிகளிலும் காய்கள் காய்த்து தொங்கிக்கொண்டிருந்தன. ஓடைக் கரையெங்கும் படர்ந்து கிடந்த பூசணிக் கொடிகளில் ஆங்காங்கே பூசணிக்காய்கள் பச்சையும் மஞ்சளும் கலந்த நிறத்தில் தரையில் கிடந்தன.

'இதெல்லாம் நம்ம தோட்டம்தானே வேலு'
'கருப்பசாமி கோயில் புளியமரத்து வரைக்கு நமக்குத்தான்'
'ரெண்டு காய் குடேன் வேலு'
'என்ன காய் வேணுமோ எம்புட்டு வேணுமோ புடுங்கிக் கோரும், இன்னக்குத்தான் புதுசா புடுங்கப்போறது மாதிரி கேக்கீரு'

பீர்க்கங்காய்களையும் சுரைக்காயையும் பிடுங்கி கைகளை மடக்கி முழங்கையில் அடுக்கினார். பூசணிக் காய்களை உற்றுப் பார்த்தார்.

'ரெண்டு பூசணிக்காயும் பிடுங்கும், வீட்டுக்கு வாரும் ஒரு குட்டிச்சாக்கு தாரேன் கட்டிட்டுப் போரும்'

சுற்றுலாப்பட்ட அத்தனை கிராம சம்சாரிகளுக்கும் செல்லப் பிள்ளை வெம்பூர் வெள்ளையனாசாரி. சம்சாரிகளுக்குத்

தேவையான அத்தனை பொருட்களும் அவருடைய கைகள் பட்டுத்தான் சம்சாரிகளின் கைகளுக்கு வரும். சண்முகம் என்கிற அவருடைய இயற்பெயர் மறைந்தது அவருடைய கிரேகத்தில் வெண்புள்ளிகள் தோன்றி பின்னர் கோடுகளாக மாறி தழும்புகளாக உருப்பெற்று பார்க்கவே அருவெறுப்பாகிப்போன தோற்றத்தை வைத்து அடையாளப் பெயராக வந்த வெள்ளையனாசாரி அப்படியே நிலைத்தும்விட்டது. பார்க்கவே சகிக்காத இவரை விட்டு ஓடிப்போன மனைவி, ஒரே மகன் வீட்டுக்கும் போக முடியாத மருமகளின் கோபம் ஆக தனியாளாக இருந்துகொண்டு கைக்கஞ்சி காய்ச்சிக் குடித்துக்கொண்டு சம்சாரிகளுடன் சம்சாரியாக வாழ்பவர். தச்சு வேலையில் மகா கெட்டிக்காரர். தன் தோட்டத்து காய்கறிகளைக் குட்டிச் சாக்கில் கட்டி சுமந்து கொண்டு போவதை வேலுவும் முனியம்மாளும் பார்த்துக் கொண்டே நின்றார்கள்.

'பாவம் எப்பேர்பட்ட மனுஷன், பாழாப் போன வெள்ளத்தோல் வந்து மனுஷர அண்டவிடாமப் பண்ணிருச்சு'

ஒரு நேரக் கையெழுத்துதான் என்றாலும் விடலைப் பயல் களைத் தனியே விடாமல், தானும் உடன்போய் வந்தார் வேலு. எதிராளிகளை இலேசாக எடைபோட்டால், ஒரு நேரத்தைப் போல் ஒரு நேரம் இருக்காது என்பதை நன்கு உணர்ந்தவர் வேலு. ஆயுதங் களை மறைத்து எடுத்துச் செல்லும் கலையில் கை தேர்ந்தவராகி விட்டார் வேலு. இடுப்பில் அரிவாளை மறைத்து தொங்கவிட்டு லாவகமாக நடப்பது உட்கார்வது எந்திரிப்பது வேஷ்டியை அவிழாமல் மடித்துக் கட்டிக் கொள்வது, அதே மாதிரி முதுகுக்குப் பின்னால் அரிவாளை தொங்கப் போட்டு, யாருடன் பேசினாலும் பின்பக்கத்தைக் காட்டாமல் பேசுவது, முன்னால் நடக்காமல் நடப்பவன் பின்னால் நடப்பது அத்தனையும் அத்துபடி, நகைக்கடையில் கொடுத்த மஞ்சப்பையில் வேட்டுருண்டைகளை வைத்துக்கொண்டு, கைகளை ஒட்டி பையின் வாயைச் சுருக்கி இறுக்கிப் பிடித்துக்கொண்டு நடப்பது எந்தச் சூழ்நிலையிலும் பையைக் கீழே வைக்காமல் எச்சரிக்கையாக இருப்பது, பஸ் போன்ற பயணக் கூட்ட நெறிசலில் இம்மிகூட உரசல் இல்லாமல் பதுக்கி வைத்துக்கொள்வது எல்லாமே கைவந்த கலையாகிப் போயிற்று வேலுவுக்கு.

முருகானந்தம் வக்கீலின் வாதத் திறமையாலும் முழு ஒத்துழைப்பாலும்தான் கேஸ் விடுதலையானது. கூட்டமாகச் சேர்ந்து சண்டையிட்டதால் யார் குத்தியது என்பதைச் சரியாக யாருமே சொல்லவில்லை. இத்தனாம் தேதி தீர்ப்பு என்று அறிவித்து விட்டபடியால் கோர்ட் வளாகத்தில் பரபரப்பாக இயங்கிக் கொண்டிருந்தார் வேலு. தண்டனை என்று அறிவித்துவிட்டால், வருத்தம் மட்டுமே, ஆனால் விடுதலை என்று அறிவித்து விட்டால், வருத்தமில்லை. ஆனால் சந்தோஷமும் கூடவே பயமும் பற்றிக் கொள்ளும். இவர்களின் விடுதலை எதிராளி களைக் கொலை வெறியர்களாக்கலாம். கோபம் கண்களை மூடும் போதுதானே கொலைகள் அரங்கேறுகின்றன. ஆனால் முருகானந்தம் வக்கீல் தெளிவாகச் சொல்லியிருந்தார்.

'கூடுமானவரை விடுதலைதான் வேலு, அதற்கு மேல் தண்டனை என்றால், அப்பீலில் பார்த்துக்கொள்வோம்.'

12

எட்டுப் பேருடன் ஒன்பது பேராக வேலுவும் ராமேஸ்வரத்தில் மொட்டை போட்டு கடல் முங்கினார். ஒன்பது பேரும் பழைய ஆடைகளைக் கலைந்துவிட்டு, புத்தாடைகளை அணிந்து, இது வரைப் பிடித்து ஆட்டிய தோஷங்களைக் கடலில் விட்டெறிந் தார்கள். புது மனுஷர்களாக, தீர்த்தக் கிணறுகளில் நீராடினார்கள். இருபத்தி இரண்டு தீர்த்தக் கிணறுகளில் நீராடி பாவம் போக்கினார்கள். சீதையைக் கவர்ந்து சென்ற ராவணனுடன் சமர் செய்து கொன்று சீதையை மீட்ட இராமபிரானைப் பிடித்துக் கொண்டது பிரம்மஹத்தி தோஷம். அகத்திய முனியிடம் யோசனை கேட்டார் இராமபிரான். சிவலிங்கத்தை பிரதிஷ்டை செய்து வழிபடத் தோஷம் நீங்கி தன்மயமானார்.

கணேசன் புது மனுஷனாக தன்னுடைய தோட்டத்தில் உலாவிக் கொண்டிருந்தான். ஒற்றையாய் நின்ற செம்போத்து கூவியது: கொலைகாரன், கொலைகாரன். கிணற்றை எட்டிப் பார்த்தான், நிறைய்ய தளும்பிக் கிடந்த தண்ணீரில் அப்போதுதான் நீருக்கு வெளியே வந்து எட்டிப்பார்த்த ஆமை, கொலைகாரன்

முகத்தில் முழிக்க விருப்பமின்றி, தண்ணீருக்குள் மூழ்கி மறைந்தது. ஜோடியாக நின்ற மைனாக்கள் பறக்கும்போது எழுப்பும் க்ளுக் சத்தம் கொலையாளி என்று ஒலித்தது. எத்தனை புது மனுஷனாக வேஷம் போட்டாலும் தெக்கூர்காரனின் விலாவில் குத்தி, குடலைச் சரித்ததை மறக்க இயலவில்லை.

கணேசன் முதன்முறையாக சாப்பாட்டுக்கு அரிசி வாங்க கடையில் நின்றபோது அழுகை முட்டிக்கொண்டு வந்தது. அடக்கிக்கொண்டான். நெல் நாற்றுப் பாவ முடியாமல் நெல் நட முடியாமல் போய் அலைந்ததால், ஏற்பட்ட நஷ்டத்தை எல்லாம் எண்ணிப் பார்த்தான். இவனையே உற்றுப் பார்த்தார் கடைக்காரர் சேர்மக்கனி நாடார்.

'என்னப்பா கணேசா, என்ன வேணும் சொல்லு எதுக்கு ஒரு வடியா நிக்க முகங்குராவிப் போயிருக்கு, அதுதான் எல்லாச் சனியனும் தொலஞ்சதில்ல பின்ன என்ன கணேசா'

'அப்பிடியில்ல மொதலாளி, இன்னக்கி நேத்தா ஒங்ககிட்ட, வரவு செலவு வச்சிருக்கோம், ஒங்க தாத்தா காலத்திலருந்து யேவாரம் இங்கதான மொதலாளி வாங்குறோம், இதுவரைக்கு ஒங்க கடையில வாங்காத ஒரு யேவாரத்தை வாங்க வேண்டியது வந்திருச்சேனு நெனச்சேன் மொதலாளி அப்படியே கண்ணுல கண்ணீர் பொங்குது'

'அதுக்கென்னப்பா செய்ய முடியும். காலம் என்னைக்குமே ஒன்னு போல இருக்காதில்ல, நொடியில திசை மாறிரும் கணேசா அதையெல்லாம் நெனைக்கப்படாது'

'இருவது கிலோ அரிசி வேணும் மொதலாளி, மொத மொறையா கடை அரிசி பொங்கப் போறோம்'

'தாராளமா வாங்கிட்டுப் போ கணேசா, இப்ப என்ன ஆகிப் போச்சு, வயக்காடு எங்கேயும் போகல, கெணறும் அங்கேயே தான் இருக்கு, இந்த வருஷம் இல்லனா என்ன, அடுத்த வருஷம் நம்ம வீட்டு அரிசி சாப்பிட்டுட்டுப் போறோம்'

'கணேசன் அரிசிப் பையைச் சைக்கிளில் வைத்துகொண்டு போவதைப் பார்த்துக்கொண்டே நின்றார் கடைக்காரர் சேர்மக்கனி நாடார். வீட்டுக்குள் கொண்டுபோய் இறக்கிவைத்த போது தன் அம்மாவின் முகத்தில் களையே இல்லை. அவளும் கணேசனைப்

போலவே முகங்குராவிப் போயிருந்தாள். வயல் இருந்தும், கிணற்றில் தண்ணீர் இருந்தும் ஆட்கள் இருந்தும் வெள்ளாமை செய்ய முடியாமல் போனதை நினைத்து மருகினாள். அள்ளிப் பொங்கிய கைகள் முதன்முறையாக அளந்து பொங்கப் போகின்றன. வெளியிலிருந்து வீட்டுக்குள் வந்த வேலு சுளகில் அரிசியைக் கண்டதும் வெறித்துப் பார்த்தார். நெல் மூடைகள் அடுக்கிக் கிடக்கும் இடத்தில் கோழிக் குஞ்சுகள் அடைக்கும் பஞ்சாரம் கிடந்தது.

இந்த இரண்டு வருடங்களில் பாதி சீரழிந்துபோன சம்சாரித் தனத்தை பழைய நிலைக்கு கொண்டுவரத் தகப்பன் மகனுடன் சேர்ந்து முனியம்மாளும் பெரும்பாடு பட்டாள். அந்தந்த நேரத்தில் செய்ய வேண்டிய சம்சாரி வேலையை அந்தந்த நேரத்தில் செய்யாவிட்டால், தோட்டங்காடுகளில் மூதேவி அடைந்துவிடும், அப்புறம் மூதேவியை விரட்டிவிட்டுச் சீதேவியைக் கொண்டு வரப் பெரும்பாடு படவேண்டும்.

பகலில் தண்ணீர் பாய்ச்சிய மிளகாய்ச் செடிகளில் பூத்திருந்த வெள்ளை நிறப் பூக்கள் நிலா வெளிச்சத்தில் துணிப்பாய் தெரிந்தன. ஒரு வகையான கசப்பு வாடை நாசியைத் துளைத்தது. தோட்டம் என்றால் பாத்தி பாத்தியாகத் தண்ணீர் பாய்ச்ச வேண்டும், வயல் என்றால் வரப்பு உயரத்திற்கு தண்ணீரைக் கெட்ட வேண்டும். நெல்வயலுக்கு தண்ணீர் பாய்ந்து கொண்டிருந்தது. கண்மாயி லிருந்து வரும் மடைத் தண்ணீர் வெள்ளிக் குருத்தாய் மின்னியது. நிலா வெளிச்சத்தில் கணேசன் வாய்க்கால் வரப்புக்கள் உடைந்துவிடாதபடி கண்காணித்தபடி அங்கும் இங்கும் சுற்றிக்கொண்டிருந்தான். நட்சத்திரங்கள் பூத்த நிர்மல்யமான ஆகாயம், ஒளி சிந்தும் முழு நிலவு. வனாந்திரத்திற்குள் நின்று வானத்தை அண்ணாந்து பார்த்தான் கணேசன். துணிப்பாய் கண் சிமிட்டும் கோடான கோடி நட்சத்திரங்கள். ஆந்தை கூகையின் அலறல்கள்.

நொடிப் பொழுதுதான் கணேசன் ஆடிப் போய்விட்டான். தூரத்தில் தன்னை நோக்கி நடந்து வருவது மனித உருவமேதான். சுற்று முற்றும் பார்த்தான். மயான அமைதி, 'எதுக்கும் கை காவலுக்கு அரிவாளைக் கையில் வச்சுக்கோ' என்ற அய்யாவின் பேச்சை நினைத்துப் பார்த்தான். சுற்றிலும் வேறு ஆட்கள்

தட்டுப்படவில்லை, இல்லையென்றால் வெட்டுப்பட்டுத்தான் சாக வேண்டும், ஒரே ஒரு உருவம் மட்டும் தன்னை நோக்கி வருவதால் கணேசன் சுதாரித்துக்கொள்ள அரிவாளைக் கையில் வைத்துக்கொண்டு ஆமணக்குச் செடியின் மறைவில் நின்று கவனித்தான். கிட்டத்தில் வரவர பயமும் பீதியும் ஏறிக் கொண்டிருந்தது. சில் வண்டுகளின் ரீங்காரம் பயத்தை அதிகப் படுத்தியது. அரிவாளைத் தோதாகப் பிடித்துக்கொண்டான். எதிராளியைச் செயலிழக்கச் செய்யவேண்டும் என்றால் முந்திக் கொள்வது உசிதம். சனியன் நெருங்கி வந்துகொண்டிருந்தது, கிட்டத்தில் வந்துவிட்டது.

நெருங்கி வரவர நிலா வெளிச்சத்தில் உருவம் தெளிவாகத் தெரிந்தது. வேஷ்டி என்றால் வெள்ளையும் சொள்ளையுமாகத் தெரியுமே என்று யோசித்தான். சேலை கட்டிய பொம்பளை என்பது தெளிவாகத் தெரிந்தது. அரிவாளை இடுப்பில் சொருகிய பின்னர் ஆமணக்கஞ் செடி மறைவிலிருந்து வெளியே வந்தான். தனக்கு எதிரே நின்ற உருவத்தை உற்றுப்பார்த்தான். நிலா, மேகத்தைவிட்டு, வெளியே எட்டிப் பார்த்தது. தரையில் இறங்கி வந்தது, வரப்பில் நடந்துவந்து கணேசனின் எதிரே வந்து நின்றது. தொட்டு விளையாடிய நிலா. உடற்பசி தீர்த்த நிலா, மூன்று பிள்ளைகள் பெற்றும் குன்றா இளமையுடன் ஜொலிக்கும் நிலா தனிப்பட்ட ஒருவரின் உரிமையாக நிலாவை வைக்க முடியுமா? காமக் கண்களுடன் எதிரே நின்றாள் மினுத்தாள். ஒரு கனம் ஆடிப் போய்விட்டான் கணேசன்.

'இந்த அர்த்த ராத்திரியில இங்க எதுக்கு வந்தே'

'..........'

'கேட்கிறேன்ல்ல சொல்லு'

மினுத்தாள் விசும்பி விசும்பி அழும் சத்தம் கேட்டது. பனையுச்சியில் ஆந்தை அலறி அடங்கியது. இது மாதிரி எத்தனையோ முறை மினுத்தாள் கணேசன் முன் அழுதிருக் கிறாள். அப்போதெல்லாம் ஆதரவாய்த் தலைதடவிக் கண்ணீர் துடைத்து உதட்டைக் கவ்விக்கொள்ளும் கணேசன் முதல் முறையாக ஓரடி பின்னால் நகர்ந்துகொண்டான். மினுத்தாளின் எதிர்பார்ப்பு தோற்றுப்போனது. சடக்கென்று வரப்பின் மேல் உட்கார்ந்தாள். வரப்பே தலையணையான நாட்கள் பலவுண்டு.

இன்று வரப்பு தலையணையாக மாறவில்லை. கணேசன் நின்று கொண்டேதான் பேசினான்.

'இப்ப மரியாதையா எந்திரிச்சு வந்த வழியா போயிரு'

'... ... ...'

'இப்ப போகப் போறியா இல்ல...'

'என்ன செய்வியோ செய்யி நான் போகமாட்டேன்'

'மூனு புள்ளைகளையும் உறங்கப் போட்டுட்டு, தாலி கெட்ன புருஷனையும் படுக்க வச்சிட்டு ஒத்தையில கொஞ்சம்கூடப் பயமில்லாம இப்பிடி நட்ட நடு ராத்திரியில வந்து நிக்கியே நீயெல்லாம் ஒரு பொம்பளையா'

'இப்பத்தான் பொம்பள இல்லனு தெரியுதோ, அஞ்சு வருஷமா பொம்பளையா தெரிஞ்சதோ'

யுத்தத்தில் ஆண் யுத்தம் பெண் யுத்தம் என்று இரு வகை யுத்தங்கள் உண்டு. ஆணின் வீரம், ஆவேசம், கோபம், ஆத்திரம், ஆர்ப்பரிப்பு எல்லாமே பெண்ணின் மௌனத்தில் தோற்றுப் போகும். அந்த மௌனத்திற்குள் பதுங்கியிருக்கும் காமாஸ்த்திரம் எந்த ஆணையும் மதிமயக்கிச் சரணடைய வைக்கும் வல்லமை பெற்றது. ஆணை பஸ்பமாக்கிச் சாம்பலாக்கிவிடும் அஸ்த்திரம்.

'இங்க கேளும்மா, எங்க அய்யா எந்த நேரத்திலயும் இங்க வருவாரு, ஓம் புருஷன் என்னடா பொண்டாட்டியைக் காணும்னு தேட ஆரம்பிச்சா பெரிய கேவலமாப் போயிரும். தயவு செய்து வீட்டுக்குப் போ'

'போக மாட்டேன், தேடி வரட்டும், எதுக்கும் பயமில்ல'

'இப்ப என்னைய என்ன செய்யச் சொல்றே'

'ஜெயில்லருந்து வந்து எங்கூட ஏன் பேசலை'

'நம்ம பேசுனது போதும், இனிமேப்பட வேணாம்'

'நீ மட்டும் முடிவு பண்ணுனா எப்பிடி, நான் சம்மதிக்கணுமே'

'ராமேஸ்வரம் கடல்ல எல்லாப் பாவத்தையும் தோஷத்தையும் கழிச்சு கடல் முங்கியாச்சு, இத்தனை வருஷமா நம்ம செஞ்ச பாவத்தையும் தொலச்சாச்சு, இனிமேப்பட எந்தப் பாவமும் செய்யிறதில்லைனு சத்தியம் பண்ணிட்டு வந்திட்டேன்'

'ஒரு பொம்பளைகூட ஒரு ஆம்பளை ஒறவு வைக்கிறத

பாவம்னு எந்த முட்டாப் பய சொன்னான்'

'ஆம்பள பொம்பள ஒறவு பாவமில்ல, இனி ஒருத்தன் பொண்டாட்டிகூட கள்ள ஒறவு வைக்கிறது பாவமில்லையா'

'ஒறவு வைச்ச அன்னைக்கி பாவமா தெரியலையா'

'சரி, இப்ப போகப் போறியா இல்லையா'

'போகவும் மாட்டேன், ஒன்னையவிடவும் மாட்டேன்'

'அப்ப நான் கல்யாணம் காச்சி முடிக்காம இப்பிடியே உன்கூட அலையவா, எங்க அப்பனுக்கு நான் ஒத்தப் புள்ள'

'தாராளமா கல்யாணம் முடி, யாரு வேண்டாங்கா, கல்யாணம் முடிச்சாலும் என்கிட்டயும் போக வர இருக்கணும்'

'நீ பொம்பளயில்ல பிசாசு'

'பிசாசு பிடிச்சா விடாது'

'சத்தியம் பண்ணுனது பண்ணுனதுதான், ஒழுங்கா போயிரு'

'போறேன் இப்ப போறேன், நீ எப்படி கல்யாணம் முடிக்கேனு பாக்கிறேன், கல்யாணத்தன்னைக்கு ஓம் வீட்டு முன்னால சாவேன்'

நிலவொளியில் மினுத்தாள் வரப்பின் மேல் அடியெடுத்து நடந்து போவதையே பார்த்துக்கொண்டு நின்றான். ஒரு துணுக்கு மேகத்திற்குள் நிலவு மறைந்து வெளியே வந்தபோது மினுத்தாளும் மறைந்து போனாள். அப்படியென்றால், மினுத்தாளும் நிலவுதானோ. நெற்பயிர்களின் தூர்களுக்கு அடியில் சளப் சளப் என்று தண்ணீரை அலம்பியபடியே புணரும் தவளைகள். மெதுவாக நடந்து மடைக்குழியின் ஓரம் நின்றான். மனது பலவாறாக அலைக்கழித்தது. தப்பு செய்யும்போது செய்வது தப்பு என்று உணர்ந்தும் சந்தோஷமாகச் செய்த தப்புக்கள், தப்பே செய்யமாட்டேன் என்று திருந்தும்போது சந்தோஷப்படுத்து வதற்குப் பதில் துன்பப்படுத்துவதை எண்ணிக் குமைந்தான். நிலா வெளிச்சத்தில் அலைகளுக்கு இடையே கண்ணாமூச்சி ஆடியது உடைந்த நிலா.

கடைசியாக மினுத்தாள் சொல்லிவிட்டுப் போன வன்மம் கலந்த வார்த்தைகளை அசைபோட்டான்.

'கல்யாணத்தன்னைக்கு ஓம் வீட்டு முன்னால சாவேன்'

இதே வாக்கியத்தை மனசு மீண்டும் மீண்டும் சொன்னது.

பெரும்பாலும் பெண்களின் சபதங்களும் வீறாப்புக்களும் பெரிய பிரலயத்தையே உண்டு பண்ணும் சக்திகொண்டவை என்று கணேசனுக்கு நன்றாகத் தெரியும். இந்த உடும்புப் பிடியிலிருந்து எப்படிக் கழன்றுகொள்வது என்று யோசித்துக்கொண்டே மடைத் தண்ணீர் பாயும் பெருவாய்க்காலை அடைத்து திருப்பினான். தவளையின் கிர் கிர் சத்தம் கேட்டது. தண்ணீர் சாரைப் பாம்புகள், தவளைகளை பெரும்பாலும் இரவு நேரங்களில்தான் உணவாக்கிக் கொள்ளும். கரைச் சரிவில் இறங்கியபோது விடியலுக்கு அச்சாரமாக கௌதாரி கூட்டங்கள் சன்னம் எழுப்பத் தொடங்கின. கௌதாரியின் சன்னம் ஒவ்வொன்றும் செவிட்டில் அறைந்தது மாதிரி ஒலித்தது. உற்றுக் கவனித்து செவி மடுத்துக் கேட்டான்.

'முட்டாப்பயலே... முட்டாப் பயலே... முட்டாப்பயலே...'

தான் ஒரு முட்டாள்தான் என்பதை உணர்ந்தான். காக்காசு பெறாத காரியத்துக்காகக் கொலை செய்துவிட்டு, தான் பட்ட கஷ்டநஷ்டங்களையும், விடலைப் பருவ ஆசையினால் மினுத் தாளுடன் வைத்த உறவு இப்போது காலைச் சுற்றிக்கொண்டு படமெடுக்கும் நல்ல பாம்பைப் போல் பயமுறுத்துவதையும் நினைத்து முகம்சுளித்தான்.

13

பெருமாள்பட்டியிலிருந்து வந்து மாப்பிள்ளையின் வீட்டைப் பார்த்துவிட்டுப் போனவர்கள் அடுத்த வெள்ளிக்கிழமை வந்து பெண்ணைப் பேசி, நாள் குறித்துவிட்டுப் போகும்படி தாக்கல் சொல்லியனுப்பி இருந்தார்கள். கணேசன், கல்யாணத்தை நினைத்து சந்தோஷப்பட்டாலும், ஒருபக்கம் மினுத்தாளின் மிரட்டலை நினைத்து வருத்தப்படவும் செய்தான். வெள்ளிக்கிழமை பரிசம் போடுவதற்கான அனைத்து சாமான்களையும் வாங்கி ஆட்களிடம் கொடுத்து அனுப்பிவிட்டு பூக்கள் வாங்குவதற்காக பஸ்டாண்ட் அருகிலுள்ள பூக்கடை பஜாருக்கு வந்தான். பூக்கடையின் முன்னால் சிலர் வேகவேகமாக ஓடிக்கொண்டிருந்தார்கள். கொஞ்சம் தள்ளி ஒரு கூட்டம் கூடிநின்றது. பூக்கடையின் முன்னால் சைக்கிளை நிறுத்திவிட்டு, வேகமாகப் போய் கூட்டத்தை விலக்கி எட்டிப்பார்த்தான். தனக்கு தெரிந்த நன்கு

பழக்கமான டிரைவர் பையனை நாலைந்து பேர் அடித்துக் கொண்டிருந்தார்கள். ஊடே புகுந்து சண்டையை விலக்கிவிட்டான். என்ன விஷயம் என்று விசாரித்தான்.

இந்த ஏரியா மட்டுமல்ல பல ஜில்லாக்களிலும் நடக்கும் ரேக்ளா ரேஸ் போட்டியில் வெற்றி பெறும் வண்டி அக்கையா வண்டி. ஒரே ஒரு ஆள் மட்டும் உட்காரும்படியான சின்ன வண்டியில் குதிரைகளைப் போல் இருக்கும் இரட்டை மாடுகள் பூட்டி வந்தாரென்றால், எல்லாச் சனமும் கூடிநின்று வேடிக்கை பார்க்கும். கிடாமீசை, காதை மறைத்த கிருதா, இரத்தக் கண்கள் ஆறரை அடி உயரம், பச்சை நிற கச்சைப் பெல்ட், மைனர் ஜெயின், கைவிரல்களில் மின்னும் மோதிரம், அக்கையாவுக்கு பொழுது போக்கே எங்கே நடந்தாலும் ரேக்ளா ரேஸ் போட்டியில் கலந்து கொள்வது, வெற்றிபெற்று கோப்பையுடன் ஊர்வலம் வந்து ஊரைச் சுற்றி ரகளை செய்வது. எந்நேரமும் அவரைச் சுற்றி ஏழெட்டு இளவட்டங்கள் காவலிருப்பார்கள். ஏராளமான அடிதடி வழக்குகள் உண்டு. பெரும்பாலும் அக்கையா பெயரைக் கேட்டாலே அர்ச்சுணன் பேரு பத்து என்று ஒதுங்கிப்போகிறவர் களே ஜாஸ்தி. சாத்தூர் வட்டாரத்தில் அக்கையா என்றால் தெரியாதவர்கள் இருக்கமாட்டார்கள். சுற்றுவட்டாரத்தில் ரேக்ளா வண்டி முதலாளி என்றால் அனைவருக்கும் தெரியும்.

தேனியில் நடக்கும் ரேக்ளா ரேஸ் பந்தயத்தில் கலந்து கொள்வதற்காக, சாத்தூரிலிருந்து வாடகை லாரி பிடித்து இரண்டு மாடுகளையும் ரேக்ளா வண்டியையும் ஏற்றிச்சென்ற டிரைவர்தான் அடிபட்டுக் கொண்டிருந்த ராமசாமி. ரேஸில் வெற்றிபெற்று ஆட்டம் பாட்டத்துடன் ஊர் திரும்பியவர்கள் சாத்தூரிலிருந்து பதினைந்து மைல் தூரத்திலுள்ள சிங்கிலிபட்டி என்கிற கிராமத்திற்குப் போகச் சொன்னபோது டிரைவர் ராமசாமி மறுத்திருக்கிறான்.

'ஐயா, நம்ம பேசுனது, சாத்தூர்லருந்து தேனி, போட்டி முடிஞ்சு தேனியிலிருந்து சாத்தூர், இதுக்குத்தான் வாடகை பேசியிருக்கு; இப்ப போகவர முப்பது மைல் தூரம் போகணும்னு சொன்னா எனக்கு பேசுன வாடகை காணாது'

'வாடகை என்னடா பெரிய வாடகை, ஒரு டிரைவர் பய என்ன சொன்னாலும் எதுத்து எதுத்து பேசுறே'

முதல் அடி அக்கையா அடிக்க அதைத் தொடர்ந்து கூடிநின்ற அக்கையாவின் ஆட்கள் ஒன்றுகூடி அடித்த போதுதான் கணேசன் வந்து சண்டையை விலக்கினான். அடிபட்ட டிரைவர் சொன்ன எல்லா விபரங்களையும் கேட்ட கணேசன் அக்கையாவிடம் சொன்னான்.

'பார்த்தா பெரிய மனுஷர் போல இருக்கீக, பேசுனபடி வாடகை குடுங்க, சிங்கிலிபட்டி போகனும்னா தனியா வாடகை தாங்க'

'நீ யார்டா, அண்ணாவி வேல பாக்க'

'யாருங்கிறது இருக்கட்டும், பேச்சுக்கால் படி நடந்துக்கோங்க'

'ஓகோ நீ அவனோட ஆளா, அடிங்கடா இந்த சின்னப் பயல'

முதல் அடி அக்கையாதான் அடித்தார். அடுத்து சுற்றிநின்ற ஏழெட்டுப் பேர் தாக்கினார்கள். கணேசனுக்கு மூக்கு உடைந்து ரத்தம் கொட்டியது. வேகமாக ஓடிப்போய் லாரிக்குள் கிடந்த ராடு கம்பியைத் தூக்கிக்கொண்டு ஆக்ரோஷத்தோடு ஓடிவந்தான். அக்கையாவின் மண்டையில் ஒரே அடி. மண்டை பிளந்து கெட்டித் தயிர் மாதிரி மூளை நெற்றியில் வழிந்தது. தலைகுப்புற விழுந்து அசைவற்றுக் கிடந்தான். கூடிநின்றவர்கள் அத்தனை பேரும் சிதறி ஓடிவிட்டார்கள். கொலைவெறியுடன் கணேசன் தனியே நின்றான். ஒரே நொடியில் எல்லாமே முடிந்துவிட்டது. அறிவை முடக்கிய உணர்ச்சிப் பிரவாகம், இரத்தம் குடித்தது. சிறிது நேரம் கால்களைத் தரையில் உதறிய அக்கையா, வெட்டுப் பட்ட கிடாயைப் போல் அடங்கிப்போனான்.

மாலை வாங்கப் போன தன் மகன் கணேசன், வீசுன கை வெறுங்கையாக வந்து, வேகவேகமாக சைக்கிளை நிறுத்திவிட்டு வீட்டுக்குள் நுழைந்தபோது, அவனுடைய சட்டை முழுவதும் இரத்தத் துளிகள் தெரித்திருப்பதைப் பார்த்துப் பதறிப்போனார். மச்சுவீட்டுக்குள் போய்க் கொடியில் கிடந்த மாற்றுத் துணியை எடுத்தவன், ஜவுளிக்கடை மஞ்சப்பையில் திணித்துக்கொண்டு அய்யாவின் முன்னால் வந்துநின்றான். அய்யாவும் அம்மாவும் என்னவென்று தெரியாமலே மௌனமாக நின்றார்கள்.

'அய்யா நான் ரேக்ளா வண்டி அக்கையாவ அடிச்சு கொன்னுட்டேன்'

'அடப்பாவி, கல்யாணம் பேசி முடிக்க காத்திருந்தா நீ

என்னடானா கொலைகாரப் பாவியா வந்து நிக்கே'

'பேச நேரமில்லய்யா, போலீஸ் வருமுன்னே நான் போயாகணும், மகனத் தேட வேண்டாம்'

'நீ போயிருவேடா, நாங்க எங்க போக, சுத்தி இருக்கிற ஊர் முழுக்க அவங்க சாதி ஆட்கதான், எங்கள சும்மா விடுவாங்களா'

பொழுது இறங்கிக் கொண்டிருந்தது. மகன் கல்யாணத்திற்கு பெண் பேசி முடிக்கப் போக வேண்டிய வேலுவும் முனியம்மாளும் செய்வதறியாது தவித்தார்கள். பெண்வீட்டுக்காரர்கள் தங்களை எதிர்பார்த்துக் காத்திருப்பார்கள். இருவரும் வீட்டைப் பூட்டிவிட்டு, சில துணிமணிகளை எடுத்துக்கொண்டு இருளில் மறைந்தார்கள். எங்கே போவது என்று தெரியவில்லை, மகன் கணேசன் எங்கே போயிருக்கிறான் என்பதும் தெரியவில்லை. கெச இருட்டுக்குள் இருவரும் காட்டுப்பாதை வழியே திருடர் களைப் போல் நடந்துகொண்டிருந்தார்கள். அமாவாசை இருட்டில் பெருச்சாளி போவதுதான் பாதை என்பதைப் போல் பாதையை உருவாக்கிக்கொண்டார்கள்.

சரியாக பொழுது விடிய கணேசன் வக்கீல் முருகானந்தம் வீட்டின் வாசலில் நின்றான். வேலுவும் முனியம்மாளும் தன் அண்ணன் மகள் வீரலட்சுமியின் வீட்டுக் கதவை தட்டினார்கள். முருகானந்தம் வக்கீல் செய்தியைக் கேட்டவுடன் சொன்னார்.

'போலீஸ் தேடுகிற கொலையாளியை மறைத்து வைப்பதும், கொலையாளி என்று தெரிந்து அடைக்கலம் கொடுப்பதும் சட்டப்படி குற்றம், அதனால பத்து மணிவரை எங்கேயாவது ஒளிஞ்சுக்கோ, சரியா பத்து மணிக்கு கோர்ட்டுக்கு வந்திரு, நான் உன்னை கோர்ட்ல ஆஜர்படுத்திட்டுப் பிறகு விசாரிக்கிறேன்'

அக்கையாவின் கொலை என்பது சாத்தூரையும் அதனைச் சுற்றியுள்ள கிராமங்களையும் உலுக்கியது. கணேசன் ஒரே நாளில் பெரிய சண்டியர் ஆகிப்போனான். முயல் வேட்டை கொலையில் விடுதலையாகிப்போன தெம்புதான் இந்தக் கொலையைச் செய்ய தூண்டியிருக்கிறது என்ற பேச்சு ஊரெங்கும். நம்மால் தன் அண்ணன் மகள் குடும்பத்திற்கு எதுவும் பிரச்சினைகள் வரக் கூடாது என்ற கவலை வேலுவை வாட்டியது. எப்படியும் போலீஸ் தன் உறவுக்காரர்களின் வீடுகளைக் குறிவைக்கும் என்பதை

நன்கு உணர்ந்தே இருந்தார். முனியம்மாளை மட்டும் வீட்டில் இருக்கச் சொல்லிவிட்டுதான் ஒரு வக்கீல் மூலமாக கோர்ட்டில் சரணடைவது என்று முடிவு செய்தார். எப்படியும் தன்னையும் இந்த வழக்கில் குற்றவாளியாகச் சேர்க்கும் என்று நினைத்தார்.

அக்கையா கொலை வழக்கில் மகன் சாத்தூர் கோர்ட்டிலும் அப்பன் விருதுநகர் கோர்ட்டிலும் சரணடைந்தார்கள். காவல் துறை புத்திசாலித்தனமாகச் செயல்பட்டு கணேசனை மட்டும் குற்றவாளியாகச் சேர்த்து நேரடிச் சாட்சியாக லாரி டிரைவர் ராமசாமியுடன் சிங்கலிபட்டிக்காரர்கள் அக்கையாவின் உறவினர்கள் இருவரையும் சேர்த்து வழக்குப் பதிவு செய்தது. வேலுவை வழக்கில் சேர்க்கவில்லை. மூன்றுமுறை ஜாமீன் மனு போட்டும் மூன்றுமுறையும் காவல்துறையின் எதிர்ப்பால் ஜாமீன் நிராகரிக்கப்பட்டது. வேலுவும் முனியம்மாளும் பொந்துக்குள் பதுங்கி வாழும் எலியைப் போல்தான் வாழ்ந்தார்கள். வலிமையான எதிரிகள் எந்த நேரமும் என்னமும் செய்யலாம். அதற்காகக் காடு கரைகளையும் வீட்டையும் தோட்டத்தையும் வயக்காட்டையும் விட்டுவிட்டு ஓடிப்போய்விட முடியுமா. நொந்த மாட்டில்தான் ஈ பத்தும் என்பது போல் சோதனை மேல் சோதனைகளை எண்ணி வேலு மனம் கலங்கினார். சம்சாரித்தனத்தைக் காப்பாற்ற அரும்பாடு பட்டார். எப்படியாவது மகனை வெளியே கொண்டு வர நாயாய் அலைந்தார். சில வக்கீல்கள் மக்களைக் காப்பாற்றும் கடவுள்களைப் போலவும் இன்னும் சில வக்கீல்கள் மக்களின் உயிரைப் பறிக்கும் எமன்கள் போலவும் இருப்பதை இந்த இரு கேஸ்களிலும் நன்கு உணர்ந்துகொண்டார். நமக்கு கிடைத் திருக்கிற வக்கீல் கடவுளை விடவும் உயர்ந்த கடவுள் என்று நினைத்துக்கொண்டார். பணத்திற்கு ஆசைப்படாத அனைவரும் கடவுள்களே.

14

வேலுவும் முனியம்மாளும் தங்கள் குலதெய்வம் எப்போதும் வென்றான் சோலையப்பசாமி கோவிலில் வந்து நின்றபோது தங்களுக்குள் ஒரு புதுத்தெம்பு உருவாவதை உணர்ந்தார்கள். கூட்டம் குறைவாகத்தான் இருந்தது. தேங்காய் பழம் மாலையை சாமிக்குச் சாத்திவிட்டு குறி கேட்க வேண்டும் என்ற தங்களின் வேண்டுகோளை சாமிச் சித்தரிடம் சொன்னார்கள். முதுகில் புரளும் சடைமுடி, நெஞ்சைத் தொடும் வெண்தாடி, வெற்று மேலில் பட்டைபட்டையாகத் திருநீற்றுப் பூச்சு, தீட்சண்யமான பார்வை. இருவரையும் மேற்கு பக்க தூணோரம் உட்கார்ந் திருக்கும்படி சொன்னார்.

இடுப்பு உயரம் உள்ள தந்தங்களைப் போல் வாயின் இரு பக்கங்களிலும் நீட்டிக் கொண்டிருந்த சிங்கப் பற்கள் உள்ள பன்றியைத் தண்ணீர் நிரம்பிய தொட்டியில் சிலர் அமுக்கிக் கொண்டிருந்தார்கள். பன்றி, காட்டுக் கூப்பாடு போட்டுக்கொண்டு திமிறியது. சோலையப்பசாமி சித்தர் கோவிலுக்கு இது மாதிரியான ஏராளமான பன்றிகளும் கிடாய்களும் சேவல்களும் காணிக்கை யாகக் கொண்டுவருவார்கள். இப்படி வரும் காணிக்கைகளில் ஒரு சிறு எலும்புத்துண்டைக்கூட திருப்பிக்கொண்டு போகக் கூடாது என்பது ஐதீகம். ஆகவேதான் 'சோத்துக்கு அலைஞ்சவன் சோலைசாமியிட்டப் போ' என்பது சொலவடை. எல்லா நாளும் காணிக்கைகள் வந்துகொண்டே இருக்கும். கவுச்சி வாடை காற்றில் மிதந்துகொண்டே இருக்கும்.

பக்தர்கள் குறைவான வரத்து நேரத்தில் வந்தார் சாமிச்சித்தர். பயபக்தியுடன் உட்கார்ந்திருந்த இருவரையும் வடக்காமல் திரும்பி உட்காரும்படி பணித்தார். தான் முன்னால் உட்கார்ந்து கொண்டு சோலையப்பசாமியை நோக்கி இரு கைகளுக்குள்ளிருந்த சோவிகளைக் காட்டிவிட்டு தரையில் உருட்டினார். மூன்றுமுறை உருட்டி எண்ணியவர் மௌனமாக ஏதோ முணுமுணுத்தார். இருவருடைய முகங்களையும் உற்றுப்பார்த்தார்.

'காடாறு மாசம் நாடாறு மாசம்னு தலைமறைவா மறஞ்சு

வாழவேண்டிய சூழ்நிலை இருக்குனு சொல்றார்ய்யா சோலை யப்பன்'

'வாஸ்த்தவம் சாமி, கரெக்டா சொல்லிட்டீக'

'நான் எங்கப்பா சொல்றேன் என்னப்பன் சோலையப்பன் சொல்றாரு அத நான் ஒங்ககிட்டச் சொல்றேன்'

'சாமி, எதிர்பாராத வீண் பழியா வந்து சீரழிக்குது சாமி'

'வரத்தான் செய்யும்பா, ஏழரை நாட்டான் தொடர்ந்திட்டான்னா எல்லாம் வரத்தான் செய்யும், அதுமட்டுமல்ல, கைப்பொருள் நாசம், அவமானம், கேவலம், கேலி, கிண்டல், கூடுன காரியம் தடங்கள், சமயத்துல கொலைப்பழிகூட வரும்'

'வருமா, வந்திருச்சு சாமி, ஒன்னல்ல ரெண்டு கொலப் பழி'

'நீ சும்மா இருந்தாலும் சனியன் ஒன்னயை சும்மா இருக்க விட மாட்டான், தெருவுல இழுத்துவிட்டு வேடிக்கை பார்ப்பான், குத்தம் செய்யத் தோதா எல்லாமே வந்து அமையும்'

'சரி, சாமி அதுக்குப் பரிகாரம்தான் என்ன, எல்லாத்துக்கும் ஒரு வெட்டு வெலக்கு இருக்கும்ல்ல சாமி'

மீண்டும் கண்களை மூடி சோவிகளைப் பொத்திக்கொண்டு சோலையப்பன் இருக்கும் திசை நோக்கித் தூக்கிக் காட்டிவிட்டு தரையில் உருட்டினார். நாலா புறமும் சிதறிய சோவிகளை மனசுக்குள் எண்ணினார். இதே போல் மூன்றுமுறை எண்ணியவர் கணக்குப் போட்டார்.

'இங்க கேளுப்பா ஒன்னயை பிடிச்சிருக்கிற பாவம் ஜென்ம பாவம், சாமானியமா விடாதுப்பா'

'அப்படின்னா என்ன சாமி'

'ஜென்ம பாவம்ங்கிறது ஒன்னோட அப்பன் தாத்தன் பூட்டன் செஞ்ச பாவம் ஒன்னயைப் புடிச்சு ஆட்டுது'

'அது எப்பிடி சாமி, அவங்க செஞ்ச பாவத்துக்கு நான் பொறுப்பாக முடியும், ஞாயம் இல்லையே சாமி'

'ஒங்க அப்பன் தாத்தன் கொடுத்த சொத்து சொகத்தை எல்லா' நீ தானே வாங்கினே'

'ஆமாம் சாமி நான்தானே வாரிசு, நான்தானே வாங்கணும்'

'அவங்க கொடுக்கிற சொத்து சொகத்த வாங்குனா நீ

அவங்களோட பாவத்தையும் சேர்த்துத்தான வாங்கணும்'

'... ... ...'

'என்னப்பா பேசாம இருக்கே, சொல்லு'

'சரி, சாமி எப்பிடியும் போகுது, இந்த பாவ தோஷம் கழியணும், கேஸ் விடுதலையாகணும், நிம்மதியா இருக்கணும் அதுக்கு ஏதாவது பரிகாரம் சொல்லுங்க சாமி'

'இங்க கேளுப்பா ஒன்னயப் புடிச்சிருக்கிற ஏழரை நாட்டான் வெலகிட்டா நீ குனிஞ்சு கல்லை எடுத்தாலும் அது பொன்னா மாறும் அது வரைக்கு நீ அப்பறக் குப்புறப் பாஞ்சாலும் பருப்பு வேகாது'

சகுனி உருட்டிய தாயக்கட்டையில்தானே குருஷேத்திரப் போர் உருக்கொண்டது. சாமிச்சித்தர் உருட்டிய சோவிகளையே உற்றுப் பார்த்துக் கொண்டிருந்தனர் வேலுவும் முனியம்மாளும். சோவிகள் வழியே சோலைசாமிச்சித்தர் கூறும் பரிகாரங்கள் கேட்க காது தீட்டி அமர்ந்திருக்கும் வேலுவின் காதுகளில் வந்த வார்த்தைகள் வேலுவை பீதியடையச் செய்தன. தரையில் சிதறிய சோவிகளைப் பொறுக்கி உள்ளங்கையில் மறைத்துக்கொண்ட சாமிச்சித்தர் புன்முறுவலுடன் வேலுவை உற்றுப்பார்த்தார்.

'வெற்றுடம்பில் திருநீறு பூசி, தீச்சட்டி ஏந்தி, வலம்வருவார்கள் உன் வாரிசுகள். அலையெழுப்பும் குளத்தில் விழும் மர நிழல் நெளிவது போல் நெளிந்து போகும் உன் உடல். காத்திருந்த எமன் கெக்கலி போட்டு கைதட்டிச் சிரிப்பான். உன் இல்லாளின் மாங்கல்யம் பறிக்கப்படும், வளமான நிலங்கள் தரிசாகி முள் மரங்கள் முளைத்து, தானியங்களாய் முட்கள் விளையும். தடுக்க வழியில்லை அப்பனே தானாக விலகும் வரை.'

சாமிச்சித்தர் சொன்னதைக் கேட்டு வேலுவும் முனியம்மாளும் நிலைகுலைந்து போனார்கள். தன் மாங்கல்யத்தை தொட்டுக் கும்பிட்டுக் கொண்டாள். கணவர் வேலுவின் முகத்தையே உற்றுப் பார்த்தாள். அவள் கண்களில் வழியும் கண்ணீர முந்தானையால் துடைத்தாள்.

'எதுக்கு அழுகுறே, ராப்பகலா காடு கரையினு அலையிறோம், ஒரு பூச்சி பொட்டு, தட்டியிறக் கூடாதுனு ஒரு எச்சரிக்கை குடுத்திருக்காரு சோலையப்பன், நல்லதுதானே, நம்ம ஜாக்கிரதையா இருந்துக்கிற வேண்டியதான்'

'சாமிச்சித்தர் சொல்றது பழிக்கும்னு சொல்றாங்களே'

'ஒன்னு ரெண்டு பழிக்கும், அவரு சொல்றது எல்லாம் பழிக்க அவர் என்ன கடவுளா'

'எனக்கு என்னமோ ரொம்ப பயமாயிருக்கு'

'பயந்தா வாழ்றது எப்பிடி, இப்போதைக்கு நம்ம கவல கணேசன வெளிய கொண்டாரனும், சாகக் குடுத்த பயக சும்மா இருக்க மாட்டான், செத்தவன் சாதாரண ஆள் இல்ல, பேசாம இருக்காங்களேனு நம்ம அசால்ட்டா இருக்கக்கூடாது. நாளைக்கு வக்கீல் வரச் சொல்லியிருக்கார், எப்பிடியும் இந்த வாட்டி ஜாமீன் கெடச்சிரும்னு சொல்லியிருக்காரு, சோலையப்பன் புண்ணியத்துல வெளியில வந்திட்டா தேவல'

மைனர் நாயக்கர் பாம்பு தீண்டி செத்ததை இன்றைக்கும் ஊரெல்லாம் பேசுவார்கள். வில் வண்டியிலிருந்து இறங்கி வெள்ளையும் சொள்ளையுமாக சாமிச்சித்தரிடம் போய் உட்கார்ந்தார் மைனர் நாயக்கர். சோவிகளை உருட்டி முணுமுணுத்த சித்தர் சொன்னார்.

'சக்கரம் கழன்று ஓடி குடை சாய்கிறது வண்டி. நாளை மறுநாள் உன் வீட்டில் சங்கு சத்தம் ஒலிக்கும். எருக்கள் நிரம்பிய கலயத் திலிருந்து வெளிவரும் மயானப் பாதை காட்டும் புகைவழி உன் சந்ததிகள் நடந்து வருவார்கள். நீலம் பாரித்த உன் உடல் அக்னியில் உருகும். நாதியற்று வில்வண்டி மந்தையில் நிற்க, நாலு பேர் சுமக்கும் பாடையில் பயணிப்பாய், சோலைச் சித்தனின் வாக்கு'

'சாமி கொஞ்சம் விளக்கமா சொன்னா நல்லது'

'நாளையுடன் உன் ஆயுசு முடிகிறது, விஷம் தீண்டி சாவாய் என்று சோலைச்சித்தர் வாக்கு'

மைனர் நாயக்கர் கோவில் அதிரச் சிரித்தார். எகத்தாளச் சிரிப்பு. இறுமாப்புச் சிரிப்பு.

'இங்க கேளுங்க சாமி, ஜம்முனு மகாராசா மாதிரி வீட்டுக்குள்ள மெத்தையில படுத்துக் கெடக்கேன், என்னைச் சுத்தி ஒரு பட்டாளமே இருக்கு அதை மீறியா பாம்பு வரப் போகுது'

'அப்படியென்றால், இங்கே சோலைச்சித்தரின் காலடிக்கு எதற்காக வந்தாய், மெத்தையிலேயே கிடக்க வேண்டியதுதானே.'

'நான் பாம்பு தீண்டி சாவது மாதிரி என் மனைவி கனவு கண்டதாகச் சொன்னாள் சாமி, அதையேதான் நீங்களும் சொல்கிறீர்கள்'

இந்த ஒரே ஒரு இரவுதான் சோலைசாமிச் சித்தர் சொன்ன கெடு முடிகிறது. மூன்று நாட்களும் மைனர் வெளியே எங்கும் செல்லவில்லை. நன்றாக தூங்கிய மைனர் நடுச்சாமம் மூத்திரம் கழிக்க வீட்டுக்குள்ளேயே இருக்கும் இடம் போனார். மூத்திரம் வெளியேறிப் போகும் ஓட்டைக்கு முன்னால் வேஷ்டி நீக்கி குறி காட்டி குத்துக்கால் வைத்து உட்கார்ந்தார். வெளியிலிருந்து ஓட்டை வழியே குதித்தோடி உள்ளே வந்த எலி குதித்தோடியது. விரட்டிக்கொண்டு ஓட்டை வழியே உள்நுழைந்த நல்ல பாம்பு மைனரின் குறியை எலியென்று நினைத்துக் கொத்தியது. எழுந்திருக்கும் முன் இரண்டாவது கொத்து, நீலம் பாரித்து சாத்தி வைக்கப்பட்டிருந்த மைனர் நாயக்கரின் மேலெல்லாம் சாமிச் சித்தரின் வாக்கு ஊர்ந்துகொண்டிருந்தது.

நல்ல பாம்பிற்கு மைனர் நாயக்கரின் ஆண் குறி எலியைப் போல் தெரிந்ததில் வியப்பில்லை. எலி மட்டும்தான் பொந்துக்குள் நுழையுமா? மைனர் நாயக்கர் இறந்ததிலிருந்து சாமிச்சித்தர் தெய்வமாகிப் போனார். ஊரெல்லாம் இதே பேச்சு. சோலையப்பச் சித்தரின் கோவிலில் கூட்டம் நிரம்பி வழிந்தது. சாமிச்சித்தரின் உதட்டசைவுக்குக் காத்துக் கிடந்தது கூட்டம்.

உன் வீட்டில் கருமாதி செய்யவேண்டிய காலம் ஒன்று இருக்கிறது என்று சாமிச்சித்தர் சொன்ன வார்த்தைகளை மறக்க முடியவில்லை. அதே போல் எதிராளிகளையும் எடைபோட முடியவில்லை. மௌனம் என்றைக்குமே பயமாகிவிடாது. என்றைக்குமே மௌனங்கள் வடிகால்களைத் தேடிக்கொண்டு தான் இருக்கும். மௌனம் உடையும் போது லட்சியம் நிறைவேறி யிருக்கும். பலப்பல எண்ணங்களுடன் கோர்ட்டுக்கு முன்னால் உள்ள வேப்ப மரத்தடியில் உட்கார்ந்திருந்தார் வேலு. கோர்ட் செலவுக்காகச் சில மாதங்களுக்கு முன்னால் மாடுகளை விற்றுப் பணமாக்கினார். கைவசமிருந்த வெள்ளாடுகள் ஒவ்வொன்றாய்க் குறைந்து போயிற்று. நித்த அலைச்சலில் இவைகளைப் பராமரிக்க முடியவில்லை என்பதும் உண்மைதான்.

15

திருநெல்வேலியில் தங்கியிருந்து தினமும் காவல் நிலையத்தில் கையெழுத்திட வேண்டும் என்கிற நிபந்தனையுடன் ஜாமீன் கிடைத்தது. வேலுவுக்கு ஜாமீன் கிடைத்ததில் மகிழ்ச்சிதான் என்றாலும் திருநெல்வேலி அறியாத ஊர். கணேசனின் பாதுகாப்பை நினைத்து வருந்தினார். குடும்பம் இவ்வளவு அல்லோகலப்படும் என்று நினைத்திருக்கமாட்டார். அறியாத ஊரில் அறியாத இடத்தில் அறியாத நபர்களால் ஒரு ஆபத்து வந்தால் எப்படித் தடுக்க முடியும், தப்பிக்க முடியும் என்று குழம்பினார். சாமிச்சித்தர் சொன்ன கருமாதி விவகாரமும் வந்து பயமுறுத்தியது. கணேசனை எங்கே தங்க வைப்பது, யாருடைய பாதுகாப்பில் வைப்பது, பல யோசனைகளுடன் கணேசனைக் கூட்டிக் கொண்டு நடந்தார். முயல்வேட்டைக் கொலையில் பாளையங்கோட்டை ஜெயிலில் இருந்தபோது தன்னுடன் ஆயுள் தண்டனைக் கைதியாக இருந்து விடுதலையாகிப் போன பொய்யாழியின் ஊர் திருநெல்வேலி என்பதும் அவன் வீடு இருப்பது சமாதானபுரம் என்பதையும் ஞாபகத்தில் வைத் திருந்தான். இருவரும் திருநெல்வேலி போய்ச் சமாதானபுரத்தில் விசாரித்தபோது பொய்யாழியைக் கண்டுபிடிப்பது கஷ்டமாக இருக்கவில்லை. ஊரில் கொலை செய்துவிட்டு ஜெயிலுக்குப் போனவர்களை யாருக்காவது தெரியாமல் இருக்குமா? விசாரித்து கண்டுபிடித்து இருவரும் பொய்யாழியின் வீட்டின் முன்னால் போய் நின்றபோது உடனே அடையாளம் கண்டுகொண்டான் பொய்யாழி'

'அண்ணே... கணேசண்ணே எப்பிடியிருக்க, என்ன இங்கிட்டு வழி தப்புனாப்புல, இது யாருணே அப்பாவா?'

இருவரையும் அன்னியமாகப் பார்த்த தன் மனைவியிடம் அறிமுகப்படுத்தி வைத்தான். நடந்த கதை அத்தனையும் ஒன்றுவிடாமல், சொல்லிவிட்டுக் கடேசியாக இப்போது நாங்கள் என்ன விஷயமாக வந்திருக்கிறோம் என்பதை சொன்னார்கள். பொய்யாழி இம்மிகூட முகம் சுழிக்கவில்லை.

‘ஒரு மாசமில்ல ஒரு வருஷம்கூட இங்க இருக்கட்டும். இது நம்ம ஏரியா. ஒரு பய அட்டம் சுளிக்க முடியாது. கணேசண்ணனைப் பத்தி எனக்கு நல்லா தெரியும், நீங்க பயமில்லாமப் போங்கப்பா நான் பாத்துக்கிறேன், நீங்களும் அம்மாவும் எச்சரிக்கையா இருந்துக்கோங்க’

வேலுவுக்குப் பெரிய்ய சுமையை கீழே இறக்கி வைத்த சந்தோஷம். பொய்யாழி சின்னப் பையனாக இருந்தாலும் வயசுக்கு மீறிய அனுபவம் பேச்சில் தெரிந்தது. பக்கத்து ஊரில் சாராய வியாபாரியாகவும் மணல் கொள்ளையனாகவும் கட்சியின் பொறுப்பாளனாகவும் இருந்த ஒரு பெரும் புள்ளியைத்தான் தலையைத் துண்டித்துவிட்டு, ஆயுள் தண்டனை கைதியாக உள்ளே போனான். ஒரு பெரிய அரசியல் தலைவரின் பிறந்த நாளுக்காக இளம் கைதிகளின் தண்டனைக் காலத்தை குறைத்து விடுதலை செய்தது அரசு. பொய்யாழி விடுதலையாகிப் போகிற வரை கணேசனும் கொலைக் கைதியாகவும் விசாரனைக் கைதியாகவும் நீதிமன்றக் காவலில் அடைக்கப்பட்டிருந்தான். பொய்யாழிக்கு அப்போதே திருமணம் ஆகியிருந்தது. இரண்டு குழந்தைகளும் புதிய விருந்தினரைப் பயத்துடன் பார்த்துக் கொண்டிருந்தனர். வேலு புதுத்தெம்புடன் விடைபெற்றுப் போனார்.

அமைதியாக ஓடிக் கொண்டிருந்தது தாமிரபரணி நதி. ஆங்காங்கே ஏராளமான பேர் குளித்துக்கொண்டிருந்தார்கள். முதன் முதலாக தாமிரபரணியை ஆச்சரியத்துடன் பார்த்தான் கணேசன். இருவரும் அரிவாள்களை அடையாளம் வைத்து மணலில் புதைத்து ஒளித்து வைத்துவிட்டு, இடுப்பளவு தண்ணீருக்குள் இறங்கினார்கள்.

‘அரிவாள நம்ம தொட வேண்டாம்னு ஒதுங்கினாலும், அது நம்மள விட மாட்டேங்குது கணேசண்ணே’

‘கேஸ் விடுதலையானப் பெறகு இப்ப ரெண்டு வருஷமாச்சு நேத்துத்தான் எடுத்து தீட்டினேன், துருப்பிடிச்சுப் போயிருந்தது’

‘நீ இங்க வந்த பெறவுதாண்ணே அரிவாளை கையில தொட்டிருக்கிறேன், இந்த நாலு வருஷமும் மரம் வெட்டுற அரிவாளப் புடிச்சுப் புடிச்சு கை காச்சுப் போச்சுண்ணே’.

'மரம் வெட்டப் போறியா'

'அண்ணே கரி மூட்டம் போட்டு லாரியில ஏத்துறேன் நம்ம கையில ஏழெட்டுப் பேர் வேல பாக்காங்கண்ணே'

'அப்ப ஒரு தொழில் ஓங் கைவசம் இருக்கு'

'அண்ணே ஒழைக்கனும்னே சும்மா சுத்திட்டு அலஞ்சிட்டு ஏதாவது ஒரு கட்சி கரைவேட்டியக் கட்டிக்கிட்டு சும்மா அலஞ்சா கேவலமில்லையாண்ணே'

இருவரும் குளித்துவிட்டு உடைமாற்றி, புதைத்து வைத்திருந்த அரிவாளை எடுத்து இடுப்பில் தொங்கவிட்டு மறைத்துக் கொண்டார்கள்.

'பொய்யாழி நீ வெளிய வந்தப் பெறவு வேற எதுவும் பிரச்சினை வந்திச்சாப்பா'

'அண்ணே அவன் சுத்தப் பொறுக்கிப் பயண்ணே, அவனோட அண்ணன் தம்பிகளே அவனப் போட்டுத் தள்ளனும்னு இருந்தாங்க, அந்தப் பய உசுரு என் கையால போகனும்னு இருந்திருக்கு, நம்ம ஜெயிலுக்குள்ள கூலு குடிக்கனும்னு எழுதியிருக்கு அம்புட்டுத்தான். அவன போட்டுத் தள்ளுனதுல இருந்து நமக்கு நல்ல பேரு, மறைமுகமா நல்ல சப்போர்ட்டு. அவனோட சொந்த பந்தங்கள அவ்வளவு கொடுமைப்படுத்தியிருக்கான், இதை யெல்லாம்விட போலீஸ் எனக்கு புல் சப்போர்ட், ஜெயில்லருந்து விடுதலை பண்ண போலீஸ்டேசன்ல அறிக்கை கேட்டாகளாம், வேற கேசு எதுவுமே இல்ல, ரொம்ப நல்ல கேரக்டர்னு எழுதியனுப்பிச்சதே நம்ம டிஎஸ்பீ தான்னு சொன்னாங்க'

மழைக்காலத்தில் மட்டுமே வெள்ளம் பெருக்கெடுத்து ஓடும் வைப்பாற்றை நினைத்துப் பார்த்தான். வருடம் முழுக்க வற்றாத ஜீவ நதியாக ஓடும் தாமிரபரணி நதியையும் கண்ணுக்கு எட்டும் மட்டும் படித்துறைகளில் புள்ளி புள்ளியாய் தெரியும் ஆட்களையும் பார்த்தான். குளிக்க வரும்போது வந்த பாதைவழி போகாமல் வேறு பாதைவழியே கூட்டிக்கொண்டு போனான் பொய்யாழி.

'வரும்போது வந்த வழி இந்த வழியில்லையே'

'அண்ணே ஒன்னு தெரிஞ்சுக்கோ, இந்தப் பாதை வழிதான் வருவான் இந்தப் பாதைவழிதான் போவர்ன், சரியா இத்தன

மணிக்கு இந்த எடத்துக்கு வருவான் அப்பிடிங்கிற பழக்கம் இருந்தா எதிராளிக்கு நம்மளே பாதை காட்டிக் குடுத்தது மாதிரி ஆகிரும், ஒரு சிட்டுக்குருவியைப் போல திரியணும், கிழக்காமப் போறது மாதிரி போக்கு காட்டணும். ஆனா மேற்காம போகணும்'

அவர்கள் இருவரும் பலாப்பழ ஓடையின் அருகில் செல்லும் ஒற்றையடிப் பாதையில் நடந்துகொண்டிருந்தார்கள். பாலத்தின் மேல் பல வகையான வாகனங்கள் விரைந்துகொண்டிருந்தன.

'கணேசண்ணே இந்த ஓடையோட பேரு பிள்ளையைப் போட்டுட்டு பலாப்பழம் எடுத்த ஓடை'

பெருமழை வெறித்தவுடன் பெருக்கெடுத்து வரும் வெள்ளம். நுங்கும் நுரையுமாக தாமிரபரணி. கூடிநின்று ஆங்காங்கே வேடிக்கை பார்க்கும் மக்கள் கூட்டம். கல் மண்டபத்தை மூழ்கடித்துச் செல்லும் வெள்ளத்தில் மிதந்துவரும் சாய்ந்த மரங்கள். இரு கரைகளிலும் நின்று வேடிக்கை பார்க்கும் ஜனத்திரள். தெற்கிலிருந்து வடக்கு நோக்கி பாய்ந்தோடி வரும் வெள்ளம், சிறிய ஓடை, குதியாளம் போடும் மழைத் தண்ணீர், கைக்குழந்தையுடன் நின்று வெள்ளத்தை வேடிக்கை பார்க்கும் பெண். ஒன்றன் பின் ஒன்றாக தண்ணீரில் மிதந்துவரும் பெரிய பெரிய பலாப்பழங்கள். கையில் வைத்திருக்கும் பச்சிளங் குழந்தையை மறந்துவிட்டு பலாப்பழ ஆசையில் பழத்தைப் பிடிக்க எத்தனித்தாள். ஒரு நொடிதான் கைக்குழந்தையை தாமிரபரணி பிடுங்கிக்கொண்டாள். பலாப்பழங்களுடன் மிதந்து சென்றது குழந்தை. பாய்ந்தோடும் தண்ணீரில் பாய்ந்து குதிக்க பயந்த மக்கள் அன்றிலிருந்து அந்த ஓடையின் பெயர்: பிள்ளையைப் போட்டுட்டு பலாப்பழமெடுத்த ஓடை.

இருவரும் பொய்யாழியின் வீட்டுக்கு முன்னால் வந்துநின்ற போது முற்றத்தில் நாலைந்து பேர் தூக்குவாளியுடனும் கைகளில் அரிவாளுடன் நின்றுகொண்டிருந்தார்கள்.

'என்னண்ணே, என்னைக்குமில்லாத விடியங்காட்டி குளிப்பு'

'விருந்தாளி வந்திருக்குடா அதுதான் போய் குளிச்சிட்டு வாரோம்'

'சரி. இன்னைக்கு மேலக் கண்மாக் கரைக்குப் போகவா, இல்ல மூட்டத்துக்கு அடுக்கவா'

‘அதுக்குள்ள அடுக்குனா எப்பிடிடா, இன்னக்கி ஒரு நாளைக்கு வெட்டுங்கடா, நாளபப்பின்ன அடுக்கலாம், நான் கொஞ்சம் லேட்டா வருவேன்டா, நீங்க போங்க’

‘பொய்யாழி நீ வேணும்னா போப்பா, நான் கையெழுத்துப் போட்டுக்கிறேன்’

‘என்னண்ணே பொசுக்னு இப்பிடிச் சொல்லிட்டீக, என்னைய நம்பித்தான் ஒங்கள அய்யா எங்கிட்ட ஒப்படைச்சிட்டுப் போயிருக்காக, ஒரு நேரத்தைப்போல ஒரு நேரம் இருக்காதுண்ணே’

‘ஒனக்கு வேல மெனக்கெட்டுப் போகுதே’

‘எத்தனையோ நஷ்டத்தை அனுபவிச்சாச்சு, ஒனக்கு தெரியாதா நம்ம சீரழிஞ்சது, அதையே தாங்கிக்கிட்டோம் இது எம்மாத்திரம், என்னைக்கி கையில அருவாளத் தூக்குனமோ எல்லாக் கஷ்டத் துக்கும் தயாரா இருக்கணும்’

கணேசன் பின்னால் உட்கார்ந்திருக்க பொய்யாழி சைக்கிளை அழுத்தினான். வெய்யில் ஏறிக்கொண்டிருந்தது. போலீஸ் ஸ்டேசனுக்கு அருகில் பொய்யாழி நின்றுகொள்ள, பாலம் போலீஸ்டேசன் என்ற பெயரை வாசித்தபடியே உள்ள நுழைந்தான் கணேசன். துப்பாக்கியைப் பிடித்தபடி வாசலில் பாராவுக்கு நின்ற போலீஸ் அதட்டினான்.

‘யாருவே நீ, யாரப் பாக்கனும், ஓம்ம பாட்ல தொறந்த வீட்ல நாயி நொழைஞ்சது மாதிரி போற’

தான் மடித்து வைத்திருந்த நீதிமன்ற ஆணையை விரித்துக் காட்டினான்.

‘கொலைக் கைதி, கண்டிஷன் பெயில், கையெழுத்துப் போட வந்திருக்கேன், இப்ப போகலாமா’

‘போங்கய்யா தாராளமா போங்க, பாராவுக்கு நிக்கேன்ல்ல ஒரு வார்த்தைச் சொல்லிட்டுப் போங்க’

கையெழுத்துப் போட்டுவிட்டுவந்த கணேசனிடம் சொன்னார் பாரா.

‘கொஞ்ச வயசா இருக்கீரு, கொல செய்யலாமா தம்பி’

‘கோபத்துக்கு வயசு கெடையாது’

‘சரி, சரி, மனசுல எதுவும் நெனச்சுக்கிராதீரும், இந்த வாரம்

முழுவதும் நான்தான் பாராவுல நிப்பேன்'

இருவரும் சைக்கிளை உருட்டிக்கொண்டே கொஞ்சத் தூரம் நடந்தார்கள்.

'ஒரு டீ குடிக்கலாமா பொய்யாழி'

'இங்க கேளுண்ணே, ரெண்டு கொல பண்ணியும் இன்னும் சின்னப் புள்ளையா இருக்கியே, எதிராளி நம்மள வெட்டித்தான் கொல பண்ணுவான்னு நெனைக்காதேண்ணே, எப்படியும் பழி வாங்குவான், யாரையும் நம்பிறக்கூடாது, பச்சத் தண்ணிகூட வெளியில குடிக்கக் கூடாது. அதே மாதிரி பொம்பள கண்ணச் சிமிட்றானு அவ பின்னால போயிறக்கூடாது, பெரிய பெரிய சண்டியரெல்லாம் பொம்பளைகள நம்பித்தான் செத்தான்'

போலீஸ்டேசனில் எல்லாருமே மரியாதையாக நடந்து கொண்டதையும், பாரா போலீஸ் முதலில் விரட்டியதையும் கையெழுத்து போட்டுவிட்டு வெளியே வரும்போது அவர் குழைந்ததையும் சொல்லச் சொல்ல இருவரும் சைக்கிளில் வந்து கொண்டிருந்தார்கள்.

'பொதுவா கொலக் கைதிண்ணா எல்லாப் பயகளும் மதிப்பான், களவு, பிக் பாக்கெட், பொம்பள வெவகாரம்னா ஒரு பய மதிக்க மாட்டான், ஜெயிலுக்குள்ள பாத்தியா என்ன நடக்குனு'

சிறைச்சாலைகளில் பெரும்பாலும் கைதிகளை அடிப்பது எல்லாமே ஆயுள் தண்டனைக் கைதிகள்தான். உள்ளே நடக்கும் அத்தனை விஷயங்களையும் சந்தோஷமாகப் பேசியபடியே சைக்கிளை மிதித்தான் பொய்யாழி. தினமும் ஜெயிலுக்குள் பன்றிக்கறி வறுவலும் சாராயமும் தாராளம். ஜெயிலுக்குள்ளிருந்து மழைத்தண்ணீர் வெளியேறிப் போக பெரிய ஓட்டை ஒன்று உண்டு. இரும்புக் கம்பியால் கதவும் பூட்டுத் திறப்பும் உண்டு. அதை திறந்து மீதமான உணவு மற்றும் காய்கறிகளின் கழிவுகளைத் தூவி வைத்துவிட்டால், பன்றிகள் ஜெயிலுக்குள் நுழைந்து வந்து விடும். கதவை மூடிவிட்டு, பன்றியைப் பிடித்து அறுத்து சுக்கா வருவல், சாராயம், கைதிகளுக்கு மட்டுமல்ல, ஜெயிலர்கள் போலீஸ்காரர்கள் அனைவருக்கும் கொண்டாட்டம்தான். கொலைக் கைதிகள் வேண்டாம் என்று மறுத்தாலும் விட மாட்டார்கள்.

ஐந்தாறு பேர் வேலிக் கருவேல மரங்களை வெட்டிக் கொண்டிருந்தார்கள். அவர்கள் வந்த சைக்கிள்கள் எல்லாம் ஒரு மரத்தடியில் வட்டமாக நிறுத்தப்பட்டிருந்தன. ஒவ்வொரு சைக்கிளின் ஹேண்ட் பாரிலும் சோத்து தூக்குவாளிகள் தொங்கின. எல்லோர் கைகளிலும் மரம் வெட்டுகிற அரிவாள்கள் பளபளத்தன. நாம் எவ்வளவு பாதுகாப்பான இடத்தில் இருக் கிறோம் என்பதை நினைத்துப் பார்த்தான் கணேசன். மரம் வெட்டுகிற அரிவாள் மரத்தை மட்டுமே வெட்டாது என்பதை நினைத்து இலேசாக சிரித்துக்கொண்டான்.

'ஏணேய்... கணேசண்னே நீ போயி இப்பிடி மரத்தடியில உட்கார், இல்லனா துண்ட விரிச்சுப் படுத்து ஒறங்குணே, மத்தியானம் சாப்பாடு ஒந் தங்கச்சி கொண்டாருவா, சாப்பிடு வோம்'

'ஏம்பா, பொய்யாழி எனக்கு என்ன மரம் வெட்டத் தெரியாதா மனுஷர்களை மட்டும்தான் வெட்டத் தெரியும்னு நெனச்சியா, ஒரு அரிவாள் இருந்தா கொடு நானும் வெட்டுறேன்'

வேலி மரக்கூட்டத்தை நிறைபிடித்து வெட்டிக்கொண்டிருந்தார்கள். தங்களுடன் ஜெயிலுக்குள் இருந்தவர்களைப் பற்றி இருவரும் பலப்பல பேச்சுக்கள் பேசிக்கொண்டிருந்தாலும், கணேசன் மனசு பூராவும் தன் வயல்களிலும் தோட்டத்திலும் இருந்தது. முட்களோடு முட்களாகச் சிக்கிக்கொண்ட ஒரு கொப்பைச் சுண்டிச் சுண்டி இழுத்துக்கொண்டிருந்தான் கணேசன். வேலிக் கருவேல மரத்தின் மஞ்சள்நிறப் பழுத்த இலைகள் உதிர்ந்து கணேசனின் தலையெங்கும் நிறைந்துகிடந்தன.

அய்யாவையும் அம்மாவையும் நினைத்துப் பார்த்தான். தரிசாகப் போட்டுவிட்டு தான் ஒருபக்கமும், தன் அய்யா ஒரு பக்கமும் இழுபடுவதை எண்ணிப் பெருமூச்சுவிட்டான். தனக்குத் தெரியாமலே, தான் விரும்பாமலேயே, தான் எப்படியெல்லாம் அலைக்கழிக்கப்படுகிறோம் என்பதை நினைத்தான். பெண்ணுக்கு பரிசம் போடப் புறப்பட்டபோது நடந்துவிட்ட கொலையை எண்ணிப் பார்த்தான். பாவம் பெண்வீட்டார், மனசு என்ன பாடுபட்டிருக்கும். குலவை போட்டு எங்களை வரவேற்கக் கூடியிருந்த கூட்டம், கொலைச் செய்தியைக் கேள்விப்பட்டதும் பெண்வீட்டாரைக் காரித் துப்பியிருப்பார்கள். மணப்பெண்

மனசு என்ன பாடுபட்டிருக்கும். கையில் குத்திவிட்ட முள்ளைப் பிடுங்கிவிட்டு ரத்தத்தை துடைத்தான்.

பரிசம் போட எத்தனை பேர் வருகிறீர்கள் என்று கேட்டு ஐம்பது அறுபது பேருக்கும் தயாரித்த உணவு, வாங்கி வைத்திருந்த பூப்பந்து, மாலைகள், பரிசச் சேலை இத்தனையும் மணப்பெண்ணைப் பார்த்து கெக்கெலி போட்டு சிரித்திருக்கும். ஏற்கனவே முயல் வேட்டை கொலையில் விடுதலையான கொலைக் கைதிதான் கணேசன் என்று தெரிந்தும், தனக்கு வாழ்க்கைப்பட சம்மதித்த அந்த பெண்ணை எண்ணி வருத்தப்பட்டதோடு, ஒரு பெருமூச்சு விட்டான் கணேசன். காலையில் அந்தப் பெண் உறவினர்கள் ஊர்க்காரர்களின் முகத்தில் எப்படி முழிப்பாள், சகஜமாக எப்படி ஊருக்குள் நடமாடுவாள் என்றெல்லாம் பல மாதிரி யோசித்தான். பேசி நிச்சயிக்கப்பட்ட பல கல்யாணங்கள் நின்றுபோன பின்பு, அந்தப் பெண்ணை யாருமே பெண் கேட்டு வரமாட்டார்கள். கல்யாணம் நின்று போனதற்கான காரணத்தை அவரவர் பல கட்டுக்கதைகளை இணைத்துப் பேசியே பெண்ணை கொன்று விடுவார்கள். வதந்திகள் எளிதாக நம்பப்பட்டுவிடும். ஆனால் கணேசன் விஷயத்தில் எந்த வதந்திக்கும் இடமில்லை. ஒரே காரணம் பரிசம் போடுகிற அன்றைக்கு கணேசன் செய்த ரேக்ளா ரேஸ் அக்கையாவின் கொலை. ஆனால் இனிமேல் தலைகீழாக நின்றாலும் கணேசனுக்குப் பெண் தர யாருமே யோசிப்பார்கள். கேஸ் தண்டனையோ, விடுதலையோ.

மத்தியான உச்சி வெய்யில், பொய்யாழியின் பெண்டாட்டி இருவருக்கும் சேர்த்து சோறு கொண்டுவந்தாள். எல்லோரும் வட்டம் கூடி உட்கார்ந்து அவரவர் தூக்குவாளிகளைத் திறந்தார்கள். கொண்டு வந்த சாப்பாட்டை இரண்டு தட்டுக்களில் போட்டு ஒன்றைக் கணேசனிடமும் இன்னொன்றைத் தன் புருஷன் பொய்யாழியிடமும் நீட்டினாள். தட்டை கையில் வாங்கிய கணேசன் சோற்றையே உற்றுப்பார்த்துக்கொண்டிருந்தான். அவன் கண்களில் கண்ணீர் வழிவதைப் பொய்யாழியும் அவன் மனைவியும் பார்த்தார்கள்.

'என்னண்ணே இப்பிடி சின்னப்புள்ள மாதிரி, ஒன்கூடப் பெறந்தவுக யாருமில்ல, என் பெண்டாட்டியை உன்கூடப் பெறந்த தங்கச்சியா நெனச்சிக்கோ, தங்கச்சி வீட்ல சாப்பிடுறனு

சாப்பிடு, சோறென்னணே சோறு, கல்லுலயும் சோறு கத்தாழையிலயும் சோறு, தொண்டைக்கு அங்கிட்டுப் போனா நரகலு, மனுஷர்தான் வேணும்னே, மனசைக் கல்லாக்கிக்கிட்டு சாப்பிடு'

பொய்யாழி கொலைக் கேசில் ஆயுள் தண்டனை கைதியாக ஜெயிலுக்குள் இருந்தபோது, தான் பத்து வருஷங்களாக இரண்டு பிள்ளைகளையும் வைத்துக்கொண்டு பட்ட கஷ்டங்களை எல்லாம் சொல்லிக்கொண்டிருந்தாள். மனசை கல்லாக்கிக் கொண்டு சாப்பிட்டு முடித்தான் கணேசன்.

'கணேசண்ணே... ஊர்ல அம்மாவும் அய்யாவும் மட்டும்தான இருக்காக, எதுக்கு அங்க இருக்கணும் இங்க வரச் சொல்லிர வேண்டியதானே நிம்மதியா இருப்பாகல்லே'

'வெறும் ஆட்களா இருந்தா கூட்டிட்டு வந்திரலாம், காடு, தோட்டம், வயக்காடுக இருக்கே, அதுகள எப்பிடி போட்டுட்டு வர முடியும், பயந்து போயி ஓடிட்டான்னு பேசுவாங்க, லாபமோ நட்டமோ அங்கயிருந்துதான் சமாளிக்கணும்'

'எல்லாத்தையும் மொத்தமா கையடிச்சிட்டு வாண்ணே, ஊருக்காரன் ஆயிரம் பேசுவான் அதையெல்லாம் கணக்ல எடுக்கக் கூடாதுணே, எலும்பு இல்லாத நாக்கு எப்பிடியும் பேசும்'

'நெலத்த இப்ப வெலச் சொன்னா அடிமாட்டு விலைக்கு கேப்பான், ஏம்னா எப்பிடியும் வித்துத்தான் ஆகணும்னு இருக்கான்னு தெரிஞ்சா அவன் வைக்கிறதுதான் வெலை'

தினமும் பொய்யாழியுடன் போலீஸ்டேசனில் போய் கையெழுத்து போட்டுவிட்டு, ஆட்களோடு ஆட்களாக, கரி மூட்டத்தில் வேலை செய்து, கஷ்டங்களை மறந்தாலும் அய்யாவையும் அம்மாவையும் நினைக்கும்போது துக்கம் நெஞ்சை அடைத்தது. குருவிக்கூடு சிதைந்தது போல் சம்சாரிக கோப்பு சிதைந்து போயிற்று. ஆடுமாடுகளை வல்லிசாக விற்றாயிற்று. நிலங்களை தரிசாகப் போடுவதைத் தவிர வேறு வழியில்லை. ஒரு வருஷம் விதைக்காமல் தரிசாகப் போட்டு விட்டாலே போதும், மறு வருஷம் செடிகொடிகள் வளர்ந்து, முள் மேதி மஞ்சணத்தியும் வேலிக் கருவேலமரங்களும் முளைத்து நிலத்தைச் சீரழித்துவிடும். ஆடுமாடுகள் இல்லாவிட்டால்,

குப்பையும் உரமும் சேராது, அடிப்படையே இற்றுப்போன பின்னால் பழைய கோப்புக்கு வரமுடியாது. ஜாமீன் கிடைத்தாலும், கண்டிசன் பெயில் முடிந்த பின்னால் வாய்தாவுக்கு அலைய வேண்டும். வாய்தாவுக்குத் தனியாளாக ஒத்தையில் போனால் பாதுகாப்பில்லை. அய்யாவையும் உடன் கூட்டிப் போகவேண்டும், கணேசன் மறுகினான்.

தன்கூடப் பிறந்த அண்ணன் தம்பியோ அக்காள் தங்கச்சியோ கூட இப்படி கவனித்துக் கொள்ளமாட்டார்கள். வேலை முடிந்து வீட்டுக்குப் போனபோது தன்னுடைய துணிமணிகள் துவைத்துக் கொடியில் காய்வதைப் பார்த்து ஆச்சரியப்பட்டான்.

'ஏம்மா தங்கச்சி நான் தொவச்சிக்கிற மாட்டனா, நாளைக்கு ஆத்துக்குப் போகலாம்னு இருந்தேன்'

'இருக்கட்டும்ணே, குடிச்சாலும் குடிக்காவிட்டாலும், வெளியில போகும்போது வெள்ளையும் சொள்ளையுமா போகணும்ணே, நம்ம பட்டினி கெடக்கிறது கண்ணுக்கு தெரியாதுணே, அதை யாராலும் பாக்க முடியாதில்ல'

பொய்யாழிக்கும் அவன் பொண்டாட்டிக்கும் வயசுக்கு மீறிய பக்குவத்தை வறுமை கற்றுக் கொடுத்திருக்கிறது, பொய்யாழியின் பத்தாண்டு கால ஜெயில் வாழ்க்கை அவனுக்கு மட்டுமல்ல அவன் பொண்டிக்கும் பலப் பல விஷயங்களை புரியவைத்திருக்கிறது. தன்னுடைய பனியன்கள் வேஷ்டிகள் லுங்கிகள் வரிசையாக கொடிகளில் காய்வதை உற்றுப் பார்த்துக்கொண்டிருந்தான். முதலில் ஒரு கொலைக் கைதிக்கு அடைக்கலம் கொடுக்கவே எல்லோரும் பயப்படுவார்கள், மூன்று வேளை சோறும் போட்டு, தினமும் போலீஸ்டேசனக்கு அரிவாளுடன் பாதுகாப்பாக வந்து, எந்த நேரமும் எதுவும் நடக்கலாம் பழிக்குப் பழிவாங்க எதிராளிகள் தாக்குதல் நடத்தினால் தானும் பாதிக்கப்படுவோம் என்ற பயம் சிறிதுகூட இல்லாம, துணிச்சலுடன் தன்னுடன் வரும் பொய்யாழி உண்மையில் கடவுள்தான். ஒரு மாசத்தில் பாதி நாள் முடிந்துவிட்டது, இன்னும் பாதி நாள்தான். அன்றைக்கு வந்து பொய்யாழியிடம் ஒப்படைத்துவிட்டுப் போன அய்யா இன்று வந்தார். முந்தியெல்லாம் நகரத்தில் குடியிருக்கும் உறவினர்கள் யாருடைய வீட்டுக்குப் போனாலும் தட்டைப் பயறு, பாசிப் பயறு, பூனைக்கண் பயறு, மொச்சைப் பயறு, பீர்க்கங்காய்,

பூசணிக்காய், சுரைக்காய், உளுந்து, பச்சரிசி என்று தன் நிலத்தில் விளையும் எதையாவது சுமந்துகொண்டுதான் போவார்கள் அய்யாவும் அம்மாவும். இன்றைக்கு வீசுன கை வெறுங்கையாக அய்யா வந்திருப்பதைப் பார்த்ததும் கணேசன் பெருமூச்சு விட்டான். காடுகரைகள் தரிசாகிக் கிடப்பதை நினைத்து, தான் அந்த ஒரு நிமிஷத்தில் மிருகமாக மாறியதன் விளைவுகளை எண்ணி வருத்தப்பட்டான். அந்த ஒரு வினாடியின் கொடூரமே இத்தனைக்கும் காரணம்.

16

சாயங்கால நேரம். வீட்டுக்குள் உட்கார்ந்து கணேசனுடைய அய்யாவும் அம்மாவும் ஏதோ பேசிக்கொண்டு உட்கார்ந்திருந்தார்கள். வெளியே நாய் குரைக்கும் சத்தம் கேட்டதும் வாசலுக்கு வந்து எட்டிப் பார்த்தார். அவர் கண்களை அவராலயே நம்ப முடியவில்லை. சிரித்த முகமாக பேச்சிமுத்தும் முத்தம்மாளும் வந்துகொண்டிருந்தார்கள். இருவருடைய முகத்திலும் இம்மி கூட வருத்தமில்லை. முனியம்மாளும் வேலுவும் இருவரையும் வரவேற்றார்கள். இவர்களுடைய மகள் மாரியம்மாளைத்தான் கணேசனுக்குப் பேசி முடித்து பரிசம் போடப் போகிற அன்றைக்கு கொலையாளி ஆகிப்போனான்.

'வாங்க அண்ணே வாங்க. மதினி வாங்க மதினி'

இருவரும் வீட்டுக்குள் வந்து உட்கார்ந்து இருந்தாலும் நீண்ட மௌனம். முனியம்மாளின் கண்களில் கண்ணீர். வேலு சிலையாக உட்கார்ந்திருந்தார்.

'எதுக்கு தங்கச்சி அழுகுறே, நடக்கிறதுதான் நடக்கும். நம்ம கையில என்ன இருக்கு, விதிப்படிதான் நடக்கும், இன்னாரோட உசுரு என்னைக்கு எப்பிடிப் போகணும்னு படைச்சவன் அன்னைக்கே எழுதி வச்சிருப்பான், அத மாத்த முடியாது, யாராலயும் தடுக்கவும் முடியாது, ஒம் மகன் கணேசன் கையால ரேக்ளா வண்டிக்காரன் சாகணும்னு இருக்கு, செத்துட்டான்'

'அப்பிடியில்லண்ணே, மாலையும் கழுத்துமா பாக்க வேண்டிய மகனை கையில் விலங்கு மாட்டினதைப் பாக்கும்போது மனசு

என்ன பாடு படுது, சூசுவானு வேல செஞ்சிட்டு திரிஞ்ச பய இன்னைக்கி ஜெயிலுக்குள்ள அடைபட்டுக் கெடக்கான், கூடுவாரோட கூடமாட்டான், ஒரு வம்பு தும்புக்குப் போகமாட்டான், குடிக்க மாட்டான், கெரகம் அவனப் புடிச்சு ஆட்டுது, மொதல் கொலப் பழி வந்தது மாதிரியே ரெண்டாங் கொலப்பழியும் வந்திருச்சு, ஒங்களுக்கும் கேவலம், பொம்பளப் பிள்ளையப் பெத்தவங்க மனசு என்ன பாடுபடும், ஊர்ல கேவலமாப் பேசுவாங்க, ஒரு பொண்ணடிக்குக் கூடின கல்யாணம் நின்னு போச்சுனா ஆயிரம் பேரு ஆயிரம் வெதமா பேசுவான், பாவம் அந்தப் பிள்ளையோட மனசு என்ன பாடுபடும்.'

'இங்க கேளு தங்கச்சி, அதப்பத்தி கவலைப்பட வேண்டியது நாங்கதான ஒழிய நீங்க இல்ல, எவன் என்ன பேசுனா நமக்கென்ன பேசிட்டுப் போகட்டும், அதனால நாங்களும் கவலைப்பட வேணாம் நீங்களும் கவலைப்பட வேணாம்'

'எப்பிடிண்ணே கவலைப்படாம இருக்க முடியும்'

'கவலைய விடு தங்கச்சி, ஆக வேண்டியதப் பாப்போம், அன்னைக்கு நடக்க வேண்டிய கல்யாணம் இன்னொரு நாளைக்கு நடந்திட்டுப் போகுது'

'நீங்க என்ன சொல்றீக'

'எங்க பொண்ணு மாரியம்மாள கணேசனுக்கு குடுக்க எங்களுக்கு முழு சம்மதம், பொண்ணுகிட்டயும் கேட்டாச்சு'

'கொலக் கேசுல ஜெயிலுக்குள்ள கெடக்கான், இன்னும் முழு ஜாமீன்கூட கெடைக்கல நல்லா யோசிச்சுக்கோங்க'

'ஜாமீன்ல வெளிய கொண்டார என்ன செய்யணுமோ அதச் செய்வோம், அதுக்குப் பெறவு கல்யாணத்தை முடிப்போம்'

'இங்க கேளுங்க, கேசு கொலக் கேசு, ஆயுள் தண்டனை கெடைக்கும். சாட்சி வசமா சொல்லிட்டாம்னா தூக்கு தண்டனை கூட கெடைக்கும். வம்பா ஒரு பொம்பளப் புள்ளையோட வாழ்க்கையை நாசமாக்கிறக் கூடாது'

'அதைப் பத்தி கவலைப்பட வேண்டியது பெத்தவங்க நாங்க, வாக்கப்படப் போற பொண்ணு, நீங்க இல்ல'

வேலு முனியம்மாள் முன்பாக, பேச்சிமுத்தும் முத்தம்மாளும் கடவுளைப் போல் தெரிந்தார்கள். கொலைகாரனுக்கு அதுவும்

ரெண்டு கொலை பண்ணியவனுக்கு இனிமேல் யாரும் பெண் கொடுக்கமாட்டார்கள், ஒத்தப் பிள்ளையின் வாழ்க்கையும் இப்படியாயிற்றே என்று கவலைப்பட்டுக் கொண்டிருந்த வேலுவும் முனியம்மாளும் நிம்மதிப் பெருமூச்சுவிட்டார்கள். அதுவும் முதலில் பேசிமுடித்த அதே பெண் மருமகளாக வரப்போகிறது என்பதை நினைத்து சந்தோஷப்பட்டார்கள். திருநெல்வேலியில் தங்கியிருந்து தினமும் போலீஸ்டேசனில் கையெழுத்து போடுவது பற்றியும், யாருடைய வீட்டில் தங்கி யிருக்கிறான் என்பது பற்றியும் பலப் பல பேச்சுக்களை பேசிக் கொண்டிருந்தார்கள்.

'இன்னொன்னையும் சொல்ல மறந்திட்டேன், எதிராளி செத்தவன் சாதாரண ஆள் கெடையாது, இப்ப பேசாம இருக்கான்னு நம்ம மெத்தனமா இருக்கக்கூடாது, எந்த நேரமும் கணேசன் உசுருக்கு ஆபத்து வரலாம்'

'நல்ல காரியம் பேசும்போது நல்ல பேச்சு பேசுங்க, நான் அப்பவே சொன்னேனல்ல விதி எப்பிடி இருக்கோ அந்தப்படிதான் நடக்கும் விதியை யாராலும் மாத்த முடியாது'

இவ்வளவு விஷயங்களையும் தன் அய்யா சொல்லச் சொல்ல கவனமாகக் கேட்டுக் கொண்டிருந்தனர் பொய்யாழியும் அவன் பொண்டாட்டியும். கணேசன் மௌனமாக உட்கார்ந்திருந்தான்.

'கணேசண்ணே இந்த கன்டிஷன் பெயில் முடிஞ்சிட்டா பெறகு வாய்தாதானே, ஒரு வாய்தா வரவே ரெண்டு மாசம் மூனு மாசம் ஆகும். கல்யாணத்த ஜாம் ஜாம்னு நடத்தியிருவம்'

'கல்யாணத்த ஜாம்ஜாம்னு நடத்தியிறலாம் கேசு முடிந்து தீர்ப்பு சொல்ல எப்பிடியும் நாலைஞ்சு வருஷமாகும். அதுக்குள்ள புள்ள குட்டியாகி குடும்பமாகிப் போகும். தீர்ப்புல ஆயுள் தண்டனை, இல்லனா தூக்கு எட்டாண்டு பத்தாண்டுனு தீட்டிட்டா என்ன செய்ய அந்தப் புள்ளையோட வாழ்க்கையை நம்மளே நாசமாக்குனது மாதிரி ஆகாதா'

'எல்லாத்தையம் பொண்ணோட அய்யாகிட்டயும் அம்மா கிட்டயும் எடுத்துச் சொல்லிட்டேன், அதப் பத்தி நீங்க எதுக்கு கவலப்படுறீக, கவலப்பட வேண்டியது நாங்கனு சொல்றாங்க'

'பெறகென்ண கணேசண்ணே, தெய்வம்னு ஒன்னு இருந்தா

அந்தப் பெண்ணுக்காகவாவது ஒனக்கு விடுதலை கெடைக்கும் எம்பொண்டாட்டி பட்ட கஷ்டத்தப் பாத்துத்தான் கடவுள் எனக்கு விதிக்கப்பட்ட ஆயுள் தண்டனையை பத்தாண்டோட முடிச்சு விடுதலை பண்ணிட்டான்'

அசாதாரண நேரங்களில் பெண்கள் ஆண்களை விடவும் வலிமை பெற்றவர்களாக மாறிவிடுகிறார்கள். நீச்சல் தெரியாதவன் தவறித் தண்ணீருக்குள் விழுந்து விட்டால் நமக்குத்தான் நீச்சல் தெரியாதே என்று கைகளையும் கால்களையும் மடக்கிக் கொண்டு நீருக்குள் மூழ்குறானா? இல்லையே கைகளும் கால்களும் சோர்ந்து போகும் வரை போராடி கூப்பாடு போட்டு சோர்ந்து களைப்பாகித்தானே தண்ணீரில் மூழ்குகிறான். பொய்யாழி ஜெயிலுக்குள் போகும்போது மூத்தவனுக்கு நான்கு வயது இளையவனுக்கு மூன்று வயது, பத்தாண்டுகள் தண்டனை முடிந்து வெளியே வரும்போது மூத்தவன் ஒன்பதாம் வகுப்பும் இளைய்வன் எட்டாம் வகுப்பும் படித்துக்கொண்டிருந்தார்கள். வெளியுலகம் அறியாத பொய்யாழியின் பொண்டாட்டிக்கு எங்கிருந்துதான் வந்ததோ இவ்வளவு வைராக்கியம், தனி மனுஷியாக, தும்பு தொழிற்சாலை வேலைக்குப் போய் இல்லாத பொல்லாத பொரணிகளையும் பொய்களையும் புறம்தள்ளி வாழ்ந்து காட்டியிருக்கிறாள்.

பலப்பல பேச்சுக்கள் பேசிவிட்டு வேலு புறப்பட ஆயத்த மானார். அய்யா ஏதோ ஒன்றை நம்மிடம் சொல்ல வருகிறார். ஆனால் சொல்ல முடியாமல் பின்வாங்குகிறார் என்பதைத் தெரிந்து கொண்டான் கணேசன். ஒருவேளை பொய்யாழிக்கு தெரியாமல் சொல்ல நினைக்கிறாரோ என்று திகைத்தான். கணேசன் கேட்டேவிட்டான்.

'வேற என்னய்யா சொல்றதச் சொல்லு, என்னத்தையோ மென்னு மென்னு விழுங்குறது மாதிரி இருக்கு'

'சொல்றது என்னத்த சொல்ல, வக்கீலுக்குப் பணம் கொடுக்கணும் அவரு நல்ல மனுஷர் கேக்காம இருக்காருங்கிறதுக்காக நம்ம பேசாம இருக்கிறது நல்லாயில்ல, அடுத்து கல்யாணத்தையும் சட்டுப்புட்டுனு முடிச்சிறனும்னு ஒங்க அம்மா சொல்றா எனக்கும் அதுதான் சரினு படுது, வெள்ளாமை வல்லிசா கெடையாது. தோட்டத்திலயும் காட்டுலயும் சீமைக் கருவேல மரமும்

மஞ்சணத்திச் செடியும் மேதிப் போச்சு, தெக்காடு ரெண்டு ஏக்கர வெலைக்கு கேக்காங்க குடுத்திறலாம்னு நெனைக்கேன்'

'... ... ...'

'என்னடா ஒன்னும் பேசமாட்டேங்க'

'பூர்வீகச் சொத்து நம்மளால வாங்கத்தான் முடியல, அத விக்காம காப்பாத்தக்கூட வழியில்ல'

'விக்க வேண்டிய நேரம் வரும்போது வித்துத்தான் ஆகணும், கடவுள் புண்ணியத்துல பெழச்சுக் கெடந்தா எம்புட்டுச் சொத்துனாலும் வாங்கலாம்டா'

தகப்பன் மகன் இருவருடைய உரையாடல்களையும் கவனமாகக் கேட்டுக் கொண்டிருந்த பொய்யாழியும் அவன் பொண்டாட்டி சுந்தரியும் ஒருவரையொருவர் பார்த்துக் கொண்டார்கள். பொய்யாழி சொன்னான்.

'கணேசண்ணே சொத்து என்னண்ணே பெரிய சொத்து சுந்தரி வாக்கப்பட்டு வரும்போது பத்துப் பவுன் நகைபோட்டுட்டு வந்தா இப்ப காதுலகூட கவரிங்கப் போட்டுட்டு அலையிறா, என்ன செய்ய, யாரக் குத்தம் சொல்ல'

'சரிய்யா வித்திரு, நல்லா வெசாரிச்சு வெலப்பேசு, அவசரம்னு தெரிஞ்சா கொறையாத்தான் கேப்பான்'

'நம்ம பக்கத்து புஞ்சை ரெட்டியாரே வாங்கிக்கிருவாரு நம்ம வாய்தான் அசையணும்'

வேலுவை பஸ் ஏற்றிவிடுவதற்காக கணேசனும் பொய்யாழியும் வேலுவுடன் வந்தார்கள். மூவருமே தங்கள் ஆயுதங்களை மறைத்து வைத்திருந்தார்கள். அவர்கள் மெயின் பாதை வழியே போகாமல் ரெயில்வே தண்டவாளத்தின் வழியே நடந்து பஸ் நிறுத்தத்திற்கு வந்தார்கள்.

'அக்கையா தரப்பிலருந்து ஏதாவது...'

'அதெல்லாம் கம்முனு கெடக்கு ஒன்னுமில்ல'

'எதுக்கும் கொஞ்சம் ஜாக்கிரதையாகவே இரு, யாரையும் சாமானியமா நம்பியிராத, கூட இருந்தே குழி பறிச்சிடுவாங்க'

வேலுவை பஸ் ஏற்றிவிட்டு இருவரும் புறப்பட்டார்கள். வீட்டிலிருந்து வந்த பாதை வழியே வராமல் மண்டையனாசாரி

சந்துக்குள் நுழைந்து மண் ரோட்டுப் பாதை வழியே நடந்தார்கள்.

'கணேசண்ணே கல்யாணம் முடிஞ்ச ஒடன நீயும் ஓம் பொண்டாட்டியும் கொஞ்ச நாளைக்கு இங்கிட்டு வந்து இருங்க, பக்கத்துலயே ஒரு வாடகை வீடு புடிச்சுக்கிருவோம்'

'இல்ல பொய்யாழி, அய்யாவையும் அம்மாவையும் தனியா விடக் கூடாது, அடுத்து பயந்து போயி வேற ஊருக்குப் போய்ட்டான் பயந்தாங்கொல்லிப் பயனு மெதமா பேசுவாங்க'

அவர்கள் வீட்டு முற்றத்தை மிதித்த போது மரம் வெட்டுக் காரர்கள் நாலைந்து பேர் பொய்யாழிக்காகக் காத்திருந்தார்கள். வேகவேகமாக வீட்டுக்குள் போனவன் கோவிந்தன் என்று கூப்பிட்டு அவன் கையில் பணம் கொடுத்தான். கோவிந்தன் எண்ணிச் சரி பார்த்தான்.

'டேய்... கோவிந்தா நாளைக்கு மூனு பேர் மட்டும் மரம் வெட்டட்டும். நீங்க மூனு பேரும் மூட்டத்துக்கு அடுக்குங்க, ரெண்டு நாள்ல அடுக்கிட்டா மூனாம் நாள் தீ வச்சா ரெண்டு நாள்ல பிரிச்சு காயப் போட்டு அள்ளிட்டா எப்பிடியும் அடுத்த வாரம் லோடு ஏத்திறலாம்'

'சரிண்ணே தண்ணி ஊத்த ரெண்டு ட்ரம் வேணும்'

'நம்ம பலவேச நாடார் கடையில எம் பேரச் சொல்லி என்ன வேணுமோ வாங்கிக்கோங்க, நாளைக்கு நானும் கணேசண்ணனும் ஒரு முக்கியமான சோலியா வெளிய போறோம், கோவிந்தா நீ தான்டா பாத்துக்கிறணும்'

சம்பளம் வாங்கிய அனைவரும் மேற்காமல் நடந்து மறைந்து போனார்கள்.

17

காலை நேர ஏறு வெய்யில் ஏறிக்கொண்டிருந்தது. கணேசனிடம் எங்கே போகிறோம் என்ற விஷயத்தை பொய்யாழி சொல்லவே யில்லை. கணேசனை போலீஸ்டேசன் வாசலில் இறக்கி விட்டு, கையெழுத்து போட்டுவிட்டு இங்கேயே நில்லுண்ணே என்று சொல்லிவிட்டு, சிட்டாய் பறந்தான் பொய்யாழி. காவலர்கள் வருவதும் போவதும் வாகனங்களில் வந்திறங்கும் உயர் அதிகாரி

களைக் கண்டவுடன் காவலர்கள் ஓடி வந்து சல்யூட் அடிப்பதையும் வேடிக்கை பார்த்துக்கொண்டே நின்றான் கணேசன். மரத்தடி வாகை மரநிழல் சுகத்தில் நிறையப் பேர் கூடிநின்றார்கள். அவர்களுக்குள் ஏதோ பிரச்சினை என்பதை மட்டும் யூகிக்க முடிந்தது அவர்களின் பேச்சிலிருந்து. காவலர் ஒருவர் கணேச னிடம் வேகமாக வந்தார். கணேசனையே உற்றுப் பார்த்தார்.

'என்னவே ரொம்ப நேரமா இங்கயே நிக்கிறீரு'

'சும்மா நிக்கிறேன் ஐயா'

'சும்மா எதுக்கு இங்ஙன நிக்கிறீரு, அங்கிட்டுப் போயி நில்லுவே, ஐயா வர்ர நேரம்'

'மரத்தடியில நின்னா ஒங்களுக்கு என்ன?'

'சொல்றதக் கேளுவே, நிய்யி கண்டிஷன் பெயில்ல கையெழுத்து போடுறவர்தானவே'

'ஆமாம்'

'கையெழுத்து போட்டாச்சுனா எடத்தவிட்டுத் தூர தள்ளிப் போயி நிக்கணும், ஏம்னா, நீங்க கையெழுத்துப் போட வர்றத ஒன்னோட எதிராளி நோட்டம் பாத்துக்கிட்டே இருப்பான், சமயம் கெடைக்கும்போது போட்டுத் தள்ளிருவான்'

'போட்டுத்தள்ள வரட்டும்ய்யா பாத்துக்கிருவம்'

'சொன்னாக் கேளுவே, வேற எங்கயாவது போயி சாகு, இங்க செத்தா நாங்கதான் சாட்சி சொல்லணும்'

வாகை மரக் கூட்டத்தில் ஏராளமான பேர் நின்றிருக்க, காக்காய் மிகத் துல்லியமாக அந்தப் போலீஸ்காரனின் தலையில் எச்சம் போட்டது. வெள்ளைவெளேர் என்று தலையில் விழுந்த காக்கை எச்சம் தோள் பட்டையிலும் தெறித்து காக்கிச்சட்டையில் படிந்தது.

'அட கூறு கெட்ட மூதேவி, ஒனக்கு எச்சம் போட வேற எடமே கெடைக்கலயாக்கும்'

கணேசனுக்கு சிரிப்பை அடக்க முடியவில்லை.

போலீஸ்காரர் சுற்றுமுற்றும் பார்த்தார். தண்ணீர் இருப்பது மாதிரி தெரியவில்லை. கையில் வைத்திருந்த தொப்பியை தலையில் வைக்க முடியவில்லை. யாரிடமாவது தண்ணீர்

பாட்டில் இருக்கிறதா என்று தேடியலைந்தார். போலீ ஸ்டேசனுக்குத்தான் போகவேண்டும். போனால் இன்னுமா நீர் ஸ்பாட்டுக்குப் போகலை என்ற ஏட்டையாவின் கேள்விக்குப் பதில் சொல்லியாக வேண்டும் என்று தயங்கினார். மனிதத் தலைகளில் எச்சமிடும் பறவைகளுக்கு தண்ணீர் இல்லாத இடத்தில் நிற்கும் மனிதர்களை தேர்ந்தெடுத்து எச்சமிடும் கலையைக் கற்றுக் கொடுத்தது யாரோ? போலீஸ்காரர் இப்போது கணேசன் முகத்தை உற்றுப்பார்த்தபடியே நெருங்கிவந்தார்.

'இந்த தொப்பியை கொஞ்ச நேரம் கையில வச்சிருவம், இத கழுவிட்டு வந்து வாங்கிக்கிறேன்'

'வேண்டாம் சார், எதிராளி வந்து போட்டுத் தள்ளிட்டா ஓங்க தொப்பியே சாட்சியாகிரும், இந்தக் கொலைக்குக் காரணமே நீங்கதான்னு ஓங்க தொப்பியே வந்து சாட்சி சொல்லும்'

பொய்யாழி ஒரு பெரிய பை நிறைய திண்பண்டங்கள் வாங்கிக் கொண்டு வந்துசேர்ந்தான். இருவரும் வண்டியில் புறப் பட்டார்கள். அவர்கள் சுப்பிரமணியபுரம் பகுதிக்குள் நுழைந்து ஸ்டாலின் காலனிக்குள் போனவுடன் இருவர் வருவதைக் கண்டவுடன் வண்டியின் வேகத்தை குறைத்தான். பொய்யாழியை அடையாளம் கண்டுகொண்டார்கள். பக்கத்திலேயே ஒரு முழுப் பன்றியை ஒரு சிலர் தீயில் வாட்டிக்கொண்டிருந்தார்கள்.

'வாங்க... பொய்யாழி தம்பி, தங்கச்சியப் பாக்கப் போறீகளா கூட ஒரு புது ஆளு இருக்கு'

'போன வாரம் ஒரு முக்கியமான வேலையாப் போச்சுவர முடியல அதுதான் போறேன்'

'வரும்போது இப்பிடியே ஓரெட்டு வீட்டுக்கு வெலகிவா பொய்யாழி, சாப்பிட்டுப் போ'

'சரிண்ணே வர்ரேண்ணே'

தெருவெங்கிலும் கூட்டங் கூட்டமாய் படுத்துக்கிடந்தன பன்றிக் கூட்டங்கள். அதே போல் இன்னொரு இடத்திலும் ஒரு முழுப் பன்றியை தீயில் வாட்டிக்கொண்டிருந்தார்கள். தார்ப்பாச்சலோடு நின்ற ஆண்கள் சுற்றிலும் தீயை வைத்து பன்றியைப் புரட்டிக்கொண்டிருந்தார்கள்.

ஒரு ஓட்டுத் தாழ்வார வீட்டின் முற்றத்தில் இரண்டு வேப்ப

மரங்களின் படர்ந்திருந்த நிழலில் வண்டியை நிறுத்தியவுடன், இரண்டு குழந்தைகள் மாமா... என்று கத்தியபடியே ஓடிவந்து பொய்யாழியின் கைகளைப் பற்றிக்கொண்டன. இருவரையும் வாசலில் நின்ற லட்சுமி கைகூப்பி வரவேற்றாள்.

'வாங்கண்ணே...'

'நல்லாயிருக்கியா லட்சுமி'

'இருக்கேண்ணே'

பொய்யாழி வாங்கிக்கொண்டு வந்த தின்பண்டங்களை இரண்டு குழந்தைகளும் தூக்கிக்கொண்டு வீட்டுக்குள் ஓடின. பொய்யாழி நேராக வீட்டுக்குள் போய் அணையா விளக்கெரிய அலங்கரிக்கப்பட்ட ஒரு போட்டோ படத்தில் இருக்கும் ஒரு இளைஞன் படத்தைத் தொட்டுக் கும்பிட்டு விட்டு வந்து உட்கார்ந்தான். இருவருக்கும் செம்பில் தண்ணீர் கொண்டுவந்து கொடுத்தாள் லட்சுமி. அந்தப் போட்டோவிலிருந்த உருவத்தையே உற்றுப்பார்த்துக் கொண்டிருந்தான் கணேசன். வீட்டுக்கு முன்னால் வண்டி நிற்பதைப் பார்த்து லட்சுமியின் அய்யாவும் அம்மாவும் வந்தார்கள்.

'வாப்பா கணேசா வா, நல்லாயிருக்கியா'

'நல்லாயிருக்கேன்ப்பா, போன வாரம் வர முடியல, ஒரு சோலியா அலைய வேண்டியதாப் போச்சு, இது நம்ம அண்ணன் தான்ப்பா பேரு கணேசன், இப்ப பத்து நாளா நம்ம வீட்லதான் இருக்காரு'

கணேசனுக்கு கண்ணைக் கட்டிக் காட்டில் விட்டது மாதிரி இருந்தது. எதுவும் பேசாமல் உம் என்று உட்கார்ந்திருந்தான். பொய்யாழியைத் தவிர அனைவருமே புதியவர்கள். தனக்கு இங்கே ஒரு தங்கச்சி இருக்கிறாள் என்று பொய்யாழி சொல்லவே இல்லை. லட்சுமியின் கணவர் பற்றி யாருமே பேசவில்லை. பொய்யாழியும் விசாரிக்கவில்லை. கொஞ்ச நேரம் பேசிக் கொண்டிருந்து விட்டு இருவரும் புறப்படும்போது பொய்யாழி லட்சுமியிடம் கொஞ்சம் பணம் கொடுத்தான். லட்சுமி வாங்க மறுத்த போதும் வற்புறுத்தி அவள் கையில் திணித்தான்.

'சாப்பிட்டுட்டுப் போங்கண்ணே'

'அடுத்த வாரம் வரும்போது மதினியவும் கூட்டிட்டு வரேன்.

அன்னைக்குச் சாப்பிடுறேன்மா'

பொய்யாழி தன்னிடம் ஏதாவது சொல்வான் என்று எதிர்பார்த்து உட்கார்ந்திருந்த கணேசனுக்கு ஏமாற்றமே மிஞ்சியது. முதலில் வந்த பாதை வழி வராமல் வண்டியை வேறு பாதை வழி செலுத்தினான் பொய்யாழி. செண்பகவல்லியம்மன் கோவிலுக்குக் பின்புறம் உள்ள மைதானத்தில் ஏராளமான நாய்கள் கூட்டமாகக் கூடியிருக்க, ஒரு ஆண்நாயும் பெண்நாயும் எதிரெதிர் நின்று கயிறு இழுக்கும் போட்டி போல் பின்பக்கமாக நின்று கொண்டு கயிறு இழுக்கும் போட்டி நடத்திக்கொண்டிருந்தன. நாக்கைத் தொங்கப் போட்டுக்கொண்டு கூடிநின்று வேடிக்கை பார்த்தன மற்ற நாய்கள்.

'பொய்யாழி பாத்துப் போப்பா வண்டிக்குள்ள பாஞ்சிராம'

வடக்காமல் திரும்பிவுடன் கண்ணில் பட்டது விருதுநகர் ஜெயலட்சுமி விலாஸ் ஹோட்டல். கடையின் முன்னால் பெரிய வேப்ப மரம் நிழல் பரப்பிக் கொண்டிருந்தது. வேப்ப மர நிழலில் வண்டியை நிறுத்தினான். எதிரே உள்ள வேப்ப மர நிழலின் சிமெண்ட் மேடையில் நரைத்த தலைமுடியுடன் ஒருவர் கையில் வேப்பங்குழையை வைத்துக் கொண்டு ஒரு குழந்தைக்குப் பார்வை பார்த்துக்கொண்டிருந்தார்.

'நேரமாச்சு சாப்பிட்டுட்டுப் போயிருவம்ணே'

முதியவர் வேப்பங்குழையால் குழந்தையை வருடிவருடி ஏதோ முணுமுணுத்துக்கொண்டிருப்பதையே கணேசன் பார்த்துக்கொண்டிருந்தான்.

'அவருதாம்ணே இந்த ஹோட்டல் முதலாளி. கல்லாப் பெட்டியில இருப்பாரு, பார்வை பாக்க ஆள் வந்திட்டா ஒடனே போயிருவாரு, கை ராசிக்காரர், பார்வை பாக்கிற செல்லையா நாடார்னா சின்னப் புள்ளைக்குக்கூட தெரியும், நயா பைசா காசு வாங்க மாட்டாரு, தலமொற தலமொறயா இவுக குடும்பம் இந்த வேலையை விடாம செஞ்சு வருது, கொஞ்சம் கஷ்டப்பட்ட ஆட்க வந்தா கடையில சாப்பாடும் போட்டு அனுப்புவாரு'

இருவர் முன்னாலும் இலை போடப்பட்டது. தன் மனசில் இனிமேலும் அடக்கி வைக்க முடியாது என்று நினைத்த கணேசன் கேட்டேவிட்டான்.

'ஏம்பா... பொய்யாழி இப்ப நம்ம போய்ட்டு வந்தமே லட்சுமி. அது யாரு, ஒனக்கு ஒரு தங்கச்சி இருக்குனு என்கிட்ட சொல்லவே இல்லை. நானும் நீ இப்பச் சொல்வே பெறகு சொல்வேனு பார்த்தா அதப் பற்றி பேச்சே இல்ல'

பொய்யாழியின் முகத்தில் சோகம் படருவதை உற்றுக் கவனித்தான் கணேசன். இதுவரை இருந்த முகம் மாறி குராவிப் போனது. தங்கச்சி லட்சுமியின் கதை மனதில் நிழலாட கணேசனிடம் சொல்லச் தொடங்கினான்.

18

'அது பெரிய கதைண்ணே, நான் கொலைக் கேசுல ஜெயிலுக்கு போறதுக்கு முன்னாடியே எங்கூடத்தான் வேலை செஞ்சான். இரண்டு பேரும்தான் ஒன்னா 'மன்னா வேலை செஞ்சோம். பய நல்ல சூட்டிகையான பய. எள்ளுனா எண்ணெயா வந்து நிப்பான். திடுதிப்புனு கெரகம் மாறிப் போச்சு. நான் கொலைகாரனா மாறிட்டேன். சின்னப் பயதானாலும் கூறான பய, என்னைய ஜாமீன்ல எடுக்க படாதபாடுபட்டு வெளிய எடுத்தான். இப்ப நான் ஒன்கூட போலீஸ்டேசனுக்கு அலையிறேன்ல இதே மாதிரி என் கூட வேலமெனக்கெட்டு அலஞ்சான், ரெண்டு பேரும் படாத கஷ்டம் கெடையாது, எதிராளியோட மிரட்டல் வேறு, வேல வெட்டிக்குப் போகக்கூடப் பயம், கஞ்சிக்குக்கூட வழியில்ல, இப்ப போனமே என் தங்கச்சி அவதான் அவனோட பொண்டாட்டி. அவம் பேரு மணிகண்டன். மணி மணினுதான் கூப்பிடுவாங்க. ஜாமீன்ல வந்தப் பெறவும் சரி, வாய்தாவுக்கு கோர்ட்ல் அலையும் போதும் சரி, என்னையவிட்டுப் பிரியமாட்டான். ரொம்ப பிரயாசைப்பட்டான், என்ன செய்ய விதினு ஒன்னு இருக்கில்ல கடேசில ஆயுள் தண்டனைனு சொல்லிட்டான்.

நான் ஜெயிலுக்குள்ள போகும்போது மூத்த பய ஓடியாடித் திரியிறான். நாலு வயசு. எளைய பய மூனு வயசு. என் பொண்டாட்டி என்ன செய்வா தெக்க வடக்க தெரியாதவ, மணிதான் எல்லாத்தையும் பாத்திருக்கான். கூடப்பெறந்த தங்கச்சி மாதிரி பாத்திருக்கான். ஊரு என்னென்னமோ பேசியிருக்கு,

கவலையே படல, ஒரு வருஷம் ரெண்டு வருஷம் இல்ல, பத்து வருஷம், எம் பொண்டாட்டியும் எதுவும் சொல்லல, கூடப் பொறந்த தங்கச்சி மாதிரி சுந்தரியைப் பாத்துக்கிட்டான். எந்தச் சாமி புண்ணியமோ என்னைய பத்து வருஷத்தோட வெளிய போனு அனுப்பிட்டான். வந்து பாத்தா ரெண்டு பயகலும் இடுப்பொயரம் வளர்ந்து நிக்காங்க, என்னைய யாரோ மாதிரி பாக்காங்க, மணிகூட மாமா மாமானு கொஞ்சுறாங்க, நான் வெளிய வந்தப் பெறவுதான் கரிமூட்டம் சொந்தமா போடலாம்னு ஒரு யோசனை சொன்னதே அவன்தான், ரெண்டு பேருக்கும் நல்லா மரம்வெட்டத் தெரியும், ஒரு வழியா சொந்தமா கரி மூட்டம் போட்டாச்சு, கையில காசுபுரள ஆரம்பிச்சிருச்சு. எங்க கூட இன்னும் ரெண்டு ஆள வேலைக்குச் சேத்துக்கிட்டோம். இந்த மணிப்பய நல்லா இருந்த பய எப்பிடியோ சாராயம் குடிச்சு பழகிட்டான், மொதல்ல நான்கூட நம்பல, சரின்னு நானும் கெம்பாம இருந்திட்டேன், அளவோட குடிப்பான். ஒரு நாளாவது லிமிட்டத் தாண்டல, வேலை ரெண்டாள் வேலை செய்வான். பத்து நாளா வெட்டிச் சேர்த்த விறகு எல்லாத்தையும் ஒன்னு சேர்த்து மூட்டத்துக்கு அடுக்கியாச்சு, மேல மண் பூசியாச்சு ராத்திரி தீமூட்டனும், தீ மூட்டியாச்சுனா பிணத்தை காவல் காக்கிற மாதிரி மூட்டத்தை சுத்திச் சுத்தி வரணும், புகைமாறி தீ நாக்கு தெரிஞ்சா ஒடனே தீயை அணைச்சு மண்ண வச்சுப் பூசணும், இல்லனா வெறகு பூராவும் எரிஞ்சு சாம்பலாப் போயிரும், ரொம்ப ஜாக்கிரதையா இருக்கணும். எனக்கு அன்னைக்குப் பாக்க ஒரு முக்கியமான சோலி, வெளியில ராத்தங்க வேண்டியதாகிப் போச்சு, மணிதான் ஒத்தையில நிக்கான்.

இதை எப்படியோ என்னோட எதிராளிக நோட்டம் பார்த்து, நேர்ல ஒன்னும் செய்ய முடியல. எப்படியும் பழி வாங்கணும்னு, மணியை கணக்குப் பண்ணிட்டான்'

'அடப் பாவிகளா, மணி என்ன பண்ணுனான், அவனப் போயி கொன்றுக்காங்க'

'கொல்லலண்ணே, அவன்கிட்ட யாரும் கிட்ட நெருங்க முடியாது, துணிச்சலான பய, பேசிப் பேசி கூடயிருந்து சாராயத்த அளவில்லாம குடிக்க வச்சு நிதானமிழக்க வச்சிட்டுப் போய்ட்டாங்க, இவன் தரையில சாஞ்சிட்டான், எந்திரிக்க

முடியல, காலையில பாத்தா எல்லாம் எரிஞ்சு சாம்பலாப் போச்சு, நான் விடியக் கருக்கல்ல போயி பாக்கேன், விருளி அத்துப் போச்சு, சாம்பல வச்சு என்ன செய்ய, ஓ...னு அழுதான், எத்தனை அழுது என்ன பண்ண, போனது போனதுதான், எனக்கு தாங்க முடியாத நஷ்டம். கொஞ்சம் கடனும் வாங்கிப் போட்ருந்தேன். நான் ஒன்னுமே சொல்லல, சாராயம்தான் மணி இதுக்கெல்லாம் காரணம், அத என்னைக்கு விடுவியோ அன்னைக்குத்தான் நீ உருப்படுவே. இவ்வளவுதான் சொல்லியிருக்கேன், ராவோட ராவா பூவரசு மரத்துல தூக்கு மாட்டிச் செத்துப்போய்ட்டான்'

'அட பாவிப் பய கெடுத்தானே'

'பெறகென்ன செய்ய கணேசண்ணே, நான் உள்ள போனப் பெறகு எம் பொண்டாட்டி புள்ளைகள பத்து வருஷம் பாத்தது மாதிரி இப்ப அவனோட ரெண்டு புள்ளைகளையும் பொண்டாட்டி யையும் நான்தான் கவனிச்சிட்டு வாரேன். ஊரு ஆயிரம் வெதமா பேசுது, பொய்யாழிதான் மணியைக் கொன்னுட்டு அவனோட பொண்டாட்டியைச் சேத்துவச்சுக்கிட்டான்னுகூடப் பேசுது. எல்லாத்தையும் கடவுள் பாத்திட்டு இருக்கார்னு நான் இருக்கேன், இங்க தான் அவுக அம்மா அய்யா அண்ணன்மாருக இருக்காங்க, ஒரு பாதுகாப்பா இருக்கட்டுமேனு இங்க வந்து இருக்கா, லட்சுமி எங்கூடப் பிறக்காத தங்கச்சிண்ணே'

பொய்யாழி சொன்னதை எல்லாம் கணேசன் நினைத்துப் பார்த்தான். அவனால் நீண்ட ஒரு பெருமூச்சைத்தான் விட முடிந்தது. இதெல்லாம் விதியில்லாம் வேறென்ன? பொய்யாழி சொன்ன வார்த்தைகள் செவிகளில் ரீங்காரமிட்டன.

'பத்து வருஷமா நான் ஜெயிலுக்குள்ள இருக்கும்போது என்னோட பொண்டாட்டி புள்ளைகளை, கூடப்பொறந்த அண்ணன் மாதிரி கவனிச்சுக்கிட்டான், அதுக்கு பிரதி உபகாரம் மாதிரி என்னோட பொண்டாட்டி புள்ளைகள ஆயுள் முழுக்க நீ கவனினு என் தலையில கட்டிட்டுப் போய்ட்டான், லட்சுமி என்னோட கூடப் பொறக்காத தங்கச்சிண்ணே'

லட்சுமியின் வீட்டுக்குப் போகும்போது போன வழியை விட்டுவிட்டு வேறு வழியே திரும்பிக்கொண்டிருந்தார்கள். பாரதி நகர் பாதை மோசமான பாதை. கூட்டங்கூட்டமாக ஆடு மாடுகளைப் போல் சாலைகளில் சுற்றித் திரியும் நாய்கள்.

வீட்டின் முன்னால் வண்டியை நிறுத்தியபோது நாலைந்து பேர் உட்கார்ந்திருந்தார்கள். ஒருவன் மணிக்கையில் வெள்ளைத் துணியால் சுற்றி கட்டுப் போட்டிருந்தான். அதன்மேல் இரத்தம் கசிந்த அடையாளம். பொய்யாழி பதட்டத்துடன் கேட்டான்.

'என்னடா கையில கட்டு, ரத்தம் வர்ற அளவுக்கு'

'அண்ணே ஒரு கொப்பு பின்னிக்கிட்டு இழுக்க இழுக்க வரல, பலமா சுண்டியிழுத்தேன் பாருங்க, அதோட தூர் வந்து சடார்னு இடிச்சுக் கிழிச்சிருச்ண்ணே'

'கோளாறா வேல பாக்க வேண்டாமாடா, கையுங்காட்டி சரியாப் போச்சு, பட்டுனு கண்ணுல பட்டுட்டா போச்சில்ல'

அனைவருக்கும் சம்பளம் கணக்குப்பார்த்து கொடுத்த பின்னால், கையில் கட்டுப் போட்டிருந்தவனுக்கு நூறு ரூபாய் அதிகமாகக் கொடுத்து ஆஸ்பத்திரிக்குப் போய் ஊசி போடும்படி கேட்டுக்கொண்டான். விறகுகளை மூட்டத்திற்கு அடுக்கப் போனவர்கள் வந்தார்கள்.

'பொய்யாழியண்ணே... அடுக்கி முடிச்சாச்சு, டிராக்டர்காரன் களிமண் இன்னும் கொண்டாரல, நாளைக் காலையில மண்ணு கொண்டாந்து தட்டிட்டா பூசி தீ வச்சிரலாம், கூட ஒரு ஆள் இருந்தா சட்டுப்புட்டுனு வேலையை முடிச்சிரலாம்'

இவர்களின் பேச்சை கவனமாகக் கேட்டுக்கொண்டு மரத்தடியில் உட்கார்ந்திருந்த கணேசன் சொன்னான்.

'பொய்யாழி, நாளைக்கு ஸ்டேசன்ல்ல கையெழுத்துப் போட்டதும், நம்ம ரெண்டு பேரும் வீட்டுக்கு வராம நேரா மூட்டத்துக்குப் போயிருவம், தங்கச்சிய அங்க சோறு கொண்டு வரச் சொல்லியிரு, நாளைக்கே வேலையை முடிச்சிருவம்'

இரவு கணேசனுக்கு தூக்கம் வராமல் புரண்டு கொண்டே இருந்தான். எப்போது கண்ணயர்ந்தான் என்று தெரியவில்லை. ஒரே கூப்பாடும் கூச்சலும். பதறி எழுந்து, தான் கண்ட கனவை நினைத்துப்பார்த்தான் கணேசன்.

தன் தோட்டத்தில் தண்ணீர் பாய்ச்சிக்கொண்டிருக்கிறான். நிலா வெளிச்சத்தில் நன்றாகத் தெரிகிறது நடமாடும் மனித உருவங்கள். மண்வெட்டியை தூர எறிந்துவிட்டு, வேஷ்டியை சுருட்டி வைத்திருந்த இடத்தில் வைத்திருந்த அரிவாளைக் கையில்

எடுக்கிறான். அதற்குள் தன்னைச் சுற்றி வளைத்துவிட்டார்கள். தப்பித்து ஓட வழியில்லை. வெட்டு, குத்து, விடாத, என்று ஒரே கூச்சல். கணேசன் பாய்ந்து ஒருவனை வெட்டுகிறான். அவன் தலை சாய்ந்து தொங்க வாய்க்காலில் சரிகிறான். கணேசனுக்கு எல்லாப் பக்கமிருந்தும் வெட்டு விழ அப்படியே மல்லாக்க சாய்ந்து விழுகிறான், எதிராளிகள் ஓடி விடுகிறார்கள்.

பயந்து எழுந்து உட்கார்ந்த கணேசன் ரொம்ப நேரம் மௌனமாகவே உட்கார்ந்திருந்தான். விடிகாலை நேரத்தில் காண்கின்ற கனவு பலிக்கும் என்று பெரியவர்கள் சொல்வார்கள். நாளை ஜாக்கிரதையாகக் கையெழுத்து போட போக வேண்டுமென்றும், தான் கண்ட கனவைப் பொய்யாழியிடம் சொல்லவா வேண்டாமா என்ற குழப்பத்துடனும் உட்கார்ந்திருந்தான். பொழுது விடிந்து விட்டதற்கான அறிகுறியாக கரிச்சான் குருவி கூப்பிடும் சத்தம் கேட்டது.

காலையில் எழுந்த உடனேயே கணேசனின் முகவாட்டத்தைக் கவனித்துவிட்டான் பொய்யாழி. கணேசன் முகத்தில் ஒருவித பதற்றமும் பரபரப்பும் தென்பட்டதைக் கவனித்தான்.

'என்னணே... முகம் இப்படி வாடிப் போயிருக்கு, தலப்புள்ள சாகக் குடுத்தவன் மாதிரி இருக்கியே என்ன விஷயம், ராத்திரி தூங்குனியா இல்லையா?'

தான் கண்ட கனவைப்பொய்யாழியிடம் விளக்கமாக சொல்லிக் கொண்டிருந்தான் கணேசன். அவன் முகத்தில் பயம் அப்பிக் கிடந்தது. பொய்யாழி எதையும் பெரிதாக எடுத்துக் கொள்ள வில்லை.

'இங்க கேளு கணேசண்ணே... இதெல்லாம் சர்வ சாதாரணம். அதுக்கு மேல நம்ம என்ன செய்ய முடியும் சொல்லு, ரேக்ளா வண்டிக்காரன் உசுரு ஓங்கையால போகனும்னு விதி. அதே மாதிரி யார் யாருக்கு எப்படி சாவுங்கிறத படைச்ச அன்னைக்கே முடிவு செஞ்சு வச்சிருப்பான், நம்மளப் படைச்சவன் அன்னைக்கு எழுதுன எழுத்த அழிச்சு எழுத முடியுமாணே'

'என்னையப் பத்தி கவலப்படல பொய்யாழி, அய்யா ஒத்தையில இருக்காரு, அவருகூட நான் இருந்தா தெம்பா இருப்பாரு'

சினவயல் ✦ 101

'இனி அஞ்சு நாள்தான, அதுக்குப் பெறகு வாய்தாவுக்குத்தான வரணும், மாசத்துக்கு ஒராட்ட இல்லனா ரெண்டு மாசத்துக்கு ஒராட்ட வர வேண்டியதிருக்கும், எதுக்கும் நம்ம கொஞ்சம் எச்சரிக்கையாவே இருக்கணும். ஒரு நேரத்தப் போல ஒரு நேரம் இருக்காது, தூண்டிவிட ஆட்களுக்குப் பஞ்சமே இல்லை'

அவர்கள் இருவரும் வேலாயுதபுரம் வழியாகப் போய்க் கொண்டிருந்தார்கள். சுற்றுப் பாதைதான் என்றாலும் எதிராளியை இலேசாக எடை போட்டுவிட்டு மாட்டிக்கொள்ளக் கூடாது என்பதில் பொய்யாழி தெளிவாக இருந்தான். தண்டவாளத்தை நெருங்கியபோது ரெயில்வே கேட் பூட்டப்பட்டிருந்தது. வாகனங்கள் வரிசை கட்டி நின்றன. வண்டியை நிறுத்திய பொய்யாழி சந்தேகப்படும்படியான ஆட்கள் தென்படுகிறார்களா என்று நோட்டம்விட்டான். கூட்ஸ் ரெயில் தடதடத்துச் சென்றது. இப்படியான கூட்ட நெரிசலை தாக்குதலுக்கான சரியான இடமாக கருதுவார்கள் ரௌடிகள். சாட்சி சொல்ல யாருமே வர மாட்டார்கள். அடையாளம் தெரியாத மனிதர்கள் பொறுப்பேற்க மாட்டார்கள்.

கோர்ட்டை ஒட்டியபடிதான் இருந்தது போலீஸ்டேசன். இன்று வழக்கத்திற்கு மாறாக கூட்டம் கூடியிருந்தது. ஏராளமான துப்பாக்கி ஏந்திய போலீசார் தென்பட்டார்கள். கணேசன் போலீஸ்டேசனுக்குள் போய்விட்டபடியால், பொய்யாழி பெட்டிக் கடையின் முன்னால் நின்றான். பெட்டிக்கடைக்காரர் பொய்யாழியை உற்றுப்பார்த்துக்கொண்டேயிருந்தார். நரைத்த தாடி வளர்த்த வயோதிகர். பொய்யாழியை கையசைத்து கூப்பிட்டார்.

'தம்பி நீங்க சமாதானபுரம்தானே'

'ஆமாய்யா'

'அந்தக் கேஸ்ல ஆயுள் தண்டனையில போனீகளே எப்பிடி வெளியே வந்தீக அப்பீல் போனீகளா'

தான் எப்படி விடுதலை செய்யப்பட்டேன் என்ற விபரத்தை விபரமாகக் கடைக்காரரிடம் சொல்லிக்கொண்டிருந்தான்.

'இப்ப என்ன விஷயமா வாரீக, அடிக்கடி ஒங்கள இங்ஙன பாக்கிறேன், வேற கேஸ் எதுவும் இருக்கா'

பொய்யாழி கணேசன் கதை அனைத்தையும் ஒன்றுவிடாமல் சொல்லித்தான் அவனுக்கு துணையாக வருவதையும் சொன்னான்.

'தம்பி நான் ஒரு விஷயம் ஓங்ககிட்ட சொல்லணும்னுதான் ஓங்கள வெசாரிச்சேன், கவனமா கேளுங்க தம்பி, ரேக்ளா ரேஸ்காரனோட ஆட்க ஓங்கள நோட்டம் பாக்காங்க, நேத்து என்கிட்டயே வெசாரிச்சாங்க, ஜாக்கிரதையாவும் எச்சரிக்கை யாவும் இருங்க, ஏம்னா போலீஸ்காரங்களே ரூட் போட்டுக் குடுப்பான், நம்மகிட்ட தங்கமா பேசுவான்'

வெளியே வந்த கணேசனை வண்டியில் ஏற்றிக் கொண்டு சிட்டாகப் பறந்தான் பொய்யாழி. போவது எந்தப் பாதையென்றே தெரியவில்லை கணேசனுக்கு. பனங்குட்டிகளும் கற்றாலைப் புதர்களும் நிறைந்திருந்த அவ்விடத்தில் நார் உரிக்கும் வேலை செய்யும் ஒரு கூட்டம் முகாமிட்டிருந்தது. இரண்டு மூன்று தொட்டில்கள் தொங்கிக்கொண்டிருக்க, ஆண்களும் பெண்களும் கால் நீட்டி உட்கார்ந்துகொண்டு பல்வரிசையைப் போல் நீட்டிக் கொண்டிருந்த ஒரு கருவியில் கற்றாலை மடல்களை சொருவி சொருவி இழுத்துக்கொண்டிருந்தார்கள். வெள்ளை வெளேரென்று குவிந்து கிடந்தன கற்றாலை நார்கள்.

கரிமூட்டத்தின் அருகில் வண்டியை நிறுத்திய பொய்யாழி டம்ளர் நிறைய்ய தண்ணீரைக் குடித்துத் தன்னை ஆசுவாசப் படுத்திக் கொண்டான். பெட்டிக்கடைக்காரர் சொன்ன அத்தனை விஷயங்களையும் ஒன்று விடாமல் சொல்லச் சொல்ல கணேசன் ஆச்சரியமாகவும் மௌனமாகவும் கேட்டுக்கொண்டிருந்தான். இன்னும் கையெழுத்துப்போட கோர்ட் சொன்ன நிபந்தனை யின்படி மூன்றே மூன்று நாட்கள்தான் இருக்கின்றன. இந்த மூன்று நாட்களும் எதிராளியை எப்படி சமாளிப்பது என்பதைப் பற்றியே சிந்தித்துக்கொண்டிருந்தான்.

'கணேசண்ணே... இனிமே மெத்தனமா இருக்கக் கூடாது, அரிவாள் மட்டும் நம்மளக் காப்பாத்தாது'

'வேற என்ன செய்ய, துப்பாக்கிக்கு எங்க போக'

கணேசனை வீட்டுக்குள் பாதுகாப்பாக இருக்கச் சொல்லிவிட்டு பொய்யாழி எங்கேயோ போய்விட்டு இரவு வெகுநேரம் கழித்து சாமம் போல் வந்துசேர்ந்தான். மறுநாள் வேலையாட்கள்

மூன்று பேரையும் உடன் கூட்டிக்கொண்டான். கணேசனைப் பயப்படாமல் இருக்கச் சொல்லி தைரியம் சொல்லிவிட்டு, பெரிய பையைத் திறந்து காட்டினான். பை நிறைய நெல்லுமிகள், அந்த நெல் உமிகளுக்குள் ஏழெட்டு நாட்டு வெடிகுண்டுகள். பார்த்ததும் கணேசன் பதறிப் போனான். உடன்வந்த மற்ற மூன்று வேலையாட்களை யாரோ மாதிரி தனித்தனியாக நிற்கும்படி நிற்க வைத்துவிட்டு, பொய்யாழி பெட்டிக்கடைக் காரனிடம் சொல்லி அன்றைக்கு வந்து விசாரித்தவர்கள் வந்தால் சைகை காட்டும்படி சொல்லிவிட்டுத் தனியாக நின்றான். கூட்டம் கூடக் கூட பயமும் அதிகரித்துக் கொண்டே போனது. கணேசன் கையெழுத்துப் போட்டுவிட்டு வேகமாக வந்தான். ஐயப்ப சாமிக்கு மாலை போட்டு தாடி வளர்க்கும் ஒரு சப் இன்ஸ்பெக்டர் சொன்னதை பொய்யாழியிடம் சொன்னான்.

'டேய்... கணேசா இன்னும் ரெண்டு நாள்தான் கையெழுத்து போடணும், நெலம ஒன்னும் சரியில்லடே, ரெண்டு நாளைக்கு போட வேண்டிய கையெழுத்த இன்னக்கே சேர்த்து போட்டுட்டுப் போ. ஒன்னைய தீர்த்துக்கட்ட அலையிறதாக சி.ஐ.டி. ரிப்போர்ட் வந்திருக்கு. ஊருல போயி ஜாக்கிரதையா இருந்துக்கோ, ஐயப்பனை சொமந்துக்கிட்டு இருக்கேன், சொல்லக்கூடாது. ஆனால் சொல்லிட்டேன்'

தன்னைச் சுற்றி மரணம் நெருங்கி வருவதை உணர்ந்து கொண்டான் கணேசன். ஐயப்பசாமிக்கு மாலையணிந்த சப் இன்ஸ்பெக்டர் தன்னிடம் சொன்னதை அடிக்கடி நினைத்துப் பார்த்தான். ஸ்டேசனில் நடந்த அனைத்து விஷயங்களையும் பொய்யாழியிடம் விளக்கமாகச் சொல்லிக்கொண்டிருந்தான். கணேசனின் முகத்தில் கவலையும் பயமும் பீதியும் தென்பட்டதைப் பொய்யாழி உணர்ந்துகொண்டான்.

'இங்க கேளுண்ணே... சாவுக்குப் பயந்தா வாழவே முடியாது. ஆறிலும் சாவு நூறிலும் சாவு, பெறந்த எல்லாருக்கும் என்னைக் கிருந்தாலும் ஒருநாள் சாவு வரத்தானே போகுது, கழுதை அது வன் சாவு செத்தா என்ன, தன் சாவு செத்தா என்ன?'

'சாகிறதப் பத்தி கவலையில்ல பொய்யாழி, நான் வீட்டுக்கு ஒரே பிள்ளை, வயசான அய்யா அம்மா ஒன்னு, அதுபோக இப்ப என்னைய நம்பி கழுத்த நீட்டிக் கல்யாணம் பண்ணப் போற

பொண்ணு, இதுகள நெனச்சாத்தான் கொஞ்சம் கவலை'

'அந்தந்த நேரத்துக்கு அததுக தங்களக் காப்பாத்திக்கிற வழியைத் தேடிக் கண்டுபிடிச்சுக்கிருவாங்க, அதுதான் விதி, அதே மாதிரி உன்னோட உசுரு யார் கையால எப்பிடிப் போகனும்னு கடவுள் படைச்ச அன்னைக்கே எழுதி வச்சிருப்பான், அத மாத்த யாராலயும் முடியாது, அதனால தைரியமா ஊருக்குப் போயி அய்யா அம்மாகூட இரு, எச்சரிக்கையா மட்டும் இருந்துக்கோ, அப்பிடி ஒரு நெலம வரும்போது நீ மட்டும் ஒத்தையில சாகாத, எப்பிடியும் ஒன்னு ரெண்ட தீட்டிட்டு செத்துப்போ'

பொய்யாழியின் வார்த்தைகள் கணேசனுக்கு கொஞ்சம் தெம்பைக் கொடுத்தது. வயதில் இளையவனாக இருந்தாலும் கூட அவனும் நம்மைப்போல் உள்ள சூழலில்தான் வாழ்கிறான். அனுபவங்களைச் சுமந்து வாழ்பவன். இன்னும் கையெழுத்துப் போட மூன்று நாட்கள் இருக்கிறது என்று அய்யா இருப்பார். பொய்யாழி தான் உடன் ஊருக்கு வருகிறேன் என்று சொன்ன படியால் அய்யாவுக்கு தகவல் சொல்லவில்லை. இருவரும் கணேசனின் ஊருக்குப் போக புறப்பட்டுக்கொண்டிருந்தார்கள். வண்டியில் போவது அவ்வளவு பாதுகாப்பில்லை, வரும்போது தனியாக ஒத்தாளாக வர வேண்டும். ஆகவே பஸ்ஸில் போவது தான் நல்லது என்று பேசிப் புறப்பட்டார்கள்.

அவர்கள் இருவரும் சாத்தூர் போய் பஸ்ஸை விட்டு இறங்கும் போது அங்கே மினுத்தாள் இருப்பாள் என்று நினைத்திருக்க மாட்டான் கணேசன். பார்த்த மாத்திரத்தில் ஆவலுடன் வேகமாக வந்து கணேசன் முன்னால் நின்றாள். அவள் கன்னங்களில் கண்ணீர் வடிந்து கொண்டிருந்தது. கணேசனின் இரு கைகளையும் பிடித்து தூக்கித் தன் கண்களில் ஒற்றிக் கொண்டாள். பொது வெளியில் நிற்கிறோமே, கணேசனுடன் ஒரு ஆள் இருக்கிறதே என்று இம்மிகூட கவலைப்படவில்லை. 'காதலுக்கு கண்ணில்லையோ' மினுத்தாள் உடல் மெலிந்து முகக்கலையிழந்து பரிதாபமாக இருந்தாள்.

'என்ன... கணேசா எப்பிடியிருக்க'

'... ... ...'

'ஆளு இப்பிடி மெலிஞ்சு போயிட்டியே, யார் வீட்லயோ தங்கி

நெத்தம் போலீஸ்ல கையெழுத்துப் போடுறதாகக் கேள்விப் பட்டேன். எடந்தெரிஞ்சா வந்திருப்பேன்'

'நீ எதுக்கு இப்படி கோட்டிக்காரி மாதிரி இருக்கே'

'மாதிரி என்ன மாதிரி அதுதான் கோட்டி புடிக்க வச்சிட்டியே பெறகென்ன, கோட்டிக்காரியேதான்'

இருவருடைய உரையாடல்களையும் பக்கத்தில் நின்று கவனித்துக் கொண்டிருந்தான் பொய்யாழி.

'நீ ஜெயிலுக்குப் போனதிலிருந்து சரியான சாப்பாடில்ல, ராத் தூக்கம் சுத்தமா போச்சு, சும்மா பேருக்கு அலையிறேன். கல்யாணம்னு கேள்விப்பட்டேன் கணேசா, நல்லாயிரு, கொஞ்சம் காடுகரைகள அய்யா வித்துட்டாருனு கேள்விப்பட்டேன். கொஞ்சம் சங்கிலி இருக்கு செலவுக்கு ரூபா இல்லனா வாங்கிக்கோ, வேற ஒன்னும் என்கிட்ட இல்ல, கல்யாணத்துக்கு பத்திரிக்கை வச்சாலும் வைக்கலனாலும் ஒரு ஓரமா நின்னு பாத்திட்டு வருவேன், இனிமேவாது கோவப்படாம இருந்து குடும்பத்த காப்பாத்து, பாவம் ஒரு பொண்ணு ஒன்னய நம்பி வாரா'

மினுத்தாள் போவதையே பார்த்துக்கொண்டு நின்றார்கள் கணேசனும் பொய்யாழியும். அவள் கையில் டாக்டர் எழுதிக் கொடுத்த மருந்து சீட் இருந்ததை கணேசன் கவனித்தான். ஆளே மாறிப்போனாள் மினுத்தாள்.

'கணேசண்ணே... நம்ம சொந்தமா?'

'... ... ...'

'ரொம்பச் சொந்தம்' பெருமூச்சுடன் சொன்னான்.

சொல்லாமல் கொள்ளாமல் கணேசனும் பொய்யாழியும் வீட்டு வாசலில் வந்து நிற்பதைப் பார்த்ததும் வேலு பதறிப்போனார். கையெழுத்துப் போடுவது இன்னும் இரண்டு நாட்கள் இருப்பது அவருக்குத் தெரியும். போலீஸ்டேசனில் ஐயப்பசாமிக்கு மாலை போட்டிருக்கும் சப் இன்ஸ்பெக்டர் சொன்ன விஷயத்தையும் முன்கூட்டியே இரண்டு நாள் கையெழுத்தைப் போட்டுவிட்டு போகும்படி சொன்னதையும் கணேசன் சொன்னவுடன் கணேசனின் அம்மாவும் அய்யாவும் பீதியுடன் பார்த்தார்கள். இருவருடைய முகமும் சுருங்கிப் போயிற்று. எதிராளி பதிலுக்குக் கொலை செய்ய வெறியுடன் அலைகிறான் என்பது உறுதியாயிற்று.

எந்த நேரத்தில் எதுவும் நடக்கலாம். ஒரு நீண்ட மௌனத்தைப் பொய்யாழிதான் கலைத்தான்.

‘அப்பா நான் சொல்றதைக் கேளுங்க, பாதி காட்டையும் தோட்டத்தையும் வித்தாச்சு, மீதி நிலம் வெவசாயம் பண்ணாம வேலிக் கருவை மொளச்சு தரிசாக் கெடக்கு, பேசாம ஒரு ரெண்டு மூனு வருஷம் எங்க ஊர்ல வந்து என்கூட இருங்கப்பா, பெறகு பாத்துக்கிருவம்’

‘ஊருல என்ன பேசுவான், பயந்தாங்கொள்ளிப் பயக உசுருக்குப் பயந்து வீடு காடு கரையப் பூராத்தையும் விட்டுட்டு ஓடிட்டான்னு கேவலமா பேசுவாங்க’

‘செத்தாலும் இங்னயே சாவமே ஒழிய ஊரவிட்டு ஓட மாட்டோம் பொய்யாழி’

‘கணேசண்ணே... வீரமும் வைராக்கியமும் இருந்தா மட்டும் போதாது, ஒரு நெளிவு சுளிவு இல்லனா, நம்மகிட்ட எம்புட்டு வீரம் இருந்தாலும் பிரயோஜனமில்ல’

‘இங்க கேளு பொய்யாழி மொதல்ல கல்யாணத்த முடிப்போம், பின்னால என்ன செய்யலாம்னு ஒரு முடிவு பண்ணுவோம்’

பொய்யாழி ஊருக்குப் புறப்படத் தயாரானான். பைக் கூட்டுக்குள் நெல் உமிக்குள் புதைத்து வைத்திருந்த நாட்டு வெடி குண்டுகளைப் பார்த்ததும் வேலுவும் கணேசன் அம்மாவும் பயந்து போனார்கள்.

‘எதிராளி நம்மளக் கொல்ல முடிவு பண்ணிட்டாம்னா நம்ம சுதாரிச்சுக்கிரணும் இல்லனா சாகவேண்டியதான், நெல் உமிக்குள்ள இருக்கிற வரைக்கு கதகதப்பா அது பாட்ல இருக்கும், ஆபத்துனு தெரிஞ்சா உருண்டைய கையில எடுத்துரு, தாமதிக்காத’

எவ்வித பயமோ பதட்டமோ இன்றி, புறப்பட்டுப் போகும் பொய்யாழியை மூன்று பேரும் வெகு நேரம் கண் மறையும் வரை பார்த்துக்கொண்டே நின்றார்கள்.

‘யாரு பெத்த பிள்ளையோ நமக்கு கடவுளாப் பாத்து பொய்யாழியை குடுத்திருக்காரு, சோறு யாரும் போட்ரலாம் ஆனா உசுருக்கு பயப்படாம அடைக்கலமும் கொடுத்து ஒரு மாசமா பாதுகாப்பா போலீஸ்டேசனுக்கும் அலஞ்சு இந்தக் காலத்துல கூடப் பெறந்த அண்ணன் தம்பிககூட இப்பிடி உதவமாட்டான்’

'குடுத்துவிட ஒன்னுமில்ல, தம்பி வெறுங்கைய வீசிட்டுப் போகுது, காடும் தரிசு, தோட்டமும் தரிசு'

முனியம்மாள் பெருமூச்சுவிட்டாள். வீட்டுக்குள் இருக்கும் இரண்டு குலுக்கைகளும் எப்போதும் நிறைசூலியாய் நிறைந்து நிற்கும். தானியங்கள் இல்லாத வெற்றுக் குலுக்கைகள், பிள்ளைப் பேறுகள் அற்ற மலடிகளாய். பூசணிக்காயும், சுரைக்காயும், பீர்க்கங்காயும் எப்போது வேண்டுமானாலும் பிடுங்கிக் கொள்ளலாம். பாசிப்பயறும், தட்டப்பயிறும், மொச்சையும், உளுந்தும் கடைகளில் போய் வாங்கும்போது முனியம்மாளுக்குக் கண்ணீர் முட்டிக்கொண்டுவரும். சிறுவாட்டுப் பணம் எப்போதும் முனியம்மாளின் சுருக்குப் பையில் இருக்கும். ஆமணக்கு முத்தும் மிளகாய் வத்தலில் குத்தல் விழுந்த சண்டு வத்தலும் விற்று கொள்வாள். பருத்தி மடிமடியாக வெடித்து, பூத்துச் சிரிக்கும். சில சமயம் ஆள் கிடைக்காத போது கணேசனும் வேலுவும் பொம்பளைகளைப் போல மடிகூட்டி பருத்தி எடுத்ததை நினைத்துப் பார்த்தாள். வளர்ப்பு கோழிகளும் வெள்ளாடுகளும் இல்லாததால் பெருச்சாளிகள் தோண்டிப் போட்ட பொந்துகளைப் பார்க்கும் போதெல்லாம் கண்ணீரை அடக்கிக்கொண்டாள். தொழுவத்தில் மூலையில் கிடக்கும் விவசாயக் கருவிகளில் கரையான் அரித்திருந்ததை பார்த்தபோது அழுகையை அவளால் அடக்க முடியவில்லை. இரண்டு ஆட்கள் செய்யும் வேலையை ஒத்தாளாக செய்யும் தன் புருஷன் அரை உசுராய் மெலிந்து போனதையும் ராத்திரியில் வெளியே சறுக் என்று சத்தம் கேட்டாலே பதறி எழுந்து பார்ப்பதையும் நினைத்துப்பார்த்தாள். மகன் இங்கே வந்துவிட்டதால், பயம் இன்னும் அதிகரித்தது.

தரிசாகக் கிடக்கும் தோட்டங்களைப் பார்த்தபடியே கிணற்றுச் சுவரில் மூன்று பேரும் உட்கார்ந்து பேசிக்கொண்டிருந்தார்கள். முனியம்மாள் அழுகையைக் கட்டுப்படுத்த முடியவில்லை. வேலு கோபப்பட்டார்.

'இங்க கேளு முனியம்மா, அழுகாம இருக்கிறதா இருந்தா இரு, இல்ல ஒங்கப்பன் வீட்ல போயிப் பாதுகாப்பா இருந்துக்கோ, நாங்க ரெண்டு பேரும் வேணும்னா வெட்டுப்பட்டு சாகிறோம்.'

'சாகிறதுக்குப் பயப்படுறவ இந்த முனியம்மா இல்ல தெரிஞ்சுக்கோ வார பயக வரட்டும், உசுருக்குப் பயந்து அழல,

எப்பிடியிருந்த தோட்டம் காடு என்னேரமும் பச்சைப் பசேல்னு, இன்னைக்கு இப்பிடி தரிசாக் கெடக்கே, வெங்காயம்கூட கடையில வாங்க வேண்டிய நெலம வந்திருச்சேனு அழுகுறேன்'

'அதையே ஓயாம நெனச்சுக்கிட்டு இருந்தா எப்பிடி முனியம்மா, கழுத அரிசியாவுது இல்ல தவிடாகுது, அதுக்காக ஊரவிட்டு ஓடியிற முடியுமா? பயந்தாங்கொள்ளிப் பயகனு காரித்துப்புவான், நம்மள நாய்கூட மதிக்காது, ரெண்டுல ஒன்னு, பொய்யாழி சொன்னது மாதிரி நெலம ஒன்னும் சரியில்லனு தெரிஞ்சா நீ முந்திரு.'

19

பப்பரப்பாள் என்று பரந்து கிடந்த தரிசில் பறந்துபோன ஒரு விட்டிலை, குதித்து குதித்து விரட்டி கொத்திய ஜோடி மைனாக் களை உற்றுப் பார்த்துக்கொண்டிருந்தான் கணேசன். தானும் மினுத்தாளும் வளர்ந்து நின்ற சோளத்திற்குள் படுத்து ஊடாடிய இடம் இன்று வெட்ட வெளியாக கிடப்பதையும், ஒரு திருடியைப் போல் உள்நுழைந்து அரவமில்லாமல் களவாடிவிட்டு, திருடியைப் போல் வெளியேறிப் போகும் மினுத்தாளை நினைத்துக் கொண்டான். கிணற்றில் தண்ணீர் இறைக்காதபடியால் வெள்ளிக் குருத்தாய் மின்னும் தண்ணீர், அழுக்கேறிக் கறுப்பு நிறமாய் கிடப்பதையும் எட்டிப்பார்த்தான். குறிப்பிட்ட பருவத்தில் பனங்காய்களை வெட்டாததால், தோட்டத்தின் ஓடையோர வரிசைப் பனைகளில் கல்நுங்காக முற்றித் தொங்கும் பனங் குலைக்ளையே உற்றுப்பார்த்தான். பனைவோலைகளில் சரம்சரமாகத் தொங்கும் தூக்கணாங்குருவிகளின் கூடுகளையும் சோளப் பயிர்களின் தோகைகளை கூடுகள் கட்ட உரித்து எடுத்துக் கொண்டுவரும் அந்தக் காட்சியையும் நினைத்துப் பார்த்தான் கணேசன்.

இனிமேலும் தாமதிக்கக் கூடாது என்று கல்யாண வேளைகளில் இறங்கிவிட்டார் வேலு. ஒரு நொடிப் பொழுதில் மாறிவிடக் கூடியது மனிதர்களின் மனசு. பெண்வீட்டார் மனசு மாறிவிட்டால், கொலைகாரனுக்கு, கொலைக் குற்ற வழக்கு விசாரணையில்

இருப்பவனுக்கு, யாரும் பெண் கொடுக்கமாட்டார்கள் என்று பயப்பட்டார். ஆகவே பரிசம் போட்டு பூ வைத்துவிட்டால், பாதி கல்யாணம் முடிந்தது மாதிரிதான் என நினைத்து அதற்கான வேலைகளைத் தொடர்ந்தார். நாள் குறிப்பதற்காக ஒரு நல்ல ஜோஸ்யர் தேடியபோது எல்லோரும் சொன்னது கீழ்நாட்டுக் குறிச்சி ஐயரைத்தான்.

வேலுவும் முனியம்மாளும் ஐயரின் வீட்டு முன்னால் நின்ற போது ஏற்கனவே நாலைந்து பேர் முன்னால் உட்கார்ந் திருந்தார்கள். ஐயரின் முன்னால் பவ்யமாக உட்கார்ந்திருந்தவர்கள் அவர் சொல்வதற்கெல்லாம் மௌனமாகத் தலையாட்டிக் கொண்டிருந்தார்கள். எல்லோருக்கும் ஜாதகம் பார்த்து முடித்து தங்கள் முறை வந்தபோது மத்தியானம் ஆகிவிட்டது. சோகத்தில் அப்பிக் கிடந்த இருவரது முகங்களையும் உற்றுப்பார்த்தார் ஐயர். சாத்திர சம்பிரதாயங்களை முடித்துவிட்டு, கணேசனின் ஜாதகத்தை கையில் எடுத்தார். எதிரில் இருந்த பேப்பரில் ஏதேதோ எழுதி எழுதி கணக்குப் போட்டார். இலேசாக முணு முணுத்தார்.

'மணமாலைக்கு பூ பூத்திரிச்சு, முடிச்சிர வேண்டியதான்'

'இந்த மாசத்திலயே ஒரு நல்ல நாள் குறிங்க சாமி'

'நாள் குறிச்சிரலாம் ஆனா ஒன்னப் புடிச்சு ஆட்டுற பீடை வெலக இன்னும் வெகு காலமாகுமேப்பா'

'ஆமா சாமி, இல்லாத பொல்லாத பழியெல்லாம் வந்து சேருது, ரொம்ப நொம்பளப்படுறேன் சாமி, ஏதாவது பரிகாரம் இருந்தா சொல்லுங்க சாமி, செஞ்சிரேன்'

'ஜென்மப் பாவத்துக்கு பரிகாரம் கெடையாது, அனுபவிச்சுத் தான் ஆகணும், கழுத வெனையை கழுததான் சொமக்கணும், வேற யாரும் சொமக்க முடியாது'

'தை மாதம் பதினெட்டாம் தேதி வளர்பிறை ஆரம்பிக்குது, அதுக்குப் பிறகு ஒனக்குத் தோதான ஒரு நாள்ல பரிசம் போட்டு கல்யாணம் எப்பங்கிறத வேணும்னா இப்ப குறிச்சுத் தாரேன் வாங்கிட்டுப் போ, ஆனா, ஐயரு இப்பிடி சொல்றாரேனு வருத்தப்படக்கூடாது, கல்யாணம் ஜாம்ஜாம்னு முடியும், பேரன் பேத்தியப் பாக்க ஒனக்கு நீதமில்ல, ஜாதகம் அப்படித்தான் சொல்லுது'

ஐயர் எழுதிக் கொடுத்த தாளை பத்திரமாக மடித்துவைத்துக் கொண்டு இருவரும் சோகத்துடன் நடந்துகொண்டிருந்தார்கள். ஒற்றையடிப் பாதையின் ஊடாக வரும்போது விளைந்து நின்ற வெள்ளாமைகளைப் பார்த்து முனியம்மாள் ஆதங்கப்பட்டாள். தங்கள் காடுகள் தரிசாகக் கிடப்பதை நினைத்துக்கொண்டாள். இருவரும் ரொம்ப நேரம் ஒன்றுமே பேசிக்கொள்ளவில்லை. பொழுது இறங்கிக்கொண்டிருந்தது. காடுகளில் வேலை செய்துகொண்டிருந்தவர்கள் இருவரையும் யாரோ வேற்றாள் போகிறதென்று ஆச்சரியமாய் பார்த்தார்கள். தைமாசம் தடவு பருத்தி, மாசி மாசம் மடிப்பருத்தி என்பது சொலவடை. தைமாசப் பருத்தி அங்கொன்றும் இங்கொன்றுமாக வெடித்திருந்த சுளைகள் துணிப்பாய்த் தெரிந்தன.

'இங்கே கேளு முனியம்மா ஐயர் சொன்னத கணேசன்கிட்ட சொல்லாத நான் சாகப் போறதும் வாழப் போறதும் ஐயர் சொல்லியா நடக்கப் போகுது. ஜாதகம் நல்லாயிருக்கு கல்யாணத்த முடிக்கலாம்னு ஐயர் சொல்லிட்டாருனு சொல்லு'

முனியம்மாள் பதில் ஒன்றும் பேசவில்லை. பல பேர் சொல்லக் கேட்டிருக்கிறாள், ஐயர் சொன்னது பலிக்கும் என்று. அவள் நடைபிணமாக நடந்துகொண்டிருந்தாள். இருவரும் வீட்டுக்குள் நுழைந்தபோது கணேசனைக் காணவில்லை. முற்றம் தெளிக்காமல் விளக்குப் பொருத்தாமல் இந்நேரம் எங்கே போயிருப்பான் என்று நினைத்துக்கொண்டே முற்றத்திற்கு வந்தாள் முனியம்மாள். கிழக்கேயிருந்து வேகமாக சைக்கிளில் வந்துகொண்டிருந்தான் கணேசன்.

'சைக்கிள் பஞ்சராப் போச்சு, உருட்டிக்கிட்டே போயி பஞ்சர் ஒட்டிட்டு வாரேன், பொழுதடஞ்சு போச்சு'

'நேரங்கெட்ட நேரத்துல ஒத்தை சந்தையில வெளிய போகாதேனு சொன்னா கேக்க மாட்டேங்கியே'

'சட்டுப்புட்டுனு திரும்பியிறலாம்னுதான் போனேன் கொஞ்சம் சோம்பிப் போச்சு'

'நல்ல நேரத்துக்கு ஒன்னுமில்ல, கெட்ட நேரத்துக்கு என்ன செய்ய முடியும், எமன் பழி சொமக்கமாட்டான், நம்ம மேலதான் பழியைப் போடுவான்'

'நல்ல பேச்சப் பேசுங்கய்யா, விளக்கேத்துற நேரத்துல போயி பழி எமன்னு பேசிக்கிட்டு.'

20

முதலில் மறுத்தாலும் பின்னர் லட்சுமி சந்தோஷத்துடன் சம்மதித்தாள்.

'இங்க கேளுண்ணே பரிசப் பெட்டி தூக்குறதுனா அதுக்குனு சில சாத்திர சம்பிரதாயங்கள் இருக்கு, எதுக்குமே ஒரு வரைமொறை வேணுமில்ல, கல்யாணக் காரியம்ங்கிறது ஒரு நல்ல காரியம், பரிசப் பெட்டி கொண்டுபோக ஒரு சொமங்கலியத்தான் தேடுவாங்க, நான் புருஷன் இல்லாத அறுதலி, ஊரு ஒலகம் என்ன பேசும், கொஞ்சமாவது ஞாயம் இருக்காண்ணே'

'இங்க கேளு லட்சுமி நீ சொல்றதெல்லாம் வாஸ்த்தவம் தான் இல்லேங்கல, கணேசனுக்குகூடப் பொறந்த அக்காள் தங்கச்சி யாருமில்ல, அக்காள் தங்கச்சி ஒறவு மொறைகாரிக தான் பரிசப் பெட்டி சொமக்கணும், கணேசனும் அவனோட அம்மாவும் அய்யாவும் சரினு சொல்லும்போது ஒனக்கென்ன'

பொய்யாழியண்ணன் சொல்லச் சொல்ல அமைதியாக கேட்டுக் கொண்டிருந்தாள் லட்சுமி. கணேசனை தன் உடன் பிறந்த இரண்டாவது அண்ணனாக ஏற்றுக்கொண்டது அவளது மனசு. தன் புருஷன் இறந்த வருஷத்தை மனசுக்குள் கணக்குப் பார்த்தாள். பொட்டு வைக்காமல், பூ வைக்காமல், நல்ல சேலை துணிமணி உடுத்தாமல் அலங்காரம் என்றால் என்னவென்று தெரியாமல் வாழ்ந்த இத்தனையாண்டு வாழ்க்கையை எண்ணிப்பார்த்தாள். பெண்ணுக்கு எடுத்த பரிசச்சேலை மாதிரியே, பரிசப்பெட்டி சுமக்கும் தங்கச்சி லட்சுமிக்கும் பட்டுசேலை எடுத்திருந்தார்கள். லட்சுமிக்கு சந்தோஷம் தாங்கவில்லை. பட்டுச்சேலை சரசரக்க கொண்டை நிறைய்ய மல்லிகைச் சரம் தொங்க, அவள் முன்னால் நடக்கப் பெண்கள் தட்டேந்திக் கூட்டமாக வந்துகொண்டிருந்தனர். நிலமையின் தீவிரத்தை உணர்ந்து பொய்யாழி தன்னிடம் விறகு வெட்டும் வேலை செய்யும் ஐந்தாறு பேர்களையும் உடன் கூட்டிவந்திருந்தான். எதிராளியின் சந்தோஷ நகர்வுகள்

எதிராளியின் கோபத்தை தூண்டி நிதானத்தை இழக்கச் செய்யும் என்பது தானே விதி. பழி வாங்கல் என்பது ஒருவித நேமிக்கத்தை நிறைவேற்றி சந்தோஷமடைவதுதானே. வீட்டுக்குள் பரிசம் போடுகிற சடங்குகள் நடந்துகொண்டிருந்த போதுகூட பொய்யாழி வெளியில் நின்று கண்காணித்துக்கொண்டிருந்தான். நாட்டு வெடிகுண்டுகள் நம்மிடம் மட்டும்தானா இருக்கின்றன? எதிராளிகளிடமும் இருக்குமல்லவா?

பரிசம் போட்டு கல்யாணத்திற்கான நாள் குறித்து வீடு திரும்பிய முனியம்மாளும் வேலுவும் சந்தோஷமாக நடமாடினார்கள். சோகங்களினாலும் கஷ்டங்களினாலும், கொலைப்பழி களினாலும், தரித்திரியங்களாலும் அனுபவித்த கஷ்டங்கள் மாறி நம் வீட்டில் ஒரு நல்ல காரியம் நடக்கப் போகிறது என்கிற சந்தோஷம், எல்லாக் கவலைகளையும் மறக்கடித்துவிட்டது. பட்டுச் சேலையை அவிழ்க்கும்போது லட்சுமி தன் உடலைத் தானாகவே பலமுறை பார்த்துக்கொண்டாள். பல வருடங்களாக வலுக்கட்டாயமாக அமுக்கி வைக்கப்பட்டிருந்த இயற்கை உணர்வுகள் மேலேறி உடல் முழுவதும் ஊர்ந்து வருவதை உணர்ந்து கொண்டாள். பல்லாண்டுகளாகப் பூக்களின் வாசனையை மறந்திருந்த நாசி, மல்லிகைப் பூவின் வாசத்தை உள்ளிழுத்தபோது உடம்பு சிலிர்த்ததையும் உள்ளுக்குள் ஏதோ ஒரு உணர்வு குதியாளம் போட்டு நடனமாடியதையும் உணர்ந்தாள். பட்டுச் சேலையின் சரசரப்பும் மல்லிகைப் பூவின் நறுமணமும் புதைந்து போன நிராசைகளைத் தூண்டித் திறக்கும் திறவுகோல்களா?

அன்று இரவு லட்சுமிக்கு தூக்கம் வரவில்லை. படுத்த வுடனேயே தூங்கிப் போகும் லட்சுமி இன்று புரண்டு புரண்டு படுத்தும் தூக்கமில்லாமல் விழித்திருந்தாள். எங்கேயோ ஒரு ஒற்றைப் பறவையின் விகார ஒலி கேட்டது. தினமும் கேட்கும் ஆந்தையின் அலறல் விட்டுவிட்டுக் கேட்டுக் கொண்டிருந்தது. அவள் ரொம்ப நேரங்கழித்து கண்ணயர்ந்த போது தன் புருஷன் மணிகண்டன் வந்தான். இருவரும் நடுக் காட்டுக்குள் கருவேல மரத்தடியில் உட்கார்ந்து கஞ்சிக் குடிக்கிறார்கள். இருவரும் மாறிமாறி கஞ்சியை ஊட்டிவிட்டுக்கொள்கிறார்கள். எதிரே இருக்கிற ஒற்றைப் பனையில் உட்கார்ந்திருக்கிற பருந்து ஒன்று வித்தியாசமான ஒலியை ஓயாமல் எழுப்பிக்கொண்டே

இருக்கிறது. எங்கிருந்தோ பறந்துவந்த ஆண்பருந்து மேலே வட்ட மிடுவதைப் பார்த்தவுடன் தன் இறக்கைகள் இரண்டையும் பக்கவாட்டில் அகல விரிக்க, ஆண் பருந்து அதன் மேல் மெதுவாக அமர்ந்து புணர்கிறது. லட்சுமியும் மணிகண்டனும் எழுந்தபோது மணிகண்டன் தலையில் நிறைய்ய மஞ்சள்நிற கருவேலம் பூக்களும் லட்சுமியின் தலையில் ஒன்றிரெண்டு பூக்களும் கிடந்தன. லட்சுமி பதறி எழுந்தாள். மணியைக் காணவில்லை.

ஒவ்வொருவரும் தனக்கென நிர்ணயிக்கப்பட்ட மரணத்தை நினைக்காமல் வாழ்கின்றபோது எதிரிகளால் உருவாக்கப்படும் மரணத்தை நினைத்து வருந்தாமல் இருக்க முடிவதில்லை. அப்படியான சூழல்களில் நம்மை வழிநடத்துவது வைராக்கியங் களும் துணிச்சலும்தான். கணேசனும் வேலுவும் கல்யாண வேலைகளில் மும்முரமாக அலைந்தார்கள். எங்கே போனாலும் இருவரும் ஒன்றாகவே போய்வந்தார்கள். பொய்யாழியும் அப்போதைக்கப்போது வந்துபோய்க் கொண்டிருந்தான். கல்யாணப் பத்திரிக்கை வைத்துவிட்டு சாயங்காலம் வீடு திரும்பிய கணேசன் பதறிப் போனான். தன் வீட்டைச் சுற்றிலும் ஏராளமான போலீஸ், சுற்றிலும் கூடிநிற்கும் ஜனங்கள்.

சுற்றிநின்ற போலீஸ் அதிகாரிகளுடன் வேலு ஏதோ பேசிக் கொண்டிருந்தார். கணேசனைக் கண்டதும் போலீஸ் கூட்டம் கணேசனை சுற்றிவளைத்தது.

'உன் பேர்தான் கணேசனாவே'

'ஆமா சார்'

'இவரோட மகன்தான'

'ஆமா சார்'

'எங்க போய்ட்டு பொழுதடஞ்சு வார'

'சார்... எனக்கு கல்யாணம், சொந்தக்காரங்க வீடுகளுக்குப் போய் பத்திரிக்கை வச்சிட்டு வர்ரேன்'

'கொல பண்ணிட்டு கல்யாணம் முடிக்கப் போறியா?'

'என்ன சார் சொல்றீங்க, கொலக் கேஸ் கோர்ட்ல நடக்கு வாய்தாவுக்கு போய்ட்டு இருக்கேன்'

விவசாயம் பண்ணாமல் போட்டுவிட்ட கணேசனின்

கிணற்றில் ஊதி மிதந்த குமரியின் உடல் பிரேத பரிசோதனைக் காக ஆஸ்பத்திரியின் பிணவறையில் வைக்கப்பட்டிருப்பது கணேசனுக்கு தெரியாது. காலையில் புறப்பட்டுப் போனவன் சொந்த பந்தங்களுக்கு பத்திரிக்கை வைத்துவிட்டு, இப்போது தான் வீடு திரும்பியிருந்தான். கொஞ்ச வயசு குமரிப்பெண். யாருக்குமே இன்னாரென்று அடையாளம் தெரியவில்லை. இத்தனை கிணறுகள் இருக்கும்போது புதுமாப்பிள்ளை கணேசனின் கிணற்றைத் தேர்ந்தெடுத்து செத்ததுதான் விதியின் விளையாட்டு. வேலுவையும் கணேசனையும் ஏற்றிக்கொண்டு போலீஸ் வேன் பறந்தது. தனித்துவிடப்பட்ட முனியம்மாள் கிரகத்தை நினைத்து அழுதாள்.

விடிந்த போது விஷயம் கேள்விப்பட்டு வக்கீல் முருகானந்தம் போலீஸ்டேசனுக்கே வந்துவிட்டார். சப்இன்ஸ்பெக்டரிடம் கடுமையாக வாக்குவாதம் செய்துகொண்டிருந்தார். பொய்யாழியும் இன்னும் சிலரும் ஸ்டேசனுக்கு வெளியே நின்றுகொண்டிருந்தனர்.

'இங்க கேளுங்க வக்கீல் சார், தேவையில்லாம கோபப்படாதீங்க, காரணமில்லாம யாரையும் ஸ்டேசன்ல வைக்கமாட்டோம், கெணத்துல விழுந்து செத்துப்போன பொம்பளைப் புள்ளைக்கும் கணேசனுக்கும் கள்ள உறவு இருந்திருக்கு, இப்ப அவள விட்டுட்டு வேற ஒருத்தியைக் கல்யாணம் பண்ணப் போற விஷயம் தெரிஞ்சு காலையில அவங்க வீட்டுக்கு வந்து தகராறு பண்ணியிருக்கா, அப்பனும் மகனும் சேர்ந்து அவள அடிச்சு கெணத்துக்குள்ள போட்டுட்டு ஒன்னும் தெரியாதவங்க மாதிரி நடிக்காங்க'

'இதுக்கெல்லாம் ஆதாரம் வேணும், சாட்சிகள் வேணும், எதுவும் இல்லாம அவங்கள அன் ரிக்கார்டா ஸ்டேசன்ல வச்சிருக்கிறது பெரிய தப்பு, கைது பண்ணினா கோர்ட்ல கொண்டுபோய் நிறுத்துங்க'

'இங்க கேளுங்க சார், நம்பத் தகுந்த தகவல் எனக்கு வந்திருக்கு, போஸ்ட்மார்ட்டம் ரிப்போர்ட் வந்தப் பெறகுதான் எதுவும் சொல்ல முடியும், அனாவசியமா நீங்க தகராறு பண்ணாதீங்க சார், சந்தேக மரணம்னுதான் வழக்கு பதிஞ்சிருக்கு, கொலைன்னு பதியல, அதனால பயப்படாமப் போங்க'

'சார் பாடி விழுந்து செத்து மிதந்த கெணறுதான் இவங்க

கெணறு, மத்தப்படி அது யாருனே தெரியல சார், இவங்களுக்கு மட்டுமில்ல யாருக்குமே அடையாளம் தெரியல சார்'

வக்கீல் மூலமாக இருவருக்கும் காலை உணவு வாங்கிக் கொடுத்தான் பொய்யாழி. மத்தியானம் போல் பிரேத பரிசோதனை அறிக்கை வந்துசேர்ந்தது. அதில் உடம்பில் எந்த இடத்திலும் ஒரு சிறு காயம்கூட இல்லை என்று தெளிவாகக் குறிப்பிடப் பட்டிருந்ததோடு, நீரில் மூழ்கி மூச்சுத் திணறி இறந்ததாகக் குறிப்பிடப்பட்டிருந்தது. சந்தேக மரணம் என்பதைத் தற்கொலை என்று மாற்றவும் வேலு கணேசன் இவர்கள் இருவரின் தூண்டுதலும் கொடுமைப்படுத்தலுமே தற்கொலைக்கு காரணமாக இருக்கக் கூடும் என்று போலீஸ் கூறியது. புகார்தாரர் யாருமே இல்லாத காரணத்தால் தாங்கள் அழைக்கும்போது விசாரணைக்கு வரவேண்டும் என்று எழுதி வாங்கிக்கொண்டு போகச் சொன்னது போலீஸ்.

இப்போது புதியதாக ஒரு கொலைப்பழி சேர்ந்ததோடு கிணற்றில் ஒரு பேயும் சேர்ந்துகொண்டது. ஒத்தை சத்தையில் கிணற்றுப்பக்கம் போகவே ஜனங்கள் பயந்தார்கள். சாவுக்குப் பயப்படாத முனியம்மாள் பேய்க்குப் பயந்தாள். கல்யாண தேதி நெருங்க நெருங்க சந்தோஷத்திற்குப் பதில் பயமும் பீதியும் கூடிக் கொண்டே போனது. ரேக்ளாரேஸ் அக்கையாவின் ஊரின் அருகில் உள்ள ஊருக்கு கல்யாணப் பத்திரிக்கை வைக்கப் போனபோது அரசல்புரசலாக சில செய்திகள் வேலுவிடம் சொல்லப்பட்டன.

'இங்க கேளு வேலண்ணே, நம்ம ஊரிலிருந்து ரேக்ளா ரேஸ்காரன் ஊருக்கு இன்னைக்கும் ஆம்பளைக பொம்பளைக வேலைக்குப் போய்க்கிட்டுத்தான் இருக்கு, அந்த ஊர் ஆட்க இங்க வேலைக்கு வர்ரதும் உண்டு: அப்ப இந்த கொலை பேச்சு வரும்போது கேள்விப்பட்ட விஷயம் என்னன்னா என்னைக்கு இருந்தாலும் பதிலுக்குப் பதில் கொலை பண்ணாம என்னோட தாடி மீசையை எடுக்கமாட்டேன்னு செத்தானே அக்கையா அவனோட தம்பி எப்பவும் அருவாளும் கையுமா அலையிறான். கூட ஆள் சேர்த்திட்டு ஒங்க ரெண்டு பேரையும் ஒரே நாளில போட்டுத் தள்ளணும்னு திட்டம். அதனால நீங்க ரெண்டு பேரும் எச்சரிக்கையா இருந்துக்கோங்க, அவனோட தம்பி ஒரு ரவுடிப் பயதான், பொம்பள பொறுக்கி வேகாரிப்பய, சும்மா கட்சி கட்சினு

பொறுக்கித் தின்னுட்டு அலைவான் குடிகாரப்பய'

தான் கேள்விப்பட்ட விஷயத்தை கணேசனிடம் சொன்ன போது கவலைப்பட்டாலும் வெளியே காட்டிக்கொள்ளவில்லை.

'அய்யா... இப்படிச் செஞ்சா என்ன, பொய்யாழித் தம்பி சொன்னது மாதிரி நம்ம முந்திட்டா என்ன'

'எதுன்னாலும் மொதல்ல கல்யாணம் முடியட்டும்டா பெறகு பாத்துக்கிறலாம், சரி, இத அம்மாகிட்டச் சொல்லாத வருத்தப்படுவா'

இரண்டு மூன்றுமுறை போலீஸ்டேசனுக்கு விசாரணைக்குப் போய் வந்தும் கிணற்றில் விழுந்து செத்த பெண் யாரென்று தெரியவில்லை. எந்தப் புகாரும் வரவில்லை. ஆகவே அனாதை என்றும் தற்கொலை என்றும் வழக்கை மாற்றிவிட்டதாக வக்கீல் முருகானந்தம் சொன்னார்.

உச்சி மத்தியானம் வெய்யில் அக்னியாக தகிக்கிறது. வேலுவும் முனியம்மாளும் மடிகூட்டி பருத்தி எடுத்துக்கொண்டிருக் கிறார்கள். வானத்து நட்சத்திரங்களாய்ப் பருத்திச்சுளைகள் கண்ணெட்டும் தூரம்வரை வெடித்துச் சிரித்துக்கொண்டிருக் கின்றன. கருவேல மரத்திற்கடியில் குமித்து வைக்கப்பட்டிருக்கும் பருத்தியில் நெளியும் சிவப்பு புழுக்களை கொத்தித்திங்க அண்டங்காக்கைகள் களைத்து சிந்திசிதறிவிடும் என்பதால், காக்கைகளையும் கவனித்துக்கொண்டும் அடிக்கடி விரட்டிக் கொண்டும் இருக்கிறார் வேலு. பருத்திக்காட்டை சுற்றிலும் வெள்ளாமைகள் வளர்ந்து நிற்கின்றன. கீழோரப் புஞ்சையில் மஞ்சள்நிறப் பூக்கள் சொரிய கரும்பச்சை வனமாகத் துவரைச் செடிகள் அடர்த்தி, வடக்குப் பக்கம் ஆள் உள்ளே நின்றால் தலைகூட தெரியாதபடி வளர்ந்து நிற்கும் சோளம், தெற்குப் பொலியில் கம்மங்கதிர் விளைந்து நிற்கிறது. மேற்கே தனித்து விதைத்த எள் செடிகள் வெள்ளை வெளேரென்று பூக்கள் சொரிய வனாந்திரமாய் நிற்கின்றன.

நான்கு பக்கமும் கும்மிருட்டாய் மறைத்து நிற்க, நடுவில் இருவர் மட்டுமே பருத்தி எடுக்கிறார்கள். சோளத்துக்குள்ளிருந்தும் துவரைக்குள்ளிருந்தும் எள் செடிகளுக்குள்ளிருந்தும் வெறிக் கூச்சலுடன் சிலர் ஓடிவருகிறார்கள். வெறுங்கையுடன் பருத்தி எடுத்துக்கொண்டிருந்த வேலு கருவேலமரத்தை நோக்கி

வேகமாக ஓடுகிறார். ஆயுதங்களை கையில் எடுக்கும்முன் டமார் என்று நாட்டு வெடிகுண்டு வெடிக்கும் சத்தம் கேட்கிறது. கீழே சரிந்து கிடக்கும் வேலுவை சுற்றி நின்றுகொண்டு சரமாறியாக வெட்டுகிறார்கள். மடியில் தொங்கும் பருத்தியை இழுத்துக்கொண்டு முனியம்மாள் ஓடி வருகிறாள். அனைவரும் ஓடிவிட தலை துண்டித்த உடல் பிணமாக கரிசல் காட்டின் பருத்திச் செடிகளுக்கிடையில் கிடக்கிறது.

முனியம்மாள் போட்ட பெரிய அலறல் சத்தத்தில் வேலு பதறி எழுந்தார். பக்கத்து வராந்தாவின் கீழ் படுத்திருந்த கணேசன் ஓடோடி வந்தான். முனியம்மாள் மூசு மூசென்று அழுது கொண்டிருந்தாள். பதற்றத்துடன் தன்னருகில் நின்றுகொண்டிருந்த வேலுவிடமும் கணேசனிடமும் தான் கண்ட கனவைப் பற்றிச் சொல்லிக்கொண்டிருந்தாள். விடியப் போகிறதுக்கு அச்சாரமாக வீட்டுக்குமுன் உள்ள வேப்பமரத்தில் கரிச்சான் குருவி சத்தம் எழுப்பத் தொடங்கியது.

கல்யாணத்திற்கு இன்னும் ஆறே நாள்கள்தான் இருந்தன. சொந்த பந்தங்கள் எல்லோருக்கும் கல்யாணப் பத்திரிக்கை வைத்தாயிற்று. எல்லா ஏற்பாடுகளும் முடிந்துவிட்டாலும் கணேசன் கல்யாண பூரிப்பு இம்மிகூட இல்லாமல் முகம் குராவித் திரிந்தான். பொய்யாழியும் கணேசனும் குலை வாழைகளுக்கு அட்வான்ஸ் கொடுத்துவிட்டு திரும்பிக்கொண்டிருந்தார்கள். கணேசன் முகம் இறுகிப்போய் இருப்பதைப் பொய்யாழி கவனித்தான். கல்யாண சந்தோஷக் கலையை முகத்தில் காணோம்.

'கணேசண்ணே... என்னண்ணே இப்பிடியிருக்க தலப்புள்ள சாகக் கொடுத்தவன் கெணக்கா'

'கல்யாணம் நல்லபடியா நடக்கணும்ங்கிற கவலைதான்'

'எல்லாம் நல்லபடியாத்தான போய்க்கிட்டு இருக்கு, பெறகு எதுக்கு தேவையில்லாம கவலப்படுறே'

'கல்யாணத்த நடக்கவிடாம அக்கையாவோட தம்பி எதுவும் பண்ணிறக் கூடாதுங்கிற கவலதான்'

'கணேசண்ணே... ஒன்னு தெரிஞ்சுக்கோ அப்படி பதிலுக்கு செய்யணும்னு நெனைக்கிறவன் எதிராளி எப்படா ஒத்தை சத்தையில ஒதுங்குறான்னுதான் பார்ப்பானே ஒழிய கூட்டத்துல

வந்து செய்யமாட்டான், அப்படி தப்பித் தவறிச் செஞ்சாலும் வசமா மாட்டிக்கிருவான், ஏம்னா கல்யாணக் கூட்டத்திற்கு வந்திருக்கிற ஆட்க முக்கால் வாசிப் பேரு நம்மாள்க தப்பிக்கிறது கஷ்டம், அதனால வீணா கெடந்து மனசைக் குழப்பாதே தைரியமா இரு, நாங்க இருக்கோம்'

'தைரியத்துக்கு ஒன்னும் கொறை இல்லை பொய்யாழி ஒரு நல்ல காரியம் நடக்கும்போது ஒரு லாப நஷ்டம்னா கேவலமேனு பாக்கேன், மத்தப்படி உசுருக்கெல்லாம் பயமில்ல.'

21

எதிரே யாக்கோபு நாடார் வந்துகொண்டிருந்தார். பனையேறி தொழில் செய்பவர்.

'யெப்பா கணேசா ஒன்னையவும் பாக்க முடியல ஒங்கப்பன் வேலுவையும் பாக்க முடியல'

'கல்யாண வேலையா அலையிறோம் நாடார என்ன விஷயம்'

'தோட்டத்தையும் காட்டையும் தரிசாப் போட்டுட்டே, தோட்டத்து வரிசைப் பனையில ஓலை மேதிப் போச்சு, பனங்காய் எல்லாம் முத்திப் போச்சு, பனைகள் எதுக்காகும், ஒங்கப்பன் கிட்டச் சொல்லு யாக்கோபு நாடார் பனைகள்ள பதனீர் இறக்க கேட்டார்னு ரூவா எவ்வளவுனு சொல்லு கொண்டாரேன்'

'என்ன நாடாரே ரூவா கீவானு பேசிக்கிட்டு, அய்யாகிட்ட எதுக்கு கேக்கணும் நாளைக்கே தோட்டத்துக்கு போங்க, எல்லாப் பனைகளிலும் காவோலை ஏராளமா தொங்குது அம்புட்டையும் வெட்டிட்டு தாராளமா பாளை சீவுங்க, பதனீர் எறக்குங்க, கருப்பட்டி காச்சுங்க யாரு வேண்டாங்கா'

'கணேசா... எப்பிடினாலும் ஒரு வார்த்தை கேட்டுக்கிறது நல்லதில்லையா? வேலு நம்ம சொல்லுக்கு மறு சொல்லு சொல்ற ஆளு கெடையாது'

யாக்கோபு நாடார் ஓங்கு தாங்கான ஆள், காய்த்து கறுப்பேறிய மார்பு, கைகளின் உட்புறங்களில் தடித்துப்போன காய்ப்பு, இரண்டு கரண்டைக் கால்களிலும் தடைநார்கள் இறுக்கிய

தழும்புகள், இடுப்பில் சொருகிய பாளை அரிவாள் எந்நேரமும் வெற்று மேலுடன் நடமாடும் உழைப்பாளி. அய்யாவுடன் நல்ல பழக்கம். குளக்கட்டை அவிக்க அம்மாவிடம் குருத்தோலை கொண்டுவந்து தருவார். யாருக்கும் தெரியாமல் முட்டிக்கலயம் நிறைய்ய கள் கொண்டுவந்து அய்யாவுக்கு கொடுப்பார். அவர்களே காய்ச்சிய சுத்தமான கருப்பட்டி கொண்டுவருவார். போகும் போது அம்மா பெரிய பொட்டலமாய் கட்டி கொடுத்து விடுவாள். அய்யா என்ன ஏதென்று கூட கேட்கமாட்டார். உளுந்து, பாசிப்பயறு, துவரை, தட்டப்பயறு, வத்தல், மல்லி, குத்திய பச்சரிசி இப்படி ஏராளமான பண்டங்களைச் சுமந்து கொண்டு கிளம்புவார். அம்மா சொல்வாள்.

'அய்யோ பாவம்டா நாடாரு, பனையடியே தஞ்சம்னு கெடக்கிறவரு, எல்லாத்தையும் துட்டுக் குடுத்துத்தான வாங்கணும், வெஞ்சணப் பாட்டுக்குக் கஷ்டமில்லையா, கணேசா மலைப்பட்டிக் காட்டுக்குப் போனா ரெண்டு பூசணிக்காய், சுரைக்காய், பீர்க்கங்காய், வெங்காயம் கொண்டுபோய் கொடுடா, இப்ப சொமக்க முடியாதுனு சொல்லிட்டாரு'

'ஞாயித்துக் கெழம ஞாபகமா குடுத்துவிடும்மா நான் கொண்டு போயிக் குடுத்திட்டு வர்ரேன்'

முயல்வேட்டைக்குப் போய், கொலையாக முடிந்துவிட்ட சம்பவத்தில் ஊரில் ஒரு ஆம்பளை கிடையாது. ஊரே சுடுகாடு. எல்லா ஆம்பளைகளும் காடு கரைகளிலும் ஓடை கிடங்கு களிலும் ஒளிந்து தலை மறைவு வாழ்க்கை. பசி பட்டினி ஆடு-மாடுகள் மேய்க்கப் போகிறவர்கள், காடுகரைகளுக்கு வேலைக்குப் போகிறவர்கள், அத்தனை பேர்களிடமும் சோற்று தூக்குவாளிகளைப் பிடுங்கி வைத்துக்கொண்டது போலீஸ். குற்றவாளிகளுக்கு உணவு, தண்ணீர் கிடைத்துவிடக்கூடாது என்பதில் கண்ணும் கருத்துமாகக் கண்காணித்தது போலீஸ். பால்கொடியும் கற்றாலையும் அடர்ந்த பெரியோடைக் குள்ளிருந்து மெல்ல எட்டிப்பார்த்தான் கணேசன். பட்டினியாகக் கிடந்ததால், முகம்வாடித் தண்ணீர் இல்லாததால், நாவு உலர்ந்து கிறங்கிப் போய், ஓடையைவிட்டு வெளியேறிக் கள்ளனைப் போல வந்து நின்றான் கணேசன். தன் முன்னால் ஒரு கொலைக் கைதியாக வந்துநின்ற கணேசனைப் பார்த்ததும் பதறிப்போனார் யாக்கோபு நாடார்.

கருப்பட்டிப் பாகைக் கிண்டி விட்டுக்கொண்டிருந்த தன் மனைவி அமலியம்மாளிடம் எதுவும் சொல்லிக்கொள்ளவில்லை. அவசர அவசரமாக தன் ஓலைக் குடிசைக்குள் கூட்டிக்கொண்டு போனார். அமலியம்மாவை அதட்டிக் கூப்பிட்டு சோறு வைத்துக் கொடுக்கும்படி சொன்னார். கணேசன் அவசர அவசரமாக சோற்றை அள்ளி அள்ளி விழுங்கினான். பனங்குட்டியிலிருந்து ஓலை வெட்டி வந்து பட்டையாகப் பிடித்து, அதில் சோற்றை நிரப்பி உருண்டையாக உருட்டிக் கட்டினார். மேற்கேயிருந்து கரிசக்காட்டில் புழுதியைக் கிளப்பிக்கொண்டு போலீஸ் ஜீப் வருவது தெரிந்தது. கணேசன் ஓடுவதற்கு தயாரானான். நாடார் கொஞ்சம்கூடப் பயப்படவில்லை. நிதானமாக செயல்பட்டார். குடிசைக்கு வலதுபுறம் கொஞ்சம் தள்ளி கருப்பட்டி காய்ச்சுவதற்காக மலைபோல் குமித்து வைக்கப்பட்டிருந்த காய்ந்த ஓலைகளும் பனை மட்டைகளும் தாறுமாறாகக் கிடந்தன. கணேசனை அதற்குள் படுக்கவைத்து காய்ந்த பனைவோலைகளாலும் சில்லாட்டைகளாலும் பனங்காய்களின் காய்ந்துபோன பனங் குடுக்கைகளாலும் மட்டைகளாலும் மூடிவிட்டு அமலி யம்மாளுடன் கருப்பட்டி காய்ச்சிக்கொண்டிருந்தார். வாயகன்ற பாத்திரத்தினடியில் அடுப்பெரிய கருப்பட்டிப் பாகு கொதித்துக் கொண்டிருந்தது. அமலியம்மாள் கிண்டிவிட கருப்பட்டியின் மணம் மூக்கைத் துளைத்தது. பாதைகள் அற்ற காட்டிற்குள் ஜீப் வர முடியாதாகையால் தூரத்தில் நின்றுவிட ஜீப்பிலிருந்து இறங்கி நாலைந்து போலீசார் வேகமாக வந்தனர்.

'எல்லாருக்கும் வணக்கம் சார்'

'... ... ...'

'உன்னோட பேர் என்னவே'

'யாக்கோபு நாடார்'

'இங்க எவ்வளவு நாளாவே இருக்கீரு'

'பனை சீசன் ஆரம்பிச்சதிலிருந்து இங்கதான் இருக்கேன்'

'இது யாருவே'

'என்னோட சம்சாரம்'

'வேற யாரெல்லாம் இருக்கீக'

'வேற யாருமில்ல, நாங்க ரெண்டு பேர் மட்டும்தான்'

‘குடிசைக்குள்ள போயி பாக்கலாமாவே’

‘தாராளமா போய் பாருங்க’

இரண்டு பேர் குடிசைக்குள் நுழைந்து பார்த்தார்கள். இன்னும் இரண்டு பேர் குடிசையை சுற்றிச் சுற்றி வந்தார்கள். குடிசைக்குள் போய் பார்த்தவர்கள் ஓலைப்பட்டையில் சுற்றி கட்டிவைத்திருந்த சோற்றை எடுத்துக்கொண்டு வந்தார்கள்.

‘இது என்னதுவே’

‘சோறு’

‘யாருக்குவே கொண்டு போறீரு’

‘இங்க கேளுங்க சார், கருப்பட்டியைக் காய்ச்சி சிரட்டையில ஊத்திக் கவுத்தி காய வச்சிட்டு மே காட்டுப் பனைகளுக்கு பாளை சீவப் போகனும், தெனமும் மூணாட்ட பாளை சீவலனா பாளை கண்ணடைச்சு பனங்காய் பிஞ்சு தெரண்டுரும், பதனி வராது அதனால இப்ப போனா ஏழெட்டுப் பனையேறி எறங்குனா பசி எடுக்கும், அப்ப சாப்பிட்டுக்கிறத்தான் அதை பொட்டலமா கெட்டி வச்சிருக்கேன் சார்’

‘இங்க கேளுவே, கொலக் கேசுல சம்பந்தப்பட்டவங்க பத்துப் பேருக்கு மேல இந்தப் பக்கம்தான் ஒளிஞ்சு கெடக்காங்கனு எங்களுக்கு தகவல், யாருக்காவது அடைக்கலம் கொடுத்தீரு பச்சத்தண்ணிக் கொடுத்தீருனு தெரிஞ்சா அம்புட்டுத்தான் குடும்பத்தோட கம்பி எண்ண வேண்டியதுதான். கவனமா இருந்துக்கோரும், சொல்றது காதுல விழுகுதாவே’

‘வேத்தாள் ஒராள் கண்ணுல தட்டுப்பட்டா தகவல் சொல்லிறேன்’

‘ம்... அப்படித்தான் இருக்கணும்’

போலீஸ்காரர்கள் புறப்பட்டுப்போய் ஜீப் கிளம்பிப்போன பிறகு கணேசனை வெளியே கொண்டுவந்தார். கணேசன் வக்கீலைப் பிடித்து கோர்ட்டில் சரணடைவது வரை கொஞ்சமும் பயமின்றி, கணேசனுக்குத் தினமும் சோறு கொடுத்ததுமில்லாமல், இரவில் பாதுகாப்பான இடத்தில் தங்கவைத்தார். யாக்கோபு நாடாரும் அமலியம்மாளும் செய்த உதவி மறக்க முடியாத உதவி.

நிறை சூலி, நாட்களை எண்ணுவது போல் கல்யாண நாளை

எண்ணிக்கொண்டிருந்தான் கணேசன். ஏற்கனவே குறிப்பிட்ட நாளில் பரிசம் போட போக முடியாமல் போனதோடல்லாமல் ஒரு கொலையாளியாக மாறிப்போனதையும், அப்படியும் தனக்குப் பெண் கொடுக்க வந்ததை நினைத்து சந்தோஷப் பட்டான். அதே நேரம் கல்யாணத்தன்று ஏதாவது அசம்பாவிதம் ஏற்பட்டு கல்யாணம் நின்றுவிடக்கூடாதே என்று வருத்தப் பட்டான். எதிராளியின் சந்தோஷம் எதிராளிக்கு கோபமூட்டும் என்பதுதானே இயல்பு. கல்யாண தேதி குறிக்கப்பட்ட நாளிலிருந்து பொய்யாழி அங்கேயும் இங்கேயுமாகச் சீரழிகிறான். வயசுக்கு மீறிய யோசனைகளையும் பக்குவங்களையும் ஜெயில் அவனுக்கு கற்றுத் தந்திருக்கிறது. லட்சுமி தன்னுடைய இரண்டு பிள்ளைகளுடன் முனியம்மாளுடனே வந்து தங்கி விட்டாள்.

முதல் நாள் இரவு மணமகளை அழைத்துக் கொண்டு வந்து விடுதியில் தங்க வைப்பது வரை எந்தப் பிரச்சினையுமில்லை. விடிந்தால் கல்யாணம். தன்னுடன் வேலை செய்யும் ஆட்களை மண்டபத்தைச் சுற்றிலும் நிறுத்தியிருந்தான் பொய்யாழி. கல்யாணத்திற்காகக் கொண்டுவரும் மணமக்களுக்கான ஜமுக்காளம் தலையணைகளை லட்சுமி தலையில் வைத்து சுமந்துகொண்டு வர, மணமகளின் கையைப் பிடித்து பொய்யாழி யின் பொண்டாட்டி மணமகளை அழைத்துவந்தாள். பொய்யாழி கண்ணிலேயே தட்டுப்படவில்லை.

எந்தவித சலசலப்புமில்லாமல் தாலி கட்டினான் கணேசன். வேலு முகத்திலும் முனியம்மாள் முகத்திலும் சந்தோஷத்துடன் கூடிய ஆனந்தக் கண்ணீர். வாய்தா தேதியை மட்டுமே நித்தம் எண்ணிக் கொண்டிருந்த வேலு தன் மகனின் கல்யாண தேதியை இனி எண்ண வேண்டியதில்லை. எல்லாம் முடிந்த பின்னர் வெறிச்சோடிப் போன திருமண மண்டபத்தைக் கணேசன் உற்றுப் பார்த்தான். ஆங்காங்கே சிதறிக் கிடந்த டம்ளர்கள், பேப்பர்கள், எச்சிலைகள் இவைகளைப் போலவே வேகாரியாகக் கிடக்கும் தன்னுடைய தோட்டம் காடுகளை நினைத்துப் பார்த்தான். மணமகள் வீட்டுக்கு மறுவீடு இன்றே போய் இன்றே திரும்பி விட வேண்டும் என்ற ஐயரின் உத்திரவை நினைத்துச் சாயங்காலம் புறப்பட்டார்கள். பால், பழம் மட்டுமே சாப்பிட்டுவிட்டு

அடுத்த கணமே திரும்பிவந்தார்கள்.

மறுநாள் சாயங்காலம் கணேசன் புதுப்பெண் மாரியம்மாள் பொய்யாழி மூன்று பேரும் தரிசாகக் கிடக்கும் தங்கள் தோட்டத்தை சுற்றிப்பார்த்துக்கொண்டிருந்தார்கள். மேற்கே சூரியன் இரத்த சிவப்பாய்க் கீழிறங்கிக்கொண்டிருந்தது. பறவைகள் கூடடையும் நேரம். வரிசைப் பனையடியில் குப்பைகளைப் போல் குமிந்து கிடந்த காவோலைகளையும் பனங்குடுக்கை களையும் காய்ந்த பனங்கதிர்களையும் மட்டைகளையும் முதலில் அப்புறப்படுத்த வேண்டும் என்றும், இல்லையென்றால் பாம்பு பல்லிகள் பூச்சி பொட்டைகள் அடையும் என்பதைச் சொல்லிக் கொண்டிருந்தான் கணேசன். கௌதாரிகள் எழுப்பும் சன்னம் தூரத்தில் கேட்டது. வெள்ளாமைகள் இல்லாததால் தூக்கணாங் குருவிகளின் கூடுகளைக் காணவில்லை. பனை முழுக்க நிறைந்து இன்னேரம் காச் பூச்சென்று சத்தமெழுப்பும் குருவிகள் எங்கேயோ போய்விட்டன. எல்லாவற்றையும் கவனமாகப் பார்த்துக் கொண்டே வந்தான் பொய்யாழி.

'கணேசண்ணே... நம்ம கிட்ட மரம் வெட்டுற ஆள் இருக்கு. தூர் தோண்டுகிற ஆளும் இருக்கு, நாலஞ்சு நாள்ல எல்லா மரங்களையும் வெட்டி அப்புறப்படுத்தி, தூர் தோண்டி நெலத்த சுத்தமாக்கிருவாங்க, இன்னும் ரெண்டு வருஷம் இப்பிடி போட்டுட்டா அப்புறம் வனாந்திரமா மாறிரும் இந்த சீமக் கருவேலமரம், சட்டுப்புட்டுனு காலிபண்ணிட்டுத் தோட்ட வெள்ளாமை செய்யலனாலும் காட்டு வெள்ளாமை ஏதாவது வெதச்சு வைக்கலாம்'

எதிரே தலையில் புல் கட்டு இருந்ததால் வருகிற பொம்பளை யாரென்று முகம் தெரியவில்லை. கிட்டத்தில் வந்து புல்கட்டை தொப்பென்று தரையில் போட்டதும்தான் தெரிந்தது மினுத்தாள் என்று. கணேசன் பயந்தான். என்ன சொல்லப் போகிறாளோ என்று நடுங்கினான்.

'என்ன புது மாப்பிள்ளை பொண்ணக் கூட்டிட்டு காடுகரைகள சுத்திப் பாக்க வந்திகளாக்கும்'

'... ... ...'

'எம்மா புதுப்பொண்ணு என்ன அப்பிடிப் பாக்க, யாரோனு

பாக்காத நான் ஒனக்கு அக்கா மொற, கணேசன் எனக்கு கொழுந்தன். ரெண்டு பேரும் நல்லாயிருங்க, கொழுந்தப் புள்ள இந்தப் புல்லுக்கட்ட கொஞ்சம் ஒரு கை புடிங்க'

கணேசன் கீழே குனிந்து புல்லுக்கட்டைத் தூக்கி மினுத்தாள் தலையில் வைத்தான்.

'என்ன செய்ய நம்ம சொமையை நம்மதான சொமக்கணும்'

மூன்று பேரையும் முந்திக்கொண்டு மினுத்தாள் புல்லுக்கட்டை சுமந்தபடி வேகமாக நடந்து போனாள். கணேசன் பழைய நிலைக்குவர பிரயாசைப்பட்டாலும் முகம் வேறு கணேசனாகவே காட்டிக் கொண்டிருந்தது. நல்லவேளையாக மினுத்தாள் வேறு எதுவும் பேசவில்லை. எதிர் எதிரே குனிந்து புல்லுக்கட்டை தூக்கி மினுத்தாளின் தலையில் வைத்தபோது அவளுடைய கை விரல்கள் இலேசாக கணேசனின் கைவிரல்களை தொட்டது. அந்த மின்சார அதிர்வு இன்னும் அடங்கவில்லை. இதுவரை மௌனமாக எல்லாவற்றையும் பார்த்துக்கொண்டிருந்த பொய்யாழி பேசினான்.

'கணேசண்ணே... அன்னைக்கு சாத்தூர் பஸ்டாண்டுல பாத்தமே அந்தப் பொம்பளதானே இது'

'அதே பொம்பளதான்'

'நெருங்கிய உறவுனு மட்டும்தான் சொன்ன, இந்த ஊர்னு சொல்லலையே'

'இதே ஊர்தான் ரெண்டு தெரு தள்ளித்தான் வீடு'

மூவரும் வீட்டுக்குள் நுழைந்தபோது முனியம்மாள் அடுக் களையில் ஏதோ சமைத்துக்கொண்டிருந்தாள். தொழுவத்தி லிருந்து வேலு வேகமாக வந்தார்.

'தொழுவம் பூராவும் பெருச்சாளி குழி தோண்டி நாசமாக்கி வச்சிருக்கு, ஒரு வண்டி மண்குமிஞ்சு கெடக்கு, கீழோரம் மொகட்டு வலையில செங்கொழவி கூடு கட்டியிருக்கு, உள்ள போனா பாத்துப் போகணும்'

'ஆள் பழக்கம் இல்லனா எல்லாமே பாழடைஞ்சுதான் போகும். ஆடு மாடு இல்ல, தொழுவத்துல வேல இல்ல, வருஷக் கெணக்கா ஆள் பழக்கம் இல்லனா எங்கே இல்லாத பீடையும் அங்கதான் வந்து அடையும்'

‘வெவசாயத்த பெறகு பாத்துக்கிறலாம், மொதல்ல ஏழெட்டு வெள்ளாட்டுக் குட்டியை வாங்கி தொழுவத்துல கட்டு, இனிமே ஓம் பொண்டாட்டி எல்லாத்தையும் பாத்துக்கிருவா’

‘பொய்யாழி சொல்றதுதான்டா கரெக்ட். துட்டுக்கு துட்டும் கெடைக்கு, நமக்கும் பொழுது போனது மாதிரியும் இருக்கும், எட்டயபுரம் சந்தையில கூடிய சீக்கிரம் வாங்கிறேன்’

இருட்டி விட்டபடியால், பொய்யாழி இரவு இங்கேயே தங்கிக் கொண்டான். வேலுவும் முனியம்மாவும் ரொம்ப நாளைக்குப் பிறகு நிம்மதியாக உறங்கினார்கள்.

கணேசன் மட்டுமே பொய்யாழியுடன் சில நாட்கள் வேலைக்குப் போய் வந்தான். கல்யாணம் முடிந்த பின்னால் பொய்யாழியின் ஊருக்குப் போவதையும் குறைத்துக்கொண்டான். நான்கு பேர் வேலை வெட்டி இல்லாமல் சும்மா இருப்பதைப் பற்றிய பேச்சு வரும்போதெல்லாம் மாரியம்மா சொல்வாள்.

‘இங்க கேளுங்க மாமா, நானும் சம்சாரி வீட்டுல பெறந்து வளர்ந்தவதான், சம்சாரி வேலை அம்புட்டும் தெரியும், நாலு பேரும் இப்பிடி சும்மா இருந்தா எப்படி, இருந்து தின்னா இரும்பும் கரையும்ங்கிறது சொலவடை. அதனால பழையபடியும் சம்சாரிக் கோப்பை கொண்டாங்க, நாலு பேரும் பாடுபடுவோம்’

‘நீ சொல்றது சரிதாம்மா உடனடியா சம்சாரிக் கோப்ப கொண்டார முடியாது, படிப்படியாத்தான் கொண்டாரணும்’

‘அப்ப ஒன்னு செய்ங்க பத்து வெள்ளாட்டுக்குட்டி வாங்குங்க கட்டுறதுக்கும் அடைக்கிறதுக்கும் நம்ம தொழுவம் இருக்கு ஆடுகளோட ஆடுகளா நான் மேய்க்கேன் மாமா’

மருமகளின் அர்த்தமுள்ள பேச்சு வேலுவுக்கு சரியென்று பட்டது. அழுதுக்கிட்டு இருந்தாலும் உழுதுக்கிட்டு இருங்கிறது சொலவடை. சம்சாரி வீட்டில் பிறந்த குழந்தை சும்மா இருப்பதை விரும்பமாட்டாள். ஆட்டுக் குட்டிகள் வாங்கும் யோசனையை முனியம்மாளும் கணேசனும் ஏற்றுக்கொண்டார்கள். மாரியம்மாளின் வரவு அவர்களுக்குப் புதுதெம்பை அளித்தது. எப்படியாவது பழையபடியும் சம்சாரிக் கோப்புக்கு வந்துவிட வேண்டும் என்ற வேலுவின் ஆசை நிறைவேறும் என்ற நம்பிக்கையை ஊட்டியது மாரியம்மாளின் பேச்சு. வீட்டுவேலை

அனைத்தையும் பார்த்துக்கொண்டாள். வந்து நாலைந்து மாதத்திற்குள்ளாகவே ஒரு பெரிய மனுஷியைப் போல் மாறிப் போனாள் மாரியம்மாள்.

'மாமா ஆட்டுக்குட்டி வாங்க பணமில்லையேனு யோசிக்க வேணாம், எனக்கு எங்க வீட்லருந்து போட்ட நகைகளைக் கொண்டுபோய் பேங்க்ல அடகு வைங்க, இங்க வீட்ல சும்மா தான இருக்கு, இங்க இருக்கிறது அங்க இருந்திட்டுப் போகுது'

முனியம்மாளும் வேலுவும் ஒருவர் முகத்தை ஒருவர் பார்த்துக் கொண்டார்கள்.

'போன மூனாவது நாளே போட்டுவிட்ட நகைகளை அடகு வச்சிட்டாங்கனு ஒங்க அய்யா அம்மா கேக்க மாட்டாங்களா'

'நகை எனக்குத்தான போட்டாங்க, அவங்க எதுக்கு கேக்காங்க.'

22

வேலு எட்டயபுரம் ஆட்டுச் சந்தைக்குள் நுழையும் போதே அளவுக்கு அதிகமான கூட்டம். கூட்டங் கூட்டமாக ஆடுகளைப் பிடித்துக்கொண்டு சம்சாரிகள் நிற்க ஆட்டு வியாபாரிகளும் தரகர்களும் பரபரப்பாக இயங்கிக் கொண்டிருந்தார்கள். சுற்றிலும் உள்ள ஏராளமான கிராமங்களிலிருந்து சனிக்கிழமைதோறும் கூடும் சந்தை. திருவிழாக் காலங்களில் கோடிக்கணக்கான ரூபாய்களுக்கு வியாபாரமாகும். பிரதான வியாபாரம் ஆடுகள்தான் என்றாலும் சம்சாரித் தொழிலுக்கு தேவையான அத்தனை பொருட்களும் அங்கே விற்பனை செய்யப்படும். பெரிய உரல் முதல் சின்ன உரல், திரிகை, அம்மி, சாட்டைக் கம்பு, அரிவாள் வகைகள், கம்பரக்கத்தி, நாற்று அறுக்கும் பண்ணரிவாள், மாடுகளுக்குத் தேவையான கட்டுக் கயிறு, மூக்கணாங்கயிறு, பிணையல் கன்னி, குஞ்சம், இன்னும் சிலம்பக் கம்பு, வேல்கம்பு, தூண்டில் பிரம்பு, கதிர்களைக் கிண்டிவிடும் கவட்டை, காவல் காத்து குருவிகள் விரட்டும் கவண், உண்டிவில், நாழி, மரக்கால், பக்காபடி, கைநாழி, உலக்கை, வெள்ளத்தில் ஏற்று மீன் பிடிக்கும் பத்தல், இறங்கு மீன்பிடிக்கும் தூரி வியாபாரம் படுஜோராக நடந்துகொண்டிருந்தது. வளர்ப்பதற்கு தோதாகச் சின்னச் சின்ன

குட்டிகளாக பத்து குட்டிகளை வாங்கிய வேலு, அவைகளை வண்டியில் ஏற்றுவதற்காகக் காத்துக்கொண்டிருந்தார். பெரிய தலப்பாவுடன் கிடா மீசைக்காரன் ஒருவன் வேலுவின் முன்னால் வந்துநின்றான். இடுப்பில் வெளியே தெரியும்படி சூரிக்கத்தியை சொருகியிருந்தான். தலை முட்ட சாராயம் குடித்திருந்த அவனால் நிற்கக்கூட முடியவில்லை.

‘டேய்... ஓம் மவன்தானடா எங்க அக்கையா மாமாவை அடிச்சுச் சொன்னது’

‘... ... ...’

‘என்னடா பாக்க என்னைக்கிருந்தாலும் ஒனக்கும் ஓம் மவனுக்கும் எங்க கையினால தான்டா சாவு’

வேலு இடுப்பில் மறைவாகத் தொங்கும் அரிவாளை தொட்டுப் பார்த்துக் கொண்டார்.

‘எங்க சின்ன மாமன் ஒங்கள கொன்னப் பெறகுதான் முடியவே எடுப்பேன்னு முடி வளர்க்கான்டா, ஒங்க ரெண்டு பேர்த்தையும் கொன்னு ரத்தம் குடிச்சாத்தான்டா நாங்க குடிக்கிறது கஞ்சி’

மாமியாரும் மருமகளும் பகல் முழுக்க ஆட்டுத் தொழுவத்தில் பெருச்சாளிகள் தோண்டிப் போட்டிருந்த பரிகளைச் சரிசெய்து கூட்டி சுத்தம் செய்து ஆட்டுக் குட்டிகளைக் கட்டுவதற்கான முளைக் குச்சிகளை அடித்துத் தயார்படுத்தினார்கள். ஏழெட்டு வருஷங்களுக்குப் பின்னர் முதன்முறையாக ஆட்டுத் தொழுவத்தில் முனியம்மாள் விளக்கேற்றினாள். சிலுசிலுவென்று குஞ்சு களைக் கூட்டிக்கொண்டு திரியும் கோழிகளையும் அவை அடையும் மடங்களையும் சரி செய்து, கோழிகளை அடையேற்றிக் குஞ்சுகள் பொரிக்க வைக்கவேண்டும் என்று நினைத்துக் கொண்டாள்.

பத்து வெள்ளாட்டுக் குட்டிகள் தொழுவத்திற்குள் நிற்பதைப் பார்த்துப் பார்த்து சந்தோஷமடைந்தாள். ஒவ்வொரு வேலையிலும் தான் ஒரு சம்சாரி வீட்டுப்பிள்ளை என்பதை நிரூபித்துக் கொண்டிருந்தாள். இவ்வளவு வருஷங்கள் கழித்துப் பழைய படியும் தன் வீட்டுக்கு சீதேவிகளாக ஆட்டுக் குட்டிகளும் மாரியம்மாளும் வந்திருப்பதாக நினைத்துக்கொண்டாள். ஆட்டுச் சந்தையில் ரேக்ளா வண்டிக்காரனின் உறவினர் குடித்துவிட்டுப்

போதையில் உளறியதைக் கணேசனிடம் சொல்லவா வேண்டாமா என்று குழம்பிக்கொண்டிருந்தார் வேலு. ஆட்டுத் தொழுவத்தில் உம்மென்று உட்கார்ந்துகொண்டிருந்த வேலுவிடம் வந்தான் கணேசன்.

'நானும் பாக்கேன் ஆட்டுச் சந்தைக்குப் போய்ட்டு வந்ததிலிருந்து தலப்புள்ள சாகக் கொடுத்தவன் கெணக்கா உம்முனு உட்கார்ந்திருக்கியே என்னய்யா விஷயம்'

ஆட்டுச் சந்தையில் நடந்த எல்லா விஷயத்தையும் ஒன்று விடாமல் சொல்லச் சொல்ல கணேசன் மௌனமாகக் கேட்டுக் கொண்டிருந்தான்.

'எப்பிடியும் வம்பிழுப்பான்கடா சந்தேகமே இல்ல'

'இங்க கேளுய்யா, தெனம் தெனம் இப்பிடி பரக்கப் பரக்க இருக்கிறதவிட, பொய்யாழி சொல்றது மாதிரி நாம முந்திக்கிட்டா என்ன, எத்தன கொல பண்ணுனாலும் ஒரே தண்டனைதானே'

'அவசரப்படக் கூடாது கணேசா, இப்பத்தான் கல்யாணம் காச்சி ஆடுகுட்டினு ஒரு கோப்புக்கு வந்திருக்கோம். பழையபடியும் தலையில மண்ணள்ளிப் போட்டுக்கிற வேணாம்னு பாக்கேன்'

'சரி, அப்ப உண்டானபடி இருக்கட்டும் என்னதான் செய்வாம்னு பாத்துக்கிட்டு, பின்னாடி முடிவு பண்ணுவோம்'

காய்ந்த ஓலைகளாலும் மட்டைகளாலும் மேதிப்போய் அருள் கெட்டு வனாந்திரமாகக் கிடந்த பனைகளை யாக்கோபு நாடார் ஒவ்வொன்றாக சுத்தப்படுத்திக்கொண்டிருந்தார். நேர்த்தியாக நிற்கும் பனைகளைப் பார்த்துப் பார்த்து சந்தோஷப்பட்டான் கணேசன். யாக்கோபு நாடார் தங்கள் பக்கத்தில் இருப்பதை ஒரு பாதுகாப்பாகவும் உணர்ந்தான். ரொம்பவும் துணிச்சல்காரர் நாடார். பனைகள் ஏறி பக்குவப்பட்ட உடம்பு, எந்நேரமும் ஆயுதங்களுடன் நடமாடுபவர். அதையெல்லாம்விட துணிச்சல்காரர். இல்லையென்றால், கோர்ட்டில் போய் சரணடைவது வரை போலீசுக்கு பயப்படாமல் தன் குடிசையில் தனக்கு அடைக்கலம் தர முடியுமா?'

'என்ன நாடார வேலைகள் நடக்குதா?'

'யாரு கணேசனா... வாப்பா வா, அஞ்சாறு வருஷமா ஓலை கழிக்காமப் போட்டா அந்தப் பனை என்னத்துக்கு ஆகும். வருஷா

வருஷம் நம்ம வீடு வெள்ளையடிச்சு மராமத்து பாக்குற மாதிரி பனைகளையும் பாக்கனும், மொதல்ல காய்ஞ்ச மட்டைகளையும் காவோலைகளையும் கழிக்கணும். குருத்தோலையில் வண்டு இருக்கானு பாக்கணும் வண்டு இருந்தா பனை வெளங்காது, அடுத்து பாளை தள்ளி பிஞ்சு பிடிச்சு காய் தெரளும் போது பிஞ்சுக உதிருதானு பாக்கனும், குருத்தோலைய வெட்டி சேதமாக்குற வண்டுக்கு காண்டாமிருக வண்டுனு பேர் வச்சிருக்கான். தென்னை மரங்களையும் பாழாக்கும். இந்த வண்டுகள சாமானியமா அழிக்க முடியாது. மெடிக்கல்ல மாத்திரை விக்கான், இந்தா இத்தாந்தண்டி சர்க்கரை கெணக்கா இருக்கும், அதை வாங்கியாந்து தென்னையோட தூர்ல ஓட்டைபோட்டு அந்த மாத்திரையை ஓட்டைக்குள்ள வச்சு சிமெண்ட் வச்சுப் பூசி ஓட்டைய நல்லா அடச்சு பூசி மெழுகிட்டா அந்த மாத்திரை அப்படியே இளகி தென்னை பூராவும் விஷமா மாறி குருத்தோலை யிலயும் நஞ்சு பரவி அந்தக் குருத்தோலைய திங்கிற வண்டு செத்துப் போகும். ஆனா தென்னை பூராவும் விஷம். இளநி தேங்காய் எல்லாமே விஷம்தான், இதையே பனைக்கும் வச்சு அந்த வண்டக் கொல்லலாம், ஆனா பனை பூராவும் விஷம்தான், நுங்கு, பதனி எல்லாமே விஷம் தான், மனுஷனுக்கு ஒடனடியாக ஒன்னும் ஆகாது. ஆனா படிப்படியா ஒடம்புல விஷம் சேரும்'

'அப்ப இத எப்பிடித்தான் கொல்றது நாடார, தென்னைகளும் பனைகளும் வம்பாப் போகுமே'

'நல்ல வழி இருக்கு அதச் செய்ய சோம்பல் பட்டுக்கிட்டு மெடிக்கல்ல போயி மாத்திரைகளை வாங்கி வைக்கான். வெவசாயப் பண்ணையிலும் ஆபிசருங்க இதத்தான் வைக்கச் சொல்றான்'

'வேற எப்பிடி ஒழிக்கிறது நாடார'

'ஆவாரஞ்செடி, கொழிஞ்சி செடி இவைகளக் கொண்டாந்து அப்படியே பச்சை மாறாம பனை தென்னைகளைச் சுத்தி குழி தோண்டி புதச்சிட்டா கரெக்டா பத்தே நாள்தான் வண்டு செத்துப் போகும், அதைவிட சுலபமான வழி எங்கேயாவது நாய் செத்துப் போச்சுனா அதைக் கொண்டாந்து தூர்ல பொதச்சாலும் காண்டா மிருகவண்டு செத்துப் போகும். இதுக்காக வலிய நாயைக் கொல்றது பாவம். இயற்கையா செத்துப்போன நாய் கெடைக்கணும்'

'தோட்டத்து வரப்பு நெடுகிலும் யாக்கோபு நாடாரால் ஒழுங்கு

செய்யப்பட்ட வரிசைப் பனைகள் ராணுவ வீரர்களின் கம்பீரம் போல் அழகாக நின்றதைப் பார்க்கும்போது கணேசன் வியப்புற்றான். இதேபோல் தரிசாகக் கிடக்கும் தன் காடுகளையும் தோட்டத்தையும் முள்செடிகளையும் மஞ்சணத்திச் செடி களையும் அகற்றி உழவுபோட வேண்டும் என்று நினைத்துக் கொண்டே நாடாரிடமிருந்து விடைபெற்று வீடுவந்தான். இன்று வாய்தா, கோர்ட்டுக்குப் போக வேண்டுமென்பதற்காக பொய்யாழியை வரச் சொல்லியிருந்தான். வீட்டுக்குள் நுழையும் போதே தன் பொண்டாட்டி மாரியம்மாளிடம் பொய்யாழி பேசிக்கொண்டிருந்தான்.

'கணேசண்ண எங்க மதினி காணும், கோர்ட்டுக்கு போகணுமே'

'தோட்டத்து வரைக்கு போய்ட்டு வாரேன்னு சொல்லிட்டுப் போனாக, போயி ரொம்ப நேரமாச்சு'

'ரெண்டு பேரும் ஒன்னாத்தான் ஜெயிலுக்குள்ள கெடந்தோம், கொஞ்சம் முன்கோபம் வரும், மத்தப்படி தங்கமான மனுஷன் எங்கண்ணன், பழைய சம்சாரிக் கோப்புக்கு வந்திறணும் மதினி, அதே மாதிரிதான் அப்பாவும், அப்பா கொணம் தப்பாம இருக்கு ரெண்டு பேரும் ஒன்னுதான்'

'என்ன பொய்யாழி அப்பவே வந்திட்டயா, தோட்டத்துக்குப் போனேன், நாடார்கூட பேசிக்கிட்டே இருந்திட்டேன், மாரியம்மா தம்பிக்குச் சோறு வச்சுக்குடு'

'தம்பி சாப்பிட்டாச்சு, நீங்க புறப்படுங்க நேரமாச்சு, நம்ம நேரத்துக்கு லேட்டாப் போற அன்னைக்கித்தான் மொத ஆளா கூப்பிடுவான்'

வண்டியை வேப்பமரத்தடியில் நிறுத்தி விட்டு வேகவேகமாக கோர்ட் படியேறினான். நல்ல வேளையாக நீதிபதி இன்னும் வரவில்லை. வக்கீல் முருகானந்தத்தைப் பார்த்து ஒரு கும்பிடு போட்டான். வரிசையாக இருக்கும் நான்கு கோர்ட்டுகளிலும் ஆட்கள் வராண்டா முழுக்க நின்றுகொண்டிருந்தார்கள். உடன் வந்தவர்கள் ஆங்காங்கே மரத்தடிகளில் கூட்டங்கூட்டமாக நின்று பேசிக்கொண்டிருந்தார்கள். மிடுக்காக உடையணிந்த போலீஸ்காரர்களும் வக்கீல்களும் பரபரப்பாக ஓடிக்கொண்டிருந் தார்கள்.

வெய்யில் ஏறிக்கொண்டிருந்தது. கரும்புச்சாறு, கம்மங்கஞ்சி, டீ குடிக்க சிறிய பெட்டிக் கடைகளில் கூட்டங் கூட்டமாய் ஆட்கள் நின்றார்கள். பொய்யாழி இவைகளையெல்லாம் வேடிக்கை பார்த்தபடியே வேற்றாள் நடமாட்டம் இருக்கிறதா என்று ஊசாட்டம் பார்த்துக் கொண்டிருந்தான். நடுவில் கோர்ட் கட்டிடம் சுற்றிலும் ஆட்கள் நிற்க வராண்டா. ஏதாவது பிரச்சினை என்றால் எலி தலை நீட்டிவிட்டுப் பொந்துக்குள் பதுங்கிக்கொள்வதைப் போல விருட்டென்று ஓடி, கதவைப் பூட்டிக்கொள்ள நீதிபதியின் முதுகுக்குப் பின்னால் திறந்தே இருக்கும் வாசல். நீதிபதி ஆசனத்தில் ஏறும் போதும் இறங்கும் போதும் கோர்ட்டே அதிரும்படியாக மிடுக்கான சீருடையணிந்த டபேதாரின் 'சைலன்ஸ்' என்ற சத்தம் திட்டமிட்டுக் கட்டியிருக்கும் வெள்ளைக் காரனை நினைத்துப் பார்த்தான் பொய்யாழி.

கோர்ட்டைச் சுற்றிலும் வளர்ந்து கிளை பரப்பி நிழல் தந்து கொண்டிருக்கும் வேப்ப மரங்கள். கொடுங்குற்றமான கொலைக் குற்றம் புரிந்தவனுக்கும் வஞ்சனையற்று தாராளமாக நிழல் தரும் மரங்கள். இந்த மரங்களின் அடியில் எத்தனை குற்றவாளிகள் உட்கார்ந்து போயிருப்பார்கள். எத்தனை காவல்துறை அதிகாரிகள், எத்தனை வக்கீல்கள், எத்தனை முக்கியஸ்தர்கள் மரநிழலில் நின்று உட்கார்ந்து பேசி சிரித்து விடுதலையாகி, தண்டனையாகிப் போயிருப்பார்கள். கைவிலங்குடன் துப்பாக்கி ஏந்திய போலீஸ் அழைத்துவரும் தன் மகனைப் பார்க்க, தன் கணவனைப் பார்க்க எத்தனை பெண்கள் கண்ணீருடன் காத்திருந்திருப்பார்கள். இந்த மரங்கள் பேச ஆரம்பித்தால் கொடூரங்களும், துரோகங்களும் குற்றங்களும் வண்டி வண்டியாகக் கொட்டுமே.

அன்றாடம் கோர்ட்களுக்கு வரும் ஆயிரக்கணக்கானவர் களுக்கும், வக்கீல்களுக்கும், நீதிபதிகளுக்கும் தெரிந்த ஒரு நபர் உண்டென்றால் அது சீதையம்மாள்தான். கழுத்து நிறைய கொத்துச் செயின், கைக்கு நான்கு தங்க வளையல்கள், விரல்களில் மின்னும் மோதிரங்கள் என தங்கத் தாரகையாக கோர்ட்டை வளம் வருவாள் சீதையம்மாள். கணேசன் கோர்ட்டில் வாய்தா இத்தனாம் தேதி என்றவுடன் வேகமாகப் பொய்யாழி இருக்குமிடத்திற்கு வந்து கொண்டிருந்தான். மேற்கேயிருந்து தங்கத் தேர் அசைந்தாடி வருவது போல் வந்து கொண்டிருந்த சீதையம்மாள் எதிர்பட்டாள்.

கோர்ட் கேஸ் என்று அலைந்த எல்லாருக்கும் சீதையம்மாவைத் தெரியும்.

'என்ன கணேசா எப்படியிருக்க, இன்னும் விசாரணை வரலியா வாய்தாதான் போடுறானா?'

'ஆமக்கா இன்னும் இழுபடுறேன், சாட்சி ஒன்னும் கெடையாது அதுதான் எதிர்பார்ட்டி வக்கீல் வெசாரணையைத் தாமதப்படுத்திக்கிட்டே இழுத்தடிக்கான்'

'நடுப் பஜார்ல பஸ்டாண்ட் பக்கம் நடந்த சம்பவம், பொது இடத்துல நடந்திருக்கு, பொதுமக்கள்ல எவனாவது சாட்சி சொன்னாத்தான கேஸ் நிக்கும்'

'கடைக்காரன்க யாருமே தெரியாதுனு சொல்லிட்டான்க'

'பெறகென்ன, எழவுக்கு வந்தவ தாலியறுப்பாளா'

இருவரும் பேசிக்கொண்டிருக்கும் இடத்திற்கு பொய்யாழி வந்தான். பொய்யாழியைக் கண்டதும் சீதையம்மாளுக்குச் சந்தோஷம் பிடிபடவில்லை.

'யேல, நிய்யி எதுக்கு இங்கிட்டு அலையிறே, ஒன்னையத்தான் ஜெயிலுக்குள்ளயே வேண்டாம்னு வெரட்டிட்டானே, இப்ப என்னடா செய்றே, இனிமேவாவது ஒழுங்கா இரு'

கணேசனுக்குக் கல்யாணம் முடிந்த கதை, பொய்யாழி கரிமூட்டம் போடுகிற கதை, சம்சாரித்தனம் நாசமாப்போன கதை என்று பலப்பல கதைகளைப் பேசிவிட்டு கிழக்கு கோர்ட்டை நோக்கிப் போனாள் சீதையம்மாள். எந்த கேஸ், எந்த ஊர், யார், இன்னார் என்று எதுவும் பார்க்கமாட்டாள், ஜாமீன் கையெழுத்துப் போட எத்தனை ஆட்கள் வேண்டும் என்றாலும் வக்கீல்கள் தேடிப் போகிற ஒரே ஆள் சீதையம்மாள்தான். பணம் வாங்குவதில் கறார் பேர்வழி. கோர்ட்டைச் சுற்றியே திரிந்து நிறைய சட்ட நுணுக்கங்கள் கற்றுக்கொண்டதோடு வசதியான ஆளாக மாறிப் போனாள்.

போலீஸ்காரர்களால் கைது செய்யப்பட்டுக் கொண்டுவரும் பிராத்தல் கேஸ் பெண்களுக்கு, சீதையம்மாள்தான் தெய்வம். ஜெயிலுக்கு அனுப்பினால் ஜாமீன் எடுப்பதும் அபராதம் விதித்தால் தொகையைக் கட்டி அவர்களை வெளியே கொண்டு வருவதும் சீதையம்மாள்தான். அடிக்கடி இம்மாதிரி வழக்குகள்

வரும். இவர்களைக் கைது செய்து கூட்டிவரும் போலீஸ்காரர்கள் சீதையம்மாவைக் கண்டு பயப்படுவார்கள்.

'என்ன... பெரிய்ய கேசப் புடிச்சிட்டீராக்கும், கவர்மெண்ட் ஒமக்கு மெடல் குடுக்கும் வாங்கிக்கோரும், பங்களாக்கள்ல தெனம் நூறு பேர்த்த வச்சு தொழில் செய்றவளையும் அங்க போற பணக்காரங்களையும் போயிப் புடிக்க வேண்டியதானே, பாவம் வயித்துப் பெழப்புக்கு பஸ்டாண்ட்ல நின்னவ, மூத்திர நாத்த மடிக்கிற கடவுக்குள்ள நின்னுக்கிட்டே சேலையைத் தூக்கி சொவத்துல சாஞ்சவ, இவுகதான் கெடச்சாகளாக்கும்'

'இங்க கேளு சீதை, மேல இருந்து இவுக மேல கேஸ் போடுனு சொல்றான், நாங்க என்ன செய்ய தாயி, அவன் சொன்னதைக் கேக்கோம் அவ்வளவுதான்'

ஊரில் உள்ள அத்தது அலஞ்சது அத்தனைக்கும் சீதையம்மாள் தான் தெய்வம். உற்றார் உறவினர்களைப் பிரிந்து நிர்க்கதியாக வாழும் பெண்கள் வழக்கில் மாட்டிக்கொண்டால் ஜாமீன் கொடுக்க யார் முன்வருவார்கள். அதிலும் விபச்சார கேஸ் என்றால் ஜாமீன் கொடுப்பவர்கள் யோசிப்பார்களா? இல்லையா? இது மாதிரி பெண்களிடம் சீதையம்மாள் கொடுத்ததை வாங்கிக் கொள்வாள்.

'இங்க கேளுடி ராணி, இத்தோட நீ மூணாட்ட கோர்ட்டுக்கு வந்திட்டே, இனிமே நீ வந்தா நான் ஜாமீன் கொடுக்க மாட்டேன். களி திங்க ஜெயிலுக்குப் போகவேண்டியதான், ஜெயிலுக்குள்ள கண்ட பயலுக்கெல்லாம் காலத் தூக்க வேண்டியதுதான், கடேசியில சீக்கு வந்து சாக வேண்டியதுதான்'

'.........'

'ஆமா, ரோஸிய எங்கடி இப்ப கண்ணுலயே தட்டுப் படல, என்ன செய்றா, இந்த ஊர்ல இருக்காளா இல்ல வேற எங்கேயும் போய்ட்டாளா, பாத்தா சீதை வெசாரிச்சானு சொல்லுங்கடி'

'யெக்கா அவ இப்ப இங்க இல்லக்கா, யாரோ ஒரு ரிடையரான கெழவன், கவர்மெண்ட்ல ஆபிசரா இருந்தானாம், அவன் இவளை பதிவா வீட்லயே வெச்சுக்கிட்டான்க்கா, வசதியாயிருக்கா, தொழில விட்டுட்டா, என்னைக்காவது கார்ல போகும்போது பாத்து கையசைச்சு டாட்டா காட்டிட்டுப் போவா'

‘அவதான்டி புத்திசாலி. ஒங்களுக்கு அந்த அறிவு இல்லையே. கனகாவும் ஒங்கள மாதிரிதான் மூனு வருஷமா அலஞ்சா. எவனோ ஒரு லோடுமேன் மாட்டுனான், அப்பிடியே ஒட்டிக்கிட்டால்ல, இப்ப ரெண்டு புள்ளைக்குத் தாயாகிப் போனா, அவனும் இவள நல்லா வச்சுக்கிறான், கனகா கனகானு தாங்குறான், கூடையை வீசிட்டு என்னைக்காவது ஜாமான் வாங்க பஜாருக்கு வருவா, பேசிட்டு இருப்பாடி’

‘அப்பிடி நமக்குனு ஒன்னு அமையணுமில்லக்கா, ரௌடிப் பயககிட்ட நம்பிப் போயி செத்தாளே சிவகாமி. அதுமாதிரி ஆயிரக் கூடாதில்ல, அனாதையா செத்துப் போகக் கூடாதில்லக்கா’

‘ஒடம்பு தெம்பு இருக்கிற வரைக்கு தோல்ல மினுக்கும் இறுக்கமும் இருக்கிற வரைக்கு ஒங்க கத ஓடும். தோல்ல சுருக்கம் விழுந்து சீக்கு வந்த கோழி கெணக்கா நடக்க முடியாம உட்கார்ந்திருக்கும்போது ஒரு மிடக்கு பச்சத் தண்ணி குடுக்க நாதி இருக்காது. அப்ப பஸ்டாண்ட்ல பிச்சை எடுக்க வேண்டியது தான், கறித்திமிர்ல அலையாதீங்க, சாமான் தேஞ்சு போச்சுனா ஒன்னுக்கும் உதவாத கழிசடையாப் போயிருவீக, தெரிஞ்சுக் கோங்க, எவனாவது ஒரு கெழடு கெட்டை, ஒரு நொண்டி நொடம் ஒருத்தன்கூட இருந்து மண்டயப் போடுற வழியப் பாருங்க, கெழட்டுப் பயனா ஒங்களுக்கென்ன, கழுதப் பய அவன்பாட்ல நக்கிட்டுக் கெடக்கான், ஒங்களுக்கு ஒரு பாதுகாப்பு கெடைக் கில்லடி, அதப் பாரு’

இரண்டு மாசங்களுக்கு முன்னால் இதே மாதிரி மூன்று பெண்களை விபச்சாரக் கேஸில் கொண்டு வந்து குற்றவாளிக் கூண்டில் நிறுத்தியிருந்தது உள்ளூர் போலீஸ். காசு வாங்காமல் ஏழை எளியவர்களிடம் இலவசமாக அல்லது குறைந்த பணம் வாங்கும் முருகானந்தம் வக்கீல் மூலமாக ஜாமீன் போட்டிருந்தாள் சீதையம்மாள். தானும் ஒரு ஜாமீன்தாரராகத் தன் பெயரையும் கொடுத்திருந்தாள். சீதையம்மாளைத் தெரியாத வக்கீல்களோ நீதிபதிகளோ கெடையாதே. கோர்ட்டார் சீதையம்மாளை விசாரித்தார்.

‘உங்கள் பெயர் என்ன’

‘சீதையம்மாள்’

'உங்கள் கணவர் பெயர்'

'ராமசாமி'

'என்ன தொழில்'

'கூலி வேலை'

'இந்தப் பொம்பளைகள உங்களுக்கு எப்படி தெரியும்'

'பழக்கம்'

'பழக்கம்னா எப்படிப் பழக்கம்'

'என்னோட கூலி வேலைக்கு வருவாங்க'

'எத்தனை வருஷமா பழக்கம்'

'அஞ்சு ஆறு வருஷமா பழக்கம்'

'சீதைன்னு பேர் வச்சுக்கிட்டு பொய்சாட்சி சொல்லலாமா'

'நீரும்தான் அர்ச்சுணன்னு பேரு வச்சிருக்கீரு, அர்ச்சுணன் மாதிரியா நடக்கீரு'

கோர்ட்டில் ஒரே சிரிப்பலை. தங்களுடைய மனஎரிச்சலை எல்லாம் வக்கீல்கள் சிரித்து தீர்த்துக்கொண்டார்கள். நீதிபதி எதிர்பார்த்திருக்கமாட்டார், நிலைகுலைந்து மௌனமாகிப் போனார். எதிரே வரிசையாக உட்கார்ந்திருந்த வக்கீல்களில் ஒருவர் எழுந்து கோபமாகப் பேச்சை தொடர்ந்தார்.

'இங்க கேளுங்கம்மா, இது வந்து நீதிமன்றம், வேப்ப மரத்தடியில்ல. கனம் கோர்ட்டார் என்ன கேள்வி கேக்காரோ அதுக்கு மட்டும்தான் பதில் சொல்லணும், கண்டதக் கழியித இங்க வந்து பேசக்கூடாது'

'அவரு எங்கயா கேள்வி கேட்டாரு, என்னைய பொய் சாட்சி சொல்றனு சொல்றாரு, நான் கூலி வேலை செய்யலணு அவர் கண்டாரா, எத வச்சு கூலி வேல செய்யலணு சொல்றாரு, சீதைன்னு பேர் வச்சுக்கிட்டு பொய் சாட்சி சொல்லலாமானு கேக்காரு, சரின்னே வச்சிக்கிருவம், இவரு அர்ச்சுணன்னு பேரு வச்சிருக்காரு அர்ச்சணன் மாதிரி நடக்காரா'

ஒரு தூசி விழுந்தாலும் கேட்கிற மௌனம்கோர்ட்டில். அனைவரும் வாய் மூடி அமர்ந்திருந்து வேடிக்கை பார்த்தார்கள்.

'ஜாமீன் கிராண்ட்'

கோர்ட்டார் சேம்பருக்குள் போய் உட்கார்ந்துகொண்டார். கையெழுத்துப் போட்டு விட்டு மூன்று பெண்களையும் வெளியே கூட்டிக்கொண்டு வந்த சீதையம்மாளை வக்கீல்கள் அனைவரும் வியப்புடன் பார்த்துக்கொண்டு நின்றார்கள். கோர்ட்டாரை நோக்கிச் சீதையம்மாள் பேசியது தங்களுடைய குரல் என்று வக்கீல்கள் சந்தோஷப்பட்டார்கள்.

இது மாதிரியான ஏராளமான வரலாற்றுச் சம்பவங்கள் நிகழ்ந்த இடம் தான் இந்த கோர்ட்டு வளாகம். அதோ வருகிறாரே கன்னங்கரேரென்று ஏட்டையா வேல்சாமி. அவருடைய பெயரைச் சொன்னால் அனேகம் பேருக்கு இன்னார் என்று அடையாளம் தெரியாது. ஆனால் கம்மங்கஞ்சி ஏட்டையா என்றால் அனைவருக்கும் தெரியும். கொலைக் குற்றவாளி ஒருவனை பாளையங்கோட்டை மத்திய சிறையிலிருந்து கோர்ட்டில் ஆஜர்படுத்துவதற்காகத் துப்பாக்கி சகிதம் பாதுகாப்பாக அழைந்து வருகிறார் வேல்சாமி ஏட்டையா. கோர்ட்டுக்கு முன்னால் ஏகப்பட்ட கூட்டம். சித்திரைமாசக் கோடை வெய்யில், அக்னியாகத் தகிக்கிறது. கோர்ட்டுக்கு முன்னால் தள்ளுவண்டியில் கம்மங்கஞ்சி வியாபாரம், சக்கைபோடு போடுகிறது. வேல்சாமி ஏட்டைய கிராமத்திலிருந்து வந்தவர், கம்மங்கஞ்சி மீது ஒரு தீராத ஆசையுடன் வாழ்பவர். ஊறுகாயையும் கம்மங்கஞ்சியையும் கண்டவுடன் நாக்கில் ஊறும் எச்சிலை சப்புக் கட்டினார். துப்பாக்கியைச் சுவரில் சாய்த்து வைத்துவிட்டு அருகில் தொப்பியை வைத்துவிட்டு, சக மனிதனைப் பார்க்கவைத்துக் கொண்டு சாப்பிடக் கூடாது என்ற உயர்ந்த எண்ணத்தில் கைதிக்குக் கைவிலங்குகளை அகற்றினார். ஆளுக்கு ஒரு கலயம் கம்மங்கஞ்சி வாங்கிக் குடித்துவிட்டு இருவருக்கும் இன்னொரு கலயம் கஞ்சி வாங்கினார்.

ஒரு மிடக்கு வாயில் வைத்து குடித்து நிமிர்ந்தவர் சற்றும் எதிர்பார்த்திருக்க மாட்டார். அப்படியே முழுகலயக் கஞ்சியையும் சளப்பென்று முகத்தில் ஊற்றிவிட்டு வடக்காமல் ஓட்டம் பிடித்தான் கைதி. முகத்தைத் துடைத்து துப்பாக்கியையும் தொப்பியையும் எடுத்துக்கொண்டு விரட்டுவதற்குள் ஆளையே காணவில்லை. ஏற்கனவே கொஞ்சம் சதைச்ச உடம்பு, அடுத்து இப்போது குடித்த கம்மங்கஞ்சி ஆக, உடம்பை இழுத்து

ஓடமுடியில்லை. பத்திரிகைகளில் பரபரப்பாகச் செய்திகள் வெளியாயின. ஏட்டையா உடனடியாக சஸ்பென்ட் செய்யப் பட்டார். பாவம் நல்ல மனுஷர். யாராவது இது பற்றிப் பேச்சுக் கொடுத்தால் சிரித்துக் கொண்டே சொல்வார்.

'இதுவரைக்கு என்னோட சர்வீஸ்ல ஒரு மெமோகூட வாங்கியதில்லை. என்ன செய்ய நம்ம நேரம், நம்ம கெரகம் அப்பிடியிருக்கும்போது நாம என்ன செய்ய முடியும், ஆனாஒன்னு அன்னமிட்ட வீட்டுக்குக் கன்னம் வைக்ககூடாது, நான் கஞ்சி வாங்கிக் குடிடானு அன்பா கொடுத்தேன், அந்த நன்றியை மறக்கலாமா, நன்றி கெட்ட பய'

அன்றிலிருந்து வேல்சாமி ஏட்டையா என்கிற பேரே மாறி கம்மங்கஞ்சி ஏட்டையா என்றால்தான் எல்லோருக்கும் தெரியும். இதிலிருந்து பிச்சை ஏட்டையா கதை கொஞ்சம் வித்தியாசமானது. செக்கச் செவேரென்று பூசணிப்பழம் போல் தொந்தி பருத்த ஏட்டையா பிச்சையா. வயது நாற்பத்தி எட்டுதான் என்றாலும் வயதுக்கு மீறிய உடல் பருமன். உட்கார்ந்தால் எந்திரிக்க முடியாது எந்திரித்தால் உட்கார முடியாது. நாற்காலி சேரில் உட்கார முடியாது. ஸ்டூல் போட்டுத்தான் உட்கார முடியும். அவ்வளவு குண்டு. இனிமேல் நம்மாள் வேலை பார்க்க முடியாது என்று மன வருத்தத்துடன் வேலையை ராஜினாமா செய்துவிடலாம் என்கிற மனநிலையில் இருந்தபோதுதான் அவருக்கு ஒரு யோகம் அடித்தது. அவரைப் பிடித்த நல்ல நேரம்.

அந்த ஏரியாவையே கலங்கடித்துக் கொண்டிருந்த திருடன் வென்னி மலை. ஏராளமான வழிப்பறிக் கொள்ளைகள் சங்கிலி பறிப்பு கேஸ்கள், கொலை மிரட்டல் கேஸ்கள் என்று பல கேஸ்கள். பல வருஷங்களாக, தலைமறைவாக இருந்தவனை ரொம்பவும் பிரயாசைப்பட்டு கைது செய்தது தனிப்படை. எல்லா ஊடகங்களிலும் பரபரப்பாகப் பகிரப்பட்ட செய்தி: பிரபல கொள்ளையன் கைது. கோர்ட்டில் ஆஜர்படுத்த வந்தபோது, போலீசுக்கு டிமிக்கி கொடுத்துவிட்டுக் கழிவறையின் ஜன்னலை உடைத்துத் தப்பிவிட்டான். நான்கு போலீசார் சஸ்பெண்ட் செய்யப்பட்டார்கள். பக்கத்து ஊரில் கல்யாணம் பண்ணிக் கொடுத்திருக்கும் தன் மகளைப் பார்ப்பதற்காக வந்த பிச்சை ஏட்டையா டீ குடிப்பதற்காக ஹோட்டலுக்குப் போனவர் வென்னி

மலையைப் பார்த்துவிட்டார். வென்னி மலை இவரைப் பார்த்து ஓடவில்லை. தான் ஓடினால் ஏட்டையாவால் பிடிக்க முடியாது என்றுகூட நினைத்திருக்கலாம். ரொம்பவும் சகஜமாகப் பேச்சுக் கொடுத்தான்.

'என்ன ஏட்டையா இந்தப் பக்கம்'

'மகள இங்கதானடா கெட்டிக் குடுத்திருக்கேன்'

'அப்பிடியா ஏட்டையா, சொல்லவே இல்ல'

'சரிடா வென்னிமலை நீ ஏட்டையாவுக்கு ஒரு உதவி செய்யணும்டா, இன்னக்கி நேத்தாடா நம்ம பழகுறோம். நீ செய்ற இந்த உதவியை நான் வாழ்நாள் முழுக்க மறக்கவே மாட்டேன்டா வென்னிமலை, மாட்டேன்னு மட்டும் சொல்லிராத'

இதைச் சொல்லும் போதே ஏட்டையாவின் குரல் கம்மியது. அழுவதைப் போல் பேசினார்.

'சொல்லுங்க ஏட்டையா என்னால முடிஞ்சா செய்றேன்'

'உன்னால முடியும்டா, முடியாத உதவியை நான் கேப்பனா'

'டேய்... வென்னிமல, வயசு எனக்கு நாற்பத்தியெட்டுதான் ஆகுது. வயசுக்கு மீறி ஒடம்பு பருத்துப் போச்சு, வேல செய்ய முடியல, மேலதிகாரிக வேலையைவிட்டுட்டுப் போங்கான், இப்ப வேலையை விட்டுட்டா நான் வேற என்ன வேலடா செய்ய முடியும், இன்னும் ஒரு பொம்பளைப்புள்ளையக் கட்டிக்கொடுக் கணும், பையன் படிச்சிட்டு இருக்கான், வேற எந்த வருமானமும் இல்ல, குடும்பம் நடுத்தெருவுக்கு வந்திரும்டா வென்னிமலை, அதனால கொஞ்சம் மனசு வையிடா'

'நான் என்ன செய்யணும்னு சொல்லவே இல்லையே'

'நீ என் கூட ஸ்டேசனுக்கு வரணும், ஒன்னைய நான்தான் கைது பண்ணினேன்னு ரிக்கார்டாகணும்'

ஏட்டையா சொன்னதைக் கேட்டதும் வென்னிமலை அவரையே உற்றுப் பார்த்துக் கொண்டிருந்தான். முகத்தில் எவ்வித சஞ்சலமும் இல்லை.

'இன்னொன்னையும் சொல்லிறேன், ஒன்னைய இனிமேல்பட கைது பண்ணினா கால ஒடிக்கச் சொல்லி மேலதிகாரிக உத்தரவு அப்படியே நீ கோர்ட்ல சரணடைஞ்சாலும், போலீஸ் விசாரணைக்கு

எடுத்து விசாரணைக்குக் கொண்டுபோகும்போது தப்பிச்சு ஓடுனான்னு சுட்டுக் கொல்வான், இல்ல கையக்கால ஒடிப்பான், என்கூட வந்தேனா ஒன்மேல்ல ஒரு துரும்புகூடப் படாமப் பாத்துக்கிறது என்னோட வேல, கொஞ்ச நாள்ல ஜாமீனுக்கும் ஏற்பாடு பண்ணிறேன், கௌம்புடா வென்னிமலை, என் குடும்பத்தோட எதிர்காலமே உன்கிட்டத்தான்டா இருக்கு'

வென்னிமலையை புறங்கையைக் கட்டி நடுரோட்டில் நடக்க விட்டு சிங்கம் போல் நடந்துவந்த பிச்சையா ஏட்டையாவைப் பார்த்து காவல்துறையே வியந்துபோனது. எல்லா ஊடகங் களிலும் பிச்சை ஏட்டையாவின் பேட்டி வெளியானது. டீ கடையில் மறைந்திருந்து எப்படி அமுக்கிப் பிடித்து மல்லுக்கட்டி உருண்டேன் என்று வீராவேசமாகப் பேட்டி கொடுத்தார். ஸ்டேசனிலேயே உட்கார்ந்த இடத்தில் உட்கார்ந்தபடியே வேலை பார்க்கும் ரைட்டர் புரோமோசன் வந்ததோடு தோள்பட்டையில் இருந்த இரண்டு வெள்ளைக்கோடு மூன்று கோடுகளாக மாறிப் போனது.

வரிசையாக, வெள்ளைக்காரன் காலத்திலிருந்தே செயல்படும் இந்த கோர்ட்களும், கோர்ட் முன்னாலும் கோர்ட்டைச் சுற்றியும் இருக்கும் மரங்களும் பேச ஆரம்பித்தால் ஆயிரமாயிரம் கதை களைச் சொல்லும். கோபங்களும், வன்வங்களும், துரோகங்களும் குற்றங்களாக மாறி வருத்தங்களாக அலையும் கண்ணுக்குத் தெரியாத ஆக்ரோஷங்கள் கோர்ட்டுக்களைச் சுற்றிலும்நிறைந்து கிடக்கின்றன. நேர்த்தியான சீருடை அணிந்த டபேதார்களின் சைலன்ஸ் என்ற அதட்டலில் நீதிமன்றமும் வக்கீல்களும் குற்றம் சுமத்தப்பட்டவர்களும் திடுக்கிட்டு எழுந்து நிற்கும் போது மரக்கிளையில் அமர்ந்து கொண்டு மைனாக்களும் காக்கைகளும் என்றும் போல்தான் ஆனந்தமாக ஒலியெழுப்புகின்றன. டபேதாரின் சைலன்ஸ் என்ற அதட்டல், சட்டத்தை காப்பவர் களுக்கும் சட்டத்தை மீறியவர்களுக்குமானது. பறவைகளுக்கு ஏது சட்டம்?

மத்தியான உச்சி வெய்யில். கோர்ட்கள் பரபரப்பாக இயங்கிக் கொண்டிருக்கிறது. சிறைச்சாலைகளிலிருந்து துப்பாக்கி ஏந்திய போலீஸ் காவலுடன் கைகளில் விலங்கிட்டு அழைத்து வரப்படும் கைதிகளாகிப்போன தன் மகனை, தன் கணவனை, தன்

அப்பாவை, தன் தம்பியை, அண்ணனைக் காண ஆவலுடன் கூடி நிற்கும் ஆண்கள் பெண்கள். கூட்டிவரும் போலீஸ்காரர்களே இவர்களுக்கு வரம் கொடுக்கும் கடவுள்.

போன மாசம் கீழக்கடைசி கோர்ட்டில் நடந்த ஒரு சம்பவம். கைகளில் விலங்கிட்டு, கைதிகளை துப்பாக்கி ஏந்திய போலீஸ் காரர்கள் அழைத்து வருகிறார்கள். தன்னுடைய கைக்குழந்தை யுடன் தன் கணவனைக் காண ஆவலுடன் காத்திருக்கும் மனைவி. கோர்ட் வராந்தாவில் அமர்ந்தவுடன் அப்பாவைக் கண்டவுடன் தாயின் இடுப்பிலிருந்து ஆவலுடன் துள்ளிப் பாயும் கைக்குழந்தை. விலங்கு மாட்டிய கைகளுடன் பாசத்துடன் இரு கை நீட்டும் அப்பா. பாதுகாப்பாக நிற்கும் துப்பாக்கிப் போலீசின் அதட்டல்.

'கீழ உட்காருவே, கொழந்தைய வாங்கக்கூடாது, ஏம்மா கொழந்தையை அங்கிட்டுக்கொண்டு போமா, கொஞ்சுறதை எல்லாம் ஓம் புருஷன் வீட்டுக்கு வந்தப் பெறகு வச்சுக்கோ, அங்கிட்டுத் தூரத்துல போமா'

மௌனமாகிப் போன அப்பாக் கைதி. அப்பா தன்னைத் தூக்காததால் சத்தம் போட்டு அழத் தொடங்குகிறது குழந்தை. தன் தாயின் இடுப்பிலிருந்து நழுவி அப்பாவை நோக்கிக் கைகளை நீட்டியபடிப் பாய்கிறது. கைதி எழுந்து பாசத்தோடு விலங்குடன் இரு கை நீட்டுகிறான்.

'யாரவே சொல்றேன், கொழந்தையைத் தொடக் கூடாதுவே ஏம்மா இப்ப அங்கிட்டு தூரப் போகப் போறியா என்ன? இரு கைநீட்டிக் குழந்தையை வாங்கப் போன கைதி ஒரு வினாடியில் மீண்டும் மிருகமானான். அப்படியே நீட்டிய கையுடன் இரண்டு கைகளையும் சேர்த்து விலங்குடன் பலமான ஒரு அடி. போலீஸ் காரன் நிலைகுலைந்து போனான். சற்றும் எதிர்பார்த்திருக்க மாட்டான். கன்னத்தில் பலமான அடி. வராந்தாவில் கூடி யிருந்தவர்கள் சிதறி ஓடினார்கள். போலீஸ்காரனின் அலறல் கோர்ட் முழுவதும் கேட்டது. உள்ளே நடைபெற்றுக்கொண்டிருந்த விசாரணை தடைபட்டது. கோர்ட்டார் சுற்றுமுற்றும் பார்த்தார்.

'வெளியே என்னவே சத்தம்'
'ஒரு கைதி போலீஸ்காரனை தாக்கிட்டான் ஐயா'

‘கைதி போலீஸ்காரனைத் தாக்கிட்டானா, இல்ல போலீஸ் காரன் கைதியைத் தாக்கிட்டானா’

‘கைதிதான் போலீஸ்காரனைத் தாக்கிட்டான் ஐயா’

‘அவன இங்க கொண்டு வாங்க’

‘கும்புடுறேன் எசமான்’

விலங்குகள் பூட்டிய இரு கைகளையும் தன் முகத்தில் ஒற்றி வைத்து பவ்யமாகத் தலைகுனிந்து கும்பிட்டான் கைதி.

‘போலீஸ்காரரை தாக்கியது உண்மைதானா?’

‘ஐயா மாசம் ஒரு தடவை இல்லனா ரெண்டு மாசத்துக்கு ஒரு தரம் கோர்ட்டுக்கு வர்ரோம். பெத்தபிள்ளை எங்க மொகத்தப் பாத்ததும் அழுகுதுக, எங்ககிட்ட வரத் துடிக்குதுங்க, கொழந்தை யைத் தொடக்கூடாதுனு போலீஸ் தடுக்குது, நாங்களும் மனுஷங்கதான எசமான், கைகள்ள விலங்கு மாட்டியிருக்கு, நான் பெத்த பச்சக்கொழந்த என் கையில இருக்கு, பக்கத்துல நீ துப்பாக்கியோட நிக்க, எப்பிடி எசமான் தப்பிச்சு ஓட முடியும், கொஞ்சமாவது ஈவு எரக்கம் வேணாமா? ஒரு அஞ்சு நிமிஷம் கொழந்தையோட இருக்கப் போறோம், பெறகு ஜெயிலுக்குள்ள போகப் போறோம் பச்சப்புள்ளையத் தொடக்கூடாதா எசமான்’

கைதி சொல்வதையெல்லாம் மௌனமாக கேட்டுக் கொண்டிருந்த நீதிபதி அந்தப் போலீஸ்காரனை தன் முன்னால் வரும்படி உத்திரவிட்டார். துப்பாக்கியை இன்னொரு போலீஸ்காரனிடம் கொடுத்துவிட்டு விரைப்பான சல்யூட் அடித்து நீதிபதியின் முன்னால் நின்றார் போலீஸ்காரர்.

‘என்ன நடந்தது’

‘என்னையத் தாக்கிட்டான் சார்’

‘எதுக்கு தாக்குனான்’

‘.........’

‘சொல்லுங்க எதுக்கு தாக்குனான்’

‘அவன் மனைவி, கொழந்தையை அவன்கிட்ட கொடுத்தா நான் கொடுக்கக் கூடாதுனு தடுத்தேன்’

‘அப்படியா ஏன் கொழந்தையை வாங்கக் கூடாதுனு தடுத்தீர்கள்? சொல்லுங்க’

‘சட்டப்படி அது தப்பு ஐயா’

‘ஓகே, சட்டப்படி தப்பு ரைட். கையில விலங்கு மாட்டி அழைச்சிட்டு வர முறைப்படி அனுமதி வாங்கியிருக்கீகளா?’

‘... ... ...’

‘மிஸ்டர், சொல்லுங்க, ஒரு கைதியைக் கைவிலங்கிட்டு அழைச்சிட்டு வரணும்னா மாஜிஸ்திரேட்டோட அனுமதி வாங்கணும், நீங்க அனுமதி வாங்கல, ஆனா, கைவிலங்கோட அழைச்சிட்டு வந்திருக்கீக, இது சட்டப்படி குற்றமில்லையா?’

‘... ... ...’

‘பதில் சொல்லுங்க மிஸ்டர்’

‘... ... ...’

‘நீங்க மட்டும் சட்டத்தை மீறலாமா? கேளுங்க மிஸ்டர், இங்க நீங்க அழைச்சிட்டு வர்ர எல்லாக் கைதிகளும் குற்றம் சுமத்தப் பட்டு கைதானவங்க தானே ஒழிய குற்றவாளிங்க இல்ல, அடுத்து அவங்க எல்லோருமே நீதிமன்றக் காவல்லதான் ஜெயில்ல இருக்கான், நீதிமன்ற வழிகாட்டுதல்படிதான் நீங்க நடக்கணும், புரியாதா?’

‘... ... ...’

‘கல்யாணம் ஆயிருச்சா மிஸ்டர்’

‘இன்னும் ஆகலைங்க ஐயா’

‘ஆகியிருந்தா பிள்ளைப் பாசம் தெரிஞ்சு இருக்கும்’

கை விலங்குகளை அகற்றும்படியும் குழந்தையை அவன் கையில் கொடுக்கும்படியும் உத்திரவிட்டார் நீதிபதி. கடுப்பான முகத்துடன் நின்று கொண்டிருந்தான் போலீஸ்.

‘இங்க கேளுங்க மிஸ்டர், துப்பாக்கி எதுக்கு வச்சிருக்கீரு, கைதி தப்பி ஓடுனா சுடுறதுக்குத்தான, அப்புறம் விலங்கு எதுக்கு, அப்புறம் ஒன்னு தெளிவா தெரிஞ்சுக்கோங்க, தான் பெத்த பச்சக்கொழந்த அவன் கையில இருக்கிறவரை எந்தக் கைதியும் தப்பிச்சு ஓட மாட்டான், அப்பிடி ஓடுனா நீங்க துப்பாக்கியால சுடுவீங்கனு தெரியும். தான் சாவானே ஒழிய தன் கொழந்தைய, சாகவிட மாட்டான், கொழந்த அவன் கையில இருக்கிற வரைக்கு ஒங்களுக்குக் கவலையே வேணாம், ஏம்னா அந்தக் கொழந்தைதான்

அவன தப்பிச்சு ஓடவிடாமத் தடுக்கிற பெரிய விலங்கு, தாராளமா நீரு எங்க போகணுமோ போய்ட்டு வரலாம்'

விலங்குகள் அகற்றப்பட்ட தன் கைகளில் குழந்தையை மடியில் வைத்துக்கொண்டு கொஞ்சிக்கொண்டிருந்தான் கைதி. பக்கத்தில் அவன் மனைவி நின்றுகொண்டிருந்தாள். அடிவாங்கிய போலீஸ் முறைத்தபடியே முணுமுணுத்துக் கொண்டிருந்தான்.

'கோர்ட்லதான்வே ஒன்னோட சண்டியர்தனம் செல்லுபடியாகும், அங்க வா வச்சுக்கிறேன், கையக் கால ஒடிக்கேன், கேட்டா தப்பிச்சு ஓடுனான், தடுக்கி விழுந்து கால் ஒடிஞ்சு போச்சுனு சொல்வேன், அப்ப எந்த நீதிபதி ஒனக்கு வர்றார்னு பாக்கேன்'

போலீஸ்காரன் இன்னும் ஏதேதோ கறுவிக்கொண்டிருந்தான். கைதி கண்டுகொள்ளவே இல்லை. குழந்தை அவன் மடியில் விளையாடிக் கொண்டிருந்தது. மாசக் கணக்காகப் படிந்துபோன மனஇறுக்கம் இப்போது கொஞ்சங்கொஞ்சமாக இளகிக் கொண்டிருந்தது.

'இன்னும் கொஞ்ச நேரம்தான்வே, ஆஜர்படுத்துன அடுத்து ஒன்னய தூக்கிட்டுப் போக ஆம்புலன்ஸ்தான்வே வேணும்'

'இங்க கேளுப்பா சின்னப்பயலா இருக்கே, பாவம், பெழைக்கிற வழியைப் பாரு, வம்பா சீரழியாத, என்னோட பொடி மயித்தக்கூட ஒன்னால புடுங்க முடியாது, வேணும்னா நாலு அடி அடிப்பே அடிச்சுக்கோ, என்னைக்கிருந்தாலும் ஜாமீன்ல வருவேன், நீ எங்க வேல பார்த்தாலும் தேடிவந்து வெட்டுவேன், ஏற்கனவே கொலக் கேசு இருக்கு, எத்தனை கொல பண்ணினாலும் ஒரே தண்டனைதான், ரொம்பக் குளிச்சா கூதல் இல்ல, அதனால ஜாக்கிரதையா இருந்துக்கோ.'

23

எப்படியும் இந்த வருஷம் பழைய சம்சாரிக் கோப்புக்கு திரும்பி விட வேண்டும் என்ற அக்கறையில் வேலை செய்தார்கள் கணேசனும் அவன் அப்பா வேலுவும். பொய்யாழி கூடவே பெரிய ஒத்தாசையாக இருந்தான். தொழுவத்தில் வரிசையாகக் கட்டிக்

கிடக்கும் ஆட்டுக் குட்டிகளையும் சிலுசிலுவெனத் திரியும் கோழிக் குஞ்சுகளையும் பார்த்துப்பார்த்து பூரித்துப்போனாள் முனியம்மாள். வயக்காட்டிலும் தோட்டத்திலும் முளைத்து வனமாகக் கிடந்த புதர்களை அகற்றிக் காயவிட்டு, தீவைத்து கொளுத்தி வெட்டிய மரங்களின் தூர்களை எல்லாம் தோண்டி எடுக்க பொய்யாழி தன்னிடம் விறகு வெட்டும் எல்லோரையும் இங்கே அழைத்து வந்து இங்கேயே தங்கியிருந்து எல்லா வேலைகளையும் முடித்துக் கொடுத்தான்.

கண்மாய் பெருகிவிட்டால், நெல் நடவு செய்வதற்குத் தோதாக வயக்காட்டையும் சீர் பண்ணி வைத்திருந்தான். தன் கைவிட்டுப் போய்விட்ட காடுகளைப் போகும் போதும் வரும் போதும் பார்த்துப் பார்த்து ஏக்கப் பெருமூச்சுவிட்டான். பல தடவை அந்தக் காடுகளை மாரியம்மாளிடம் காட்டினான் கணேசன். மாரியம்மாள் ஒரே வார்த்தையில் பதில் சொன்னாள்.

'இங்க கேளுங்க, போகும் போதும் வரும் போதும் அதையே சொல்லாதீக, இருக்கிற காடுகரைக நம்மகிட்ட இருந்தாப் போதும், பொழச்சுக் கெடந்தா இன்னும் எவ்வளவு வேணுமோ வாங்கிக்கிறலாம், வேற பேச்சு பேசுங்க'

ரேக்ளா ரேஸ்காரனின் உறவினர்களைப் பற்றிய பயம்கூட கணேசனுக்கு அவ்வளவாக இல்லை. மினுத்தாளைப் பற்றிய நெனப்பு வரும்போதெல்லாம் பயமும் கூடவே வந்தது. மாரியம்மாளிடம் என்னத்தையாவது இல்லாதது பொல்லாததைச் சொல்லி அதை இவள் நம்பிவிட்டால், உண்டான நிம்மதியும் போய் விடுமே என்று கவலைப்பட்டான். ஊரணியில் அழுக்குத் துணிகளைத் துவைத்துக்கொண்டிருந்த மாரியம்மாளுடன் தானும் துணிகளைத் துவைத்துக் கொண்டே மணிக்கணக்காகப் பழக்கம் போட்டாள் மினுத்தாள். ஆனால், கணேசனைப் பற்றி ஒரு வார்த்தைகூடப் பேசவில்லை போலும். பேசியிருந்தால் மாரியம்மாள் கணேசனிடம் கேட்டிருப்பாள், இல்லை முகம் காட்டிக் கொடுத்திருக்கும்.

காலம் மிக வேகமாக ஓடியது. மாரியம்மாள் நட்டுவைத்த பூவரசு தளிர்த்துவிட்டது. அடையேற்றிய கோழிமுட்டைகள் பொரித்து, குஞ்சுகள், வெடக் கோழிகளாக, கோழிமடத்தை நிறைத்துவிட்டன. கண்மாய் பெருகிவிட்டது. வயல்காட்டில்

நெல்நடவு முடிந்து பயிர்கள் நிலம் மறைத்து வளர்ந்துவிட்டன. நிறை சூலியாக வயிற்றைத் தள்ளிக்கொண்டு திரியும் மாரியம் மாளைப் பார்த்துப் பார்த்து பூரித்துப்போனாள் முனியம்மாள்.

'புண்ணியவாட்டி வந்த நேரம் முந்தி மாதிரியே சம்சாரிக் கோப்புக்கு வந்திட்டோம், கணேசனும் அந்த மினுத்தாச் சிரிக்கிய மறந்திட்டு ஒழுங்கா இருக்கான்க்கா'

'இன்னொருத்தி வந்தப் பெறகும் அரிப்பெடுத்து அலஞ்சா வெளக்குமாத்துப் பூசைதான் வாங்குவா, எத்தனை இருந்தாலும் புருசன விட்டுக் குடுப்பாளா, என்னக்கா நாஞ் சொல்றது'

வயக்காட்டுக்கு மாதிரியே தோட்டத்திற்கும் கண்மாய்த் தண்ணீர் பாத்தியதை இருந்ததால் தண்ணீர் பிரச்சினை இல்லை. கண்மாயில் தண்ணீர் வற்றிவிட்டால், கிணற்றிலிருந்துதான் தண்ணீர் இறைக்க வேண்டும். கட்டாயம் இரண்டு மாடுகள் வாங்கியாக வேண்டும். தோட்டத்துக் கரையோரம் பெண் பனைகளை விட்டுவிட்டு ஆண் பனைகளின் தூரோரம் சுரை விதைகளையும் பீர்க்கங்காய் விதைகளையும் ஊன்றியிருந்தால் முனியம்மாள். பெண்பனைகளில் கொடிகள் படர்ந்துவிட்டால், பனையேறி பாளை சீவ முடியாது. ஆண்பனைகளின் தூர்களில் படர்ந்திருந்த பீர்க்கங்கொடிகளில் மஞ்சள்பூக்கள் பூத்து சொரிந்திருந்தன. இன்னும் பத்தே நாட்கள்தான் பிஞ்சுகள் திரண்டு காய்களாகிவிடும்.

ஒரு நாளைக்கு மூன்று வேளையும் யாக்கோபு நாடார் பாளை சீவ பனையடிக்கு வருவதால், தோட்டத்தில் ஆடுமாடுகள் அழிச்சாட்டியம் பண்ணிவிடுமே என்ற பயமில்லை. வேலு கடைக்குப் போய்விட்டுக் கையில் பைக்கூட்டுடன் வேகமாக வந்து கொண்டிருந்தார். எதிர்ப்பட்ட கொன்னவாயன் மறித்தான். திக்கித் திக்கி பேச ஆரம்பித்தான்.

'வேலண்ணே... நெலம ஒன்னும் சரியில்ல, ஓம் பாட்ல வேகாரியா மெத்தனமா அலையாத, ஒத்தை சத்தையில வெளியில போறத கொறச்சுக்கோ, கணேசன்கிட்டயும் சொல்லி வை. சின்னையா சொன்னாம்னு சொல்லு, ரெண்டு பேர்த்தையும் தீர்த்துக்கட்ட வேலை நடக்கு.'

கொன்னவாயன் செத்துப்போன ரேக்ளா வண்டிக்காரன்

ஊரான சிங்கிலிபட்டிக்குப் படப்பு வேயப்போகிறவன். கொன்னவாயன் சொன்னதை வேலு தன் மகன் கணேசனிடம் சொல்லவில்லை. வரிசைப் பனைகளில் தூக்கணாங்குருவிகள் கூடுகட்டுவதைப் பார்த்த முனியம்மாளுக்கு சந்தோஷம் பிடிபடவில்லை. தோட்டங் காடுகள் வயக்காடுகளில் பசுமை தெரிந்தவுடன் மனிதர்களை மாதிரியே பறவைகளும் ஆனந்தித்து மகிழ்கின்றன. நேற்று மதியம் வீட்டின் கீழோர சுவற்றில் காலண்டர் படத்திற்கு மேல் பிள்ளைக்குளவி மண்கொண்டு வந்துகூடு கட்டுவதைப் பார்த்துக்கொண்டே நின்றாள். எப்படி தெரிகிறது இந்தக் குளவிகளுக்குப் பிள்ளை பிறக்கப் போகும் வீடு?

மாரியம்மாள் ஒரு சம்சாரி வீடடுப் பிள்ளை என்பதை, அவள் செய்யும் ஒவ்வொரு வேலைகளிலிருந்தும் தெரிந்து கொண்டாள் முனியம்மாள். நிறை சூலியாக இருந்தாலும் காடுகரைகளுக்குப் போவதை நிறுத்தவில்லை. இன்னும் எட்டு நாள்களே இருந்தன வளைகாப்பு நடத்தும் நாள். அதற்குள்ளாகத் தோட்டத்திலும் காட்டிலும் வேலைகளைக் குறைத்து ஒரும்பாக்கிக்கொண்டால், நல்லது என்று முனியம்மாள் வேலை செய்தாள். குழந்தை பெறுவதற்குத் தாய்வீட்டிற்குப் போய்விட்டால், எப்படியும் ஏழெட்டு மாசம்தான் மட்டும் ஒத்தையில் கிடந்து சங்கடப்பட வேண்டுமே என்ற கவலை முனியம்மாளுக்கு.

காலம் கவலைகளின் ரேகைகளை அழித்துவிட்டுச் சென்றாலும் புதிய வேலைகளின் ரேகைகளையும் உருவாக்கிக்கொண்டுதான் இருக்கிறது. வாய்தாவுக்கு அலையும் கேஸில் மட்டும் விடுதலை கிடைத்து, பேரனோ பேத்தியோ தாய்வேறு குழந்தைவேறு என்று ஆகிவிட்டால் போதும், என்னப்பன் சோலையப்பனுக்கு ரெட்டக் கிடா வெட்டி முடி இறக்குகிறேன் என்று நேமிக்கம் போட்டு வைத்தாள். தினமும் நாட்களை எண்ணத் தவறவில்லை. ஒவ்வொரு தடவை வாய்தாவுக்கு கோர்ட்டுக்கு போகும் போதெல்லாம் சோலையப்பன் சன்னதி திருநீறு பூசித்தான் அனுப்பி வைத்தாள். எப்படியும் சோலையப்பன் நம்மை கைவிடாமல் காப்பாற்றுவார் என்று நம்பினாள். காடுகரை களையும், தொழுவத்தையும் பார்த்துப் பார்த்துப் பூரித்தாள்.

மாரியம்மாளுக்கு இன்று வளைகாப்பு. கூட்டிச் செல்வதற்காக வந்த வாகனங்கள் தெருவில் நிறுத்திவைக்கப்பட்டிருந்தன.

சாத்தூருக்கு ஜாமான்கள் வாங்கப்போன வேலு இன்னும் வரவில்லை. பொய்யாழியும் கணேசனும் எதிர்பார்த்து காத்திருந்தார்கள். பொழுதடைந்து விளக்குகள் எரியத் தொடங்கும் நேரம். வேலுவை இன்னும் காணவில்லை. வேர்க்க விறுவிறுக்க ஓடி வந்த பிச்சாண்டி பயந்தபடியே சொன்னான்.

'கணேசண்ணே... வேலுத்தாத்தாவ சாத்தூர் பஸ்டாப்புல வச்சு வெட்டிக் கொன்னுட்டாங்க, நாங்க கொத்த வேலைக்குப் போனவங்க பஸ்சுக்கு நின்னோம், நாலு பேரு வெரட்டிவெரட்டி வெட்டுனாங்கண்ணே, அங்னனயே செத்துப் போனாரு'

இவ்வளவு பெரிய பேரிடி வந்து விழும் என்று நினைத்திருக்க மாட்டார்கள். பொய்யாழியும் கணேசனும் வண்டியில் ஏறி சிட்டாகப் பறந்தார்கள். நன்றாக இருட்டிவிட்டது. ஆஸ்பத்திரியின் முன்னால் கூட்டம் ஏறிக் கொண்டிருந்தது. பிணவறையில் வைக்கப்பட்டிருந்த வேலுவின் உடலை அடையாளம் காட்ட அழைத்துச் சென்றது போலீஸ். தலை துண்டிக்கப்பட்டிருந்தது. உடம்பில் ஏராளமான வெட்டுக்காயங்கள். கணேசனும் பொய்யாழியும் அழவில்லை. பெருமூச்சு விட்டதோடு சரி, வேலுவின் உடலையே பார்த்துக்கொண்டு நின்றார்கள். பழிக்குப் பழி அரங்கேற்றப்பட்டுவிட்டது. சாத்தூர் முழுவதும் போலீஸ் குவிக்கப்பட்டது. கணேசன் வீட்டைச் சுற்றிலும் போலீஸ். அடக்கம் செய்வதற்கான வேலைகள் நடந்தன.

ஆஸ்பத்திரியிலிருந்து கொண்டு வரப்பட்ட வேலுவின் உடல் வீட்டுக்குள் கொண்டுபோகக் கூடாது என்பதால் வீட்டின் முற்றத்தில் சிறிது நேரம் வைக்கப்பட்டது. மாரியம்மாளும் முனியம்மாளும் கதறினார்கள். லட்சுமியின் அழுகை மட்டும் அவ்வளவு கூட்டத்திலும் தனித்து ஒலித்தது.

'ஒரு நாளைக்கு நூறாட்ட அடே.... அடே... அடேனு வாய் நிறைய கூப்பிடுவியே அப்பா, எனக்கு அண்ணனுக்கு அண்ணனா அப்பனுக்கு அப்பனா இருந்த தெய்வம் போயிருச்சே, அப்பா...'

'அக்கையாவை வெட்டிக் கொன்னது அவன் மகன் கணேசன், இங்கதான இருக்கான், அவன வெட்டுறத விட்டுட்டு சாகப் போற கெழவன வெட்டுறியே, பொட்டப் பயகளா, வீரமுள்ள ஆம்பளைனா கணேசன வெட்டு'

ஏராளமான பேரின் பேச்சுக்கள் இப்படித்தான் இருந்தன.

ராவணனை வதம் செய்துவிட்டு வந்து ஆக்ரோஷம் தணிய நீராடிய ராமேஸ்வரம் கடலில் மூழ்கி எழுந்தான் கணேசன். கிழக்கே உதித்து மேலெழும்பிக்கொண்டிருந்த சூரியனைப் பார்த்து மௌனமாகக் கும்பிட்டான். ராமன் வந்து கும்பிட்டு கடல் முங்குவதுவரை ஆக்ரோஷமாக அலையடித்துக்கொண்டிருந்த கடல் அன்றிலிருந்து ராமனின் ஆக்ரோஷம் அடங்கியது மாதிரியே தானும் அடங்கி அலைகளற்ற கடலாக மாறிப் போனதாக ஐதீகம். மனைவி உண்டாகியிருக்கும்போது தேங்காய் உடைக்க மொட்டை போடக்கூடாது. கணேசன் கடலுக்குள் மூழ்கி எழுந்தபோது ராட்சச அலையொன்று எழுந்துவந்து நெஞ்சுக்குள் அடங்கியது. ஆயிரம் ஆக்ரோஷங்களை நெஞ்சு உள்வாங்கிக் கொண்டது. புயல், காற்று, இடி, மின்னல், மழை, சூறாவளி இத்தனையும் கணேசனின் நெஞ்சுக்குள் ஒளிந்து கொண்டன. பேச்சுக்களற்ற மௌனங்கள், ஆயிரம் சேதிகளைச் சொல்லிச் சென்றன. லட்சோப லட்சம், கோடான கோடி சோகங்களை உள்வாங்கிக்கொண்டிருக்கும் கடல் கணேசனின் சோகத்தையும் உள்வாங்கிக்கொண்டது. கணேசன் கடலைப் பார்த்து இலேசாக முணுமுணுத்தாள்.

'சோகம் தொலைக்க வந்திருக்கிற நான் கூடிய சீக்கிரம் பாவம் தொலைக்க வருவேன் தாயே'

மாரியம்மாள் தாய்வீட்டுக்குப் போய்விட்டாள்; முனியம்மாள் வீட்டுக்குள் முடங்கிப் போய்விட்டாள். பொய்யாழியின் பொண்டாட்டியும் லட்சுமியும் மட்டுமே நடமாடித் திரிந்தார்கள். மூன்று நாட்கள் கழித்துக் கொலையாளிகளைப் பற்றிய தகவல் வந்து சேர்ந்தது. நினைத்த மாதிரியே அக்கையாவின் தம்பி துரைராஜ் இன்னும் மூன்று பேர் விருதுநகர் கோர்ட்டில் சரணடைந்துவிட்டதாகத் தெரிந்தது. நான்கு பேருமே அக்கையாவின் உறவினர்கள். கணேசனை தீர்த்துக்கட்டப் போட்ட திட்டம் வேலுவின் உயிரைப் பறித்துவிட்டது. வன்மங்கள் எப்படியும் தன் வெறியை தீர்த்துக்கொள்ளும். உணர்ச்சிப் பெருக்கில் வழிந்தோடும் வன்மத்தின் முன்னால் சிந்தனையும் அறிவும் செல்லுபடியாகாது. தான் செய்வது முட்டாள்தனமான தானாலும் வன்மத்திற்கு நிறைவேற்றுதல் பழிக்குப்பழி ஒன்றே

இலக்கு. அறிவை மழுக்கும் வன்மம்.

ஒரே நாளில் எல்லாமே தலைகீழாக மாறிப்போயிற்று. கணேசன் வீட்டுக்கு நாலைந்து வருடங்களுக்குப் பிறகு எட்டிப்பார்த்த சீதேவி விடைபெற்றுக்கொண்டாள். முனியம்மாளும் லட்சுமியும் பொய்யாழியின் பொண்டாட்டியும் தினம் தினம் முகட்டு வலையைப் பார்த்து உட்கார்ந்துகொண்டு அழுதார்கள். கணேசனும் பொய்யாழியும் நடைபிணமாகிப் போனார்கள். ஆறுதல் தேறுதல் சொல்லிவிட்டு, பொய்யாழியும் லட்சுமியும் பொய்யாழி பொண்டாட்டியும் புறப்பட்டுப்போன பிறகு, கணேசனும் அவனுடைய அம்மா முனியம்மாளும் ஒருவர் முகத்தை ஒருவர் பார்த்துக்கொண்டு தினமும் அழுதுகொண்டிருந்தார்கள். வீடே கலையிழந்து வெறிச்சோடிப் போனது.

பல்வேறு சிந்தனைகள் புயலடிக்கும் மனசைக் கட்டுப் படுத்த முடியாமல் தவியாய்த் தவித்தான் கணேசன். பசியில்லை தூக்க மில்லை யாருடனும் பேச விருப்பமில்லை அன்றாடம் ஒரு மிஷினைப் போல் நடமாடித் திரிந்தான். தினமும் கண்ணில் படுகிற ஒரே ஆள் யாக்கோபு நாடார் மட்டுமே. தோட்டத்தில் தண்ணீர் பாய்ச்சாமல் வாடிப் போய் இருந்த பயிர்களைப் பார்த்து வருத்தப்பட்டார்.

'ஏம்பா... கணேசா, இப்பிடித் தண்ணீர் பாய்ச்சாம போட்டுட்டியே என்னத்துக்கு ஆகும், ஒன்னுக்கும் ஆகாம வம்பாப் போகுமப்பா'

'எல்லாமே போச்சு நாடாரே, இனிமேப்பட உசுரு வச்சு வாழ்றதுல அர்த்தமே இல்ல, ஊருக்குள்ள தலக்காட்டவே வெக்கமா இருக்கு நாடாரே, யார் கண்ணுலயும் முழிக்க முடியல'

'இங்க கேளு கணேசா, யாரப் பாத்தாலும் அதையேதான் பேசுவான், கேப்பான், தூண்டிவிடுவான், கேலி பண்ணுவான் எதுக்குமே நம்ம எடம் குடுத்துறக்கூடாது'

'எப்பிடி நாடார எடம் குடுக்காம இருக்க முடியும், நம்ம என்ன கல்லா மரமா நாடார'

'இங்க கேளுப்பா மொதல்ல விதின்னு ஒன்னு இருக்குங்கிறத நம்பு, யார் யாரோட உசுரு எப்பிடிப் போகணும் என்னைக்குப் போகணும்னு படைச்சவன் எழுதி வச்சிருப்பான். அதமாத்த

யாராலையும் முடியாது. ரேக்ளா ரேஸ் அக்கையாவோட உசுரு உன் கையால போகணும்னு எழுதியிருந்தது, அதே மாதிரி ஓங்க அப்பன் வேலுவோட உசுரு இன்னார் கையால போகணும்னு எழுதியிருப்பான்ல'

'... ... ...'

'எங்க அய்யாவக் கொன்னது தப்பில்லையா நாடார'

'தப்புத்தான், தப்பு இல்லனு யாரு சொன்னா?'

'அப்ப என்னத்தான கொன்றுக்கணும்'

'இங்க கேளு கணேசா, வன்மமும், வெறியும் பழிவாங்கத்தான் துடிக்குமே ஒழிய தர்மம் நியாயம் பார்க்காது'

பனையடியில் நின்று பேசிக்கொண்டிருந்த இருவரையும் கடந்து அணில் ஒன்று வேகமாக ஓடியது.

யார் என்ன சமாதானம் சொல்லியும் கணேசனைப் பழைய கணேசனாக்க முடியிவல்லை. அரைப் பைத்தியம் போல் அலைந்தான். தோட்டத்தில் ஒரு மூலையில் அடக்கம் செய்யப் பட்டிருக்கும் தன் அய்யா வேலுவின் குழி முன்னால் நின்று அழுதான், முணுமுணுத்தான். தான் ஒரு தீர்க்கமான முடிவு எடுத்தாக வேண்டும் என்பதை நன்கு உணர்ந்துகொண்டான். சரியாக முப்பதே நாட்கள்தான். பொய்யாழியை வரச்சொல்லி தாக்கல் அனுப்பியிருந்தான். இருவரும் ரொம்ப நேரம் பேசிக் கொண்டிருந்தார்கள்.

24

விடிந்தபோது ஆட்டுக்குட்டிகள் அனைத்தையும் இருவரும் எட்டயபுரம் சந்தைக்குப் பத்திக்கொண்டுபோனார்கள். முனியம்மாள் எதுவும் பேசிக்கொள்ளவில்லை. சந்தோஷமாக வேலு வாங்கிக் கொண்டு வந்த ஆட்டுக்குட்டிகள் இன்று மிகுந்த வருத்தத்துடன் விற்பனைக்குக் கொண்டுவரப்பட்டுள்ளன. விலை எவ்வளவு குறைவாகக் கேட்டாலும் கட்டாயம் விற்றுவிட வண்டும் என்கிற முடிவில் வந்திருந்தபடியால், லாபமோ நட்டமோ எல்லாக் குட்டிகளையும் விற்றுவிட்டார்கள். ஆட்டுக்குட்டிகள் வாங்க வேலு வந்திருந்தபோது வந்து வீர வசனம் பேசிய பெரிய தலப்பா

கிடாமீசைக்காரன் கணேசனை அடையாளம் கண்டுகொண்டான்.

'என்னடா... ஆட்டுக்குட்டிகள விக்க வந்தீகளா? சொன்ன படியே ஒங்கப்பன குளோஸ் பண்ணிட்டு எங்க சின்ன மாமன் உள்ள போய்ட்டாரு, மொதல்ல நாங்க ஆருனு தெரியுமாடா ஒங்களுக்கு,, வீரப்பரம்பரைடா, வெள்ளைக்காரன் பீரங்கியவே எதிர்த்து நின்ன கட்டபொம்மு பரம்பரைடா, நீங்கெல்லாம் எங்களுக்கு ஒரு தூசு மாதிரிடா, ப்பூனு ஊதுனா செத்துப் போவே'

கணேசனும் பொய்யாழியும் அந்த இடத்தைவிட்டு நகர்வதிலேயே குறியாக இருந்து நகர்ந்துகொண்டார்கள்.

ஆட்டுத் தொழுவத்தில் பெருச்சாளிகள் குழி பறிக்கத் தொடங்கின. தினமும் சாயங்காலம் வீட்டில் மாதிரியே தொழுவத்திற்கும் முற்றம் தெளித்து தீபமேற்றும் பழக்கத்தை நிறுத்திக் கொண்டாள் முனியம்மாள். அருள் கெட்டு மூதேவியடைந்து கிடந்தது ஆட்டுத் தொழுவம். நித்தம் எரிந்த அரிக்கேன் லைட் துருப்பிடித்து அந்தரத்தில் தொங்கியது. பல மாதங்கள் கழித்து மெல்ல தொழுவத்திற்குள் எட்டிப்பார்த்தாள் முனியம்மாள். வேலு படுத்து உறங்கும் பனை நாரினால் பின்னப்பட்ட மடக்கு கட்டில் சுவரில் சாய்த்து வைக்கப்பட்டிருந்தது. அதைப் பார்த்தவுடன் ஈரக்குலையைக் கவ்வும் சோகம் அப்பிக்கொண்டது. சேலை முந்தானையால் பொங்கி வரும் கண்ணீரைத் துடைத்துக் கொண்டாள்.

கீழோரம் முகட்டு வளையில் தேன் குளவி கூடு கட்டியிருப்பதையும், ஆங்காங்கே சிறுசிறு செங்குளவித் தட்டுக்களையும் பார்த்தாள். தொழுவம் பாழடைந்து கிடப்பது மாதிரியே தன் வாழ்க்கையும் பாழடைந்து போனதை எண்ணிப் பெருமூச்சு விட்டாள். தொழுவத்தின் முற்றத்தில் எருக்களைச் செடி ஒன்று துளிர் விட்டிருப்பதைப் பார்த்ததும் திடுக்கிட்டாள். எருக்களை முளைத்த இடம் விளங்காது என்பது சொலவடை. இன்னும் என்னென்ன சங்கடங்கள் வரப்போகிறதோ என்று அஞ்சினாள்.

நாடாரிடம் உண்மையைச் சொல்லவா வேண்டாமா என்ற குழப்பத்துடனேதான் தோட்டத்திற்குள் எட்டுவைத்தான் கணேசன். தண்ணீர் பாய்ச்சாமல் தரிசாகக் கிடக்கட்டும் என்று விட்டுவிட்டதால் வளர்ந்த பயிர்கள் காய்ந்து கருகிக்கிடந்தன. கதிர்களில் தானியங்கள் திரளும் என்று நினைத்து கூடு கட்டிய

தூக்கணாங்குருவிகள் பயிர்கள் காய்ந்து சருகான உடனேயே கூடுகளை விட்டுவிட்டு எங்கேயோ பறந்து போய்விட்டன. பாதி கட்டிய கூடுகள் காற்றில் அந்தரத்தில் அனாதையாகத் தொங்குவதைப் பார்த்த கணேசன் பெரிதும் வருத்தப்பட்டான். தூக்கணாங் குருவிகள் கூடுகளை விட்டுக் குடியெழும்பிப் போனபோது என்ன நினைத்திருக்கும். அவைகள் காற்றில் எழுதிச் சென்ற வருத்தம் கலந்த சோகங்களை அறிந்து கொள்வது எப்படி? பயிர்கள் காய்ந்து கருகிக்கிடக்க காரணம் என்னவென்று அவைகளுக்குத் தெரியுமா? என் சோகத்தைப் போலவே அவைகளின் சோகமும் காற்றில் கலந்துவிட்டனவா?

முதன்முறையாக நாடாரிடம் பொய் சொல்ல வேண்டிய நிர்ப்பந்தம் ஏற்பட்டுவிட்டதை எண்ணி கணேசன் வருத்தப் பட்டான். தான் சொல்லப் போகும் பொய்யால் நாடாருக்கு இம்மியளவு கூட நஷ்டமில்லை என்றாலும் நாடாரைப் போன்ற ஒரு வெள்ளந்தியிடம் உண்மையான உழைப்பாளியிடம் பொய் சொல்லப் போகிறோம் என்ற கவலையை மாற்ற முடியவில்லை. பனையிலிருந்து கீழே இறங்கிக்கொண்டிருந்தார் யாக்கோபு நாடார். பனையடியில் கணேசன் நிற்பதை இப்போதுதான் கவனித்தார் போலும்.

'அடடே... கணேசனா, நான் கவனிக்கலையேப்பா, என்ன கணேசா ஆள் விட்டுட்டியே, கவலையை மறப்பா, நல்லா சாப்பிடு, அம்மாவப் பாக்கவே முடியல, எப்பிடியிருக்கா?'

'ஏதோ இருக்கா நாடார, தோட்டத்த தண்ணி பாய்ச்சாமப் போட்டுட்டேன், சோலி இல்ல, அதுதான் இங்கிட்டு வரல'

'ஆட்டுக்குட்டிக எல்லாத்தையும் வித்துட்டேன் நாடார'

'கேள்விப்பட்டேன், ஆமா, ஆட்டுக்குட்டிகள வித்தாச்சு காடுகரைகள தரிசாப் போட்டுட்டே, என்ன செய்யப் போற, எதாச்சும் வேல வேணுமில்ல, வயிறு இருக்கில்ல கணேசா'

'அதாவது நாடார அம்மாவையும் கூட்டிக்கிட்டு பொண்டாட்டி ஊர்ல போயி இருக்கலாம்னு முடிவு பண்ணியிருக்கேன்'

'ஆமா... கணேசா அதக் கேக்க மறந்திட்டேன் பாரு, என்ன புள்ள பெறந்திருக்கு'

'பொம்பளப் புள்ள நாடார, நானும் சொல்லணும்

சொல்லணும்னு நெனச்சு சொல்லவே இல்லை'

'அப்பிடியா சந்தோஷம், பொண்டாட்டி ஊருக்குப் போறது சரிப்பா, அம்மாவும் நீயும் தனியா ஒரு வீடு வாடகைக்குப் பிடிச்சு இருங்க, பொண்டாட்டியவும் கூட்டிக்கோங்க மூனு பேரும் இருங்க, ஏம்னா விருந்தும் மருந்தும் மூனு நாள்தான்'

'நீங்க சொல்றதுதான் கரெக்ட் நாடார, புள்ளைய அம்மா பாத்துக்கிட்டா நானும் பொண்டாட்டியும் வேல செய்யலாம், எத்தனதான் பொண்டாட்டி ஊர்னாலும் நம்ம கௌரவத்த நம்ம விட்டுக்குடுத்தா நாளைக்கு ஒரு பயலும் மதிக்கமாட்டான்ல்ல'

'இங்கயும் வரப்போக இரு கணேசா, வல்லிசா மறந்துறாதப்பா'

'அதெப்பிடி நாடார மறப்பேன், எப்பிடியும் ஜாமீன்ல வெளிவந்திருவாங்க, நமக்கும் வெறுக்வெறுக்னு இருக்கும், அதனால கண்ணுக்குத் தெரியாம கொஞ்ச நாள் இருப்போம்னு தான் போறேன்.'

25

லட்சுமியின் வீட்டுப்பக்கத்திலேயே ஒரு வீடு வாடகைக்கு எடுத்திருந்தபடியால் கொண்டு போன ஜாமான்களை இறக்கி வீட்டுக்குள் வைத்தார்கள். பொய்யாழியும் அவன் பொண்டாட்டியும் லட்சுமியும் ஓடி ஓடி ஜாமான்களை இறக்கிக்கொண்டிருந்தார்கள். பொண்டாட்டி ஊரில் போய் நானும் அம்மாவும் இருக்கப் போகிறோம் என்று யாக்கோபு நாடாரிடம் பொய் சொல்லிவிட்டு பொய்யாழியுடன் வந்து விட்டதை நினைத்து கணேசன் வருத்தப்பட்டான்.

புதிய இடம், புதிய மனிதர்கள் பொய்யாழியுடனான பழக்கம் இருவரும் ஒன்றாக பாளையங்கோட்டை ஜெயிலில் இருந்த பழக்கம் மட்டுமே. உறவினர் கூடக் கிடையாது. பொய்யாழியுடன் மரங்கள் வெட்டி கரிமூட்டம் போடுகிற வேலைக்குப் போய் வந்தான். தான் இங்கே வந்து தங்கியிருப்பது ஊரில் யாருக்குமே தெரியாது. எங்கேயோ ஓடி ஒளிந்து வாழ்கிறான் என்றும், கண்காணாத தேசத்துக்குப் போய்விட்டான் என்றும், சுத்தப் பயந்தாங்கொள்ளிப் பயல் உயிரைக் காப்பாற்றிக்கொள்ள

ஓடி ஒளிந்துகொண்டான் என்று சிலரும் பேசுவார்கள் என்று நினைத்துக் கொண்டான்.

வாய்தா தேதி சொன்னதும் கணேசனும் பொய்யாழியும் முருகானந்தம் வக்கீலைப் போய்பார்த்தார்கள்.

'சார் அந்த நாலு பேருக்கும் ஜாமீன் கெடச்சிருச்சா சார்'

'ரெண்டு தடவை ஜாமீன் மனு டிஸ்மிஸ் ஆயிருச்சு, எப்படியும் மூணாவது தடவ ஜாமீன் குடுத்திருவான், ஏம்னா போலீஸ் அவனுக்கு புல் சப்போர்ட், போலீஸ் எதிர்ப்பு இல்லனா கோர்ட்டு ஜாமீன் கொடுத்திருவான்'

'கண்டிஷன் பெயில்லதான சார் விடுவான்'

'ஆமா, எந்த ஊர்லயாவது தங்கியிருந்து தெனம் போலீஸ் டேசன்ல்ல கையெழுத்துப் போடச் சொல்வான்'

'அதக் கொஞ்சம் வெசாரிச்சு சொல்லுங்க சார், எந்த ஊர்ல கையெழுத்துப் போடுறானு'

'இங்க கேளு கணேசா, கண்டிசன் பெயில் முடியிற வரைக்கு பேசாம இரு, அப்புறம் பாத்துக்கிறலாம்'

'பாக்கிறது என்ன பாக்கிறது சார், சரணடைஞ்ச நாலு பயகளையும் தீட்டியிரணும், இல்ல நம்ம அங்னயே செத்துறணும்'

'நாஞ் சொல்றதக் கேளுப்பா, அவசரப்பட்டா காரியம் கெட்டுப் போகும், எப்பவுமே எதிராளிய இலேசா நெனைக்காத, எதிராளி நம்மளவிட வலிமையானவன்னு நெனச்சாத்தான் நீ ஜெயிப்பே'

பத்து நாட்களாக கொளுத்திய வெய்யில் இன்று தணிந்து இருந்தது. மேக மூட்டங்கள் சூரியனை மறைத்திருந்தன. கோடை மழை பெய்தாலும் பெய்யலாம். வெட்டிய விறகுகள் அம்பாரமாகக் குமிந்து கிடந்தன. இன்னும் இரண்டு நாளைக்கு வெட்டினால் போதும் அடுக்கி மூட்டம் வைத்துவிடலாம். அப்புறம் மூட்டம் வைத்துவிட்டால் ஒரு வாரத்திற்கு விறகு வெட்டு இருக்காது. ஒவ்வொரு விறகாக எடுத்து கூம்பு வடிவமாக வட்டமாக அடுக்க வேண்டும். அப்புறம் அதையெல்லாவற்றையும் மறைத்து மேலே வைக்கோலைப் போர்த்த வேண்டும். போர்த்திய வைக்கோல் தெரியாமல் களிமண்ணால் பூசவேண்டும். ஒரே ஒரு தீக்கங்கு ஓட்டை வழியே உள்ளே போட்டுவிட்டால்,

வைக்கோலில் தீ பற்றிக்கொள்ளும் பச்சை விறகுகள் ஆவியில் கருகி கரியாக மாறும். உள்ளே அணலாகக் கொதிக்க வேண்டும். தீ பற்றி எரிந்தால் போச்சு, கரிக்குப் பதில் சாம்பல்தான் மிஞ்சும். விறகுகளை அடுக்கி தீ பற்ற வைத்துவிட்டால், பிணம் எரிப்பவனைப்போல் மூட்டத்தைச் சுற்றிச் சுற்றிவரவேண்டும். மேலே பூசி மூடியிருக்கிற களிமண் கீறல் வழியே தீ நாக்குகள் எட்டிப்பார்க்கும். உடனே தண்ணீர் ஊற்றி தீயை அணைத்து விட்டு களிமண்ணால் பூசவேண்டும். கொஞ்சம் அசந்தாலும் போச்சு எல்லா விறகுகளும் எரிந்து சாம்பலாவதைத் தடுக்கவே முடியாது. எல்லா விறகுகளும் கரியாக மாறிய பிறகு மூட்டத்தை பிரிக்க வேண்டும். கனலாய் பொங்கும் தீக்கங்குகள் நிறம் மாறி கன்னங்கரேலென்று கரியாக மாறிப்போகும். களத்தில் தானியம் காயப் போடுவதைப் போல் அகலமாகப் பரத்தி சூடு தனிய தீ ஆற்ற வேண்டும். மறுநாள் சாக்குப்பைகளில் அள்ளி மூட்டை மூட்டையாகக் கட்ட வேண்டும். லாரியை வரவழைத்து எல்லா மூட்டைகளையும் எண்ணி லோடு ஏற்றி அனுப்புவது வரை ஏழெட்டு நாளைக்கு திரும்பிக்கூடப் பார்க்க முடியாது. வியாபாரிகள் வெடி மருந்து தயாரிக்கும் பெரிய கம்பெனிகளுக்கு வாங்கி அனுப்புவதால் பணத்திற்கு பிரச்சினையில்லை. லோடு ஏற்றிய மறுநிமிஷமே பணம் கைமாறிவிடும். வைரம் பாய்ந்த விளைந்த விறகுக் கரி என்றால் விலை சற்று கூடுதலாகக் கிடைக்கும். சின்னச் சின்ன விறகு கரி என்றால் விலை குறைவாகவே கேட்பார்கள். மொத்தத்தில் கரிக்கு டிமான்ட் அதிகம், ஆக வேலை பணம் பிரச்சினையில்லை.

புதர்கள் மண்டிய தூர் ஒன்றை வெட்டிச் சுண்டிச் சுண்டி இழுத்துக் கொண்டிருந்தான் கணேசன். புதருக்குள்ளிருந்து விருட்டென்று குதித்தோடியது பெரிய முயல் ஒன்று. வாழைப் பூவின் மடல்களைப் போல் இருந்த அதன் காதுகள் குதித்துக் குதித்து ஓடியபோது மேலும் கீழும் இறங்கி ஏறியது. முயல் ஓடுவதையே பார்த்துக்கொண்டிருந்தான் கணேசன். அரை முயலுக்காகச் சண்டையிட்டு கொலைகாரனாகி ஜெயில் தண்டனை அனுபவித்ததை நினைத்துக்கொண்டான்.

‘என்ன கணேசண்ணே முயல் ஓடிருச்சா’

‘வடக்காமப் புடுங்கிப் போகுதுடா பொய்யாழி’

'நேரா ஆத்துக்குப் போகும், இப்ப ஒரு அஞ்சாறு வருஷமா முயல் பெருத்துப் போச்சுணே'

'ஆமடா, வேட்டையாடக் கூடாதுனு தடை பண்ணிட்டான்ல்ல'

'கணேசண்ணே... மயில வேட்டையாடக்கூடாதுனு தடை பண்ணுனான் அது கரெக்ட், ஏம்னா மயில் நம்மளோட தேசியப் பறவை. இந்த காடையும் கௌதாரியும் நம்ம தேசியப் பறவையாண்ணே. அதையும் வேட்டையாடக்கூடாதாம். அதே மாதிரி தான் முயலு. அதென்ன நம்ம தேசிய விலங்காண்ணே அதையும் வேட்டையாடக்கூடாதாம், போலீஸ் மட்டுமில்ல, பாரஸ்ட் ஆளுங்க வந்து கைது பண்றான், ஜெயில்ல போடுறான், இப்ப வேட்டை நாய்களுக்கு வேலையே இல்ல, இன்னும் கொஞ்ச நாள்ள வேட்டை நாய் இனமே அழிஞ்சு காணாமப்போயிரும்'

'அது மட்டுமில்லடா பொய்யாழி, முயல் வந்து இனப் பெருக்கத்துல பெரிய கில்லாடி, வதவதனு குட்டிகளை ஈன்று தள்ளுது, தோட்டம் காடுகரைகள்ள பயிர்களை ரெண்டு ரெண்டா வெட்டிச் சேதமாக்குது, கண்ணி வச்சும் புடிக்கக்கூடாதாம், நாய் வச்சும் வேட்டையாடக்கூடாதாம், இப்பிடி பைத்தியக்காரப் பயக நாட்ட ஆண்டா நாடு உருப்படுமா?'

'சம்சாரிக பாடு திண்டாட்டம் ஒரு பக்கம் இருக்கு, பாவம் இந்த நரிக்குரவங்க படுறபாடு, பொம்பள புள்ளைக எல்லாமே பஸ்டாண்ட்ல பிச்சை எடுக்கு, துப்பாக்கி வச்சிருந்தாலே குடிசைக்குள்ள பூந்து கைது பண்றான் பாரஸ்ட்காரன். தலமொற தலமொறையா வேட்டைத் தொழிலை நம்பி பெழச்சவங்க, வேற என்ன தொழில் தெரியும் அவங்களுக்கு, வேட்டையைத் தடை பண்ணுன கவர்மெண்ட் அவங்களுக்கு வேற மாற்றுத் தொழிலை கொடுக்கணுமா? இல்லையா? பாவமில்லையா?'

வெட்டிய மரக்கொப்பின் தூர் சிக்கிக்கொள்ளச் சுண்டிச் சுண்டி இழுத்துக்கொண்டிருந்தான் கணேசன். சிக்கிக்கொண்டிருந்த கொம்பு சுண்டி இழுத்ததால் சடாரென்று விடுபட்டு இடது முழங்கையில் அறைந்தது. இரண்டு முட்கள் ஆழமாகப் பதிந்து தோலைக் கிழித்துவிட இரத்தம் வழிந்தது. துடைக்கத் துடைக்க இரத்தம் வழிந்துகொண்டேயிருந்தது. வைத்தகண் வாங்காமல் வழிந்தோடும் இரத்தத்தையே பார்த்துக்கொண்டிருந்தான்

கணேசன். முயல்வேட்டைக்குப் போய் தகராறு முற்றி கைகலப்பாகி எதிராளியை விலாவில் குத்தியபோது வழிந்த இரத்தத்தையும், தன்மேல் அடி விழுந்தவுடன் ஆக்ரோஷமாக வேனுக்குள் கிடந்த ராடு கம்பியை எடுத்துக்கொண்டு போய் ரேக்ளா வண்டிக்காரனின் மண்டையை பிளந்தபோது குபுக்கென்று வெளியேறிய இரத்தத்தையும், கட்டித் தயிரைப் போல் நெற்றியில் வழிந்த மூளையையும் நினைத்துப்பார்த்தான் கணேசன்.

தன் அய்யாவின் தலை துண்டிக்கப்பட்டதோடு மேலில் பதின்மூன்று வெட்டுக் காயங்கள் இருந்ததாக மருத்துவ அறிக்கையில் கூறப்பட்டிருந்ததையும், நடுப் பஜாரில் இரத்தம் சிந்தியபடி நிராயுதபாணியாக நாலு பேர் சுற்றிவளைத்துக் கொண்டு வெட்டியபோது, தன் அய்யா என்ன பாடுபட்டிருப்பார் என்பதையும் நினைத்துப் பார்த்தபோது, தன் கையில் அதிகப் படியான இரத்தம் கொப்பளிப்பதையே உற்றுப்பார்த்தான்.

நேர்ச்சைக்காக கோவிலின் முன்னால் கிடாய்களை வெட்டும் போது துண்டிக்கப்பட்ட தலை பனங்காயைப்போல் பொத்தென்று தரையில் விழ முன்னோக்கி பீய்ச்சியடிக்கும் இரத்தம், அப்படியே குப்புற தலை சாயும் கிடாய், சேவல்களின் தலையைத் துண்டித்த வுடன் தரையில் ரொம்ப நேரம் இரத்தத்தை தரையெங்கும் சிதற விட்டபடி துள்ளித் துள்ளிப் பாய்ந்து கடேசியில் அடங்கிப் போகும் சேவல். இவைகளையெல்லாம் நினைத்துப் பார்த்தான் கணேசன். மரம்வெட்டுகிற சத்தம் கேட்காதபடியால், மெதுவாக எட்டிப் பார்த்தான் பொய்யாழி. முழங்கை முழுவதும் செக்கச் செவேர் என்று இரத்தக் கறைபடிய நின்றுகொண்டிருந்த கணேசனைப் பார்த்து திடுக்கிட்டு ஓடி வந்தான்.

'என்னண்ணே... கணேசண்ணே அருவாப் பட்ருச்சாண்ணே'

'இல்ல, பொய்யாழி முள்ளு வசமா அடிச்சிருச்சு'

'பாத்து வேல செய்யணும்ணே'

'இப்பிடி சுண்டி இழுத்தம்பாரு பட்னு அடிச்சிருச்சு'

'முள் அடிச்சது சரி, இரத்தத்தை எதுக்னே தொடைக்காம இப்பிடி வெறிச்சு உத்துப் பாத்துக்கிட்டு நிக்கிறே'

ஓடிப்போய் கணேசனின் கையைப் பிடித்து தூக்கி துடைத்தான். துடைக்கத் துடைக்க கையில் இரத்தம் கொப்பளித்துக்கொண்டே

இருந்தது. முள்பாய்ந்த இடத்தில் தன் விரல்களால் அமுக்கிப் பிடித்து இரத்தம் வருவதை நிறுத்தினான்.

'இரத்தத்தை தொடைக்க தோணலடா பொய்யாழி'

பொய்யாழி தொடர்ந்து அழுத்திப் பிடித்தபடியிருந்ததால், இரத்தம் உறைந்து பிசுபிசுப்பாகி முற்றாக நின்றுபோனது. அதற்குள்ளாக உடன் மரம் வெட்டியவர்கள் கூடிவிட, தண்ணீரால் துடைத்து, துணியைத் தண்ணீரில் நனைத்துச் சுற்றிக் கட்டினார்கள். வெள்ளைத் துணியை மீறிக்கொண்டு ஒரு சிறு இரத்தப் புள்ளி தெரிந்தது.

'கணேசண்ணே போ, போயி அந்த கருவேல மரநிழல்ல உட்காரு திரும்பவும் மரம் வெட்டுனா இரத்தம் கசியும்'

கணேசன் முள்பாய்ந்த கையை அசையாமல் தொங்கப் போட்டபடியே மெதுவாக நடந்து கருவேலமர நிழலில் உட்கார்ந்தான். வியர்வை நசநசப்பில் தன்மேல் ஒட்டியிருந்த சீமைக்கருவேல மர இலைகளை ஒவ்வொன்றாய் எடுத்துப் போட்டான். முள் பாய்ந்த கையில் ஒட்டியிருந்த இலைகளை எடுக்கும்போது தன் நாசியில் இரத்தக் கவுச்சி வாடை அடித்ததை உணர்ந்தான். மூச்சை ஆழமாக உள்ளிழுத்து முகர்ந்தான். இரத்தக் கவுச்சி வாடையை ஏன் நம் மனசு இவ்வளவு விரும்புகிறது? நான் மாமிசம் விரும்பும் ஊனுண்ணியாக மாறிவிட்டேனா? மனம் சஞ்சலமடைய மரத்தடியில் உட்கார்ந்திருந்தான். அய்யாவை வெட்டிக் கொன்றவர்கள் ஜாமீனில் வெளியே வந்துவிட்டார்களா இல்லையா என்று வக்கீல் முருகானந்தத்திடம் விசாரிக்க வேண்டும், எந்த ஊரில் எந்த போலீஸ்டேசனில் கையெழுத்துப் போடச் சொல்லியிருக்கிறார்களோ அதையும் விசாரிக்க வேண்டும். வந்து பல மாதங்கள் ஆகிவிட்டது, அம்மாவை கூட்டிக் கொண்டு பொண்டாட்டி ஊருக்குப் போய் பிள்ளையைப் பார்த்துவிட்டு வரவேண்டும் என்று யோசித்தபடியே உட்கார்ந்திருந்தான் கணேசன்.

வேப்பமர நிழல் மிகவும் தோதாக இருந்தது. அனைவரும் வட்டமாக கூடியிருந்தார்கள். அவரவர் தூக்குவாளிகள், அவரவர்களின் முன்னால். பொய்யாழியின் பொண்டாட்டி சாப்பாட்டுத் தட்டில் சோற்றைப் போட்டு முதலில் கணேசனிடம் நீட்டினாள். பவ்யமாக இரு கையேந்தி சாப்பாட்டை வாங்கிய கணேசன்

தன் முன்னால் வைத்தான். பொய்யாழியின் பொண்டாட்டி சுந்தரி அய்யனாருக்கு மதினியார் முறை. கணேசனுக்குப் பக்கத்தில் உட்கார்ந்திருந்தான்.

'பொய்யாழியண்ணே... புருஷனுக்குச் சோறு ரெண்டாந்தரம் தான் அண்ணனுக்குத்தான் மொதல்ல நீட்டுது மதினி'

'அண்ணனுக்குத்தான் மொதல்ல குடுப்பாக பெறகென்ன ஓங்க மொகறைக்கா மொதல்ல குடுப்பாக'

'பொய்யாழியண்ணே மொகறை சரியில்லையாமே'

'அப்ப வேற ஒரு நல்ல மொகறை பாக்க வேண்டியதான்'

'நல்ல மொகறை பாப்பீக, கால ஒடிச்சு வீட்ல போட்டு கஞ்சி ஊத்துவமா நல்ல மொகறைய பாக்கவிடுவமா, இதவிட நல்ல மொகறை கேக்குதாக்கும் அண்ணனுக்கும் தம்பிக்கும் இரு எந்தங்கச்சி மாலையம்மாகிட்டச் சொல்லி பட்டினியாப் போட்டு கொல்லச் சொல்றேன்'

'பட்டினியாப் போட்டா சோறு எங்க கெடைக்கோ எந்தப் புண்ணியவாட்டி சோறு போடுறாளோ அங்க போயி இருந்திட்டுப் போறோம்'

'போவீக போவீக ஏன் போக மாட்டீக, நல்ல சோறு போடுற பலபட்டறைய தலைமயித்த அறுத்தா போடுவாளா நல்ல சோறு, தலை முடியப் பிடிச்சு ஆஞ்சு விட்ருவோம்'

பேச்சின் உள்ளார்ந்த அர்த்தத்தை புரிந்துகொண்டு உடன் சாப்பிட்டுக் கொண்டிருந்தவர்கள் சிரித்தார்கள். அவர்களுடைய இது மாதிரியான உற்சாகப் பேச்சுக்கள் முள் கீறலின் காந்தலை, வெய்யிலின் தாக்கத்தைக் குடும்பத்தின் வறுமையை மறக்கடிக்க வைத்து உழைப்பின் மேன்மைகளைச் சொல்லாமல் சொல்லிக் கொண்டிருந்தது. அவர்கள் சாப்பிட்டு முடித்து எழுந்து கை கழுவியபோது வெய்யில் நழுவியிருந்தது. இறங்கு முகத்தில் வேலை நன்றாகச் சாயும். காற்றின் ஈரம் வெற்று மேலில் பட்டுச் செல்லும்போது வேலைக் களைப்பு மாறி, உடல் முழு ஒத்துழைப்பைத் தரும். அவர்கள் வெட்டிப்போட்ட விறகுகள் அம்பாரமாய் குமிந்து கிடந்தன.

கணேசனும் பொய்யாழியும் வேலைக்குப் போய்விட்டார்கள். பிள்ளைகள் பள்ளிக்கூடம் போய்விட்டார்கள். லட்சுமி, தான்

வேலை பார்க்கும் தும்புத் தொழிற்சாலைக்குப் போய்விட்டாள். வீட்டு முற்றத்தில் தளிர்த்திருந்த வேப்ப மரத்தடியில் அமர்ந்து முனியம்மாளும் சுந்தரியும் பலப்பல பேச்சுக்களைப் பேசிக் கொண்டிருந்தார்கள். பொய்யாழி கொலை கேஸில் ஆயுள் தண்டனைக் கைதியாக ஜெயிலுக்குப்போன அந்தப் பத்தாண்டு களில் இரண்டு சின்னஞ்சிறு பிள்ளைகளையும் வைத்துக்கொண்டு தான் பட்ட கஷ்டங்களை எல்லாம் சொல்லிக்கொண்டிருந்தாள். சில இடங்களில் கோபப்பட்டாள். இன்னும் சில இடங்களில் அவளால் அழுகையை அடக்க முடியவில்லை.

'கஷ்டம்னா சோத்துக் கஷ்டம் மட்டுமில்லம்மா. இந்த ஆம்பளப்பயகளால வர்ர கஷ்டத்தை சமாளிக்கிறதுதான் பெரிய பாடு புருஷன் ஜெயிலுக்குள்ள கெடக்கான், இவ ரெண்டு புள்ளைகள வச்சிக்கிட்டு வருஷக் கணக்கா தனியா இருக்கானு எளக்காரமா நெனைக்காங்க, ஒருநாள் வேலைக்குப் போய்ட்டு பொழுதடைய வேகமா வாரேன், எதுக்க சைக்கிள் மிதிச்சிட்டு வந்த ஒரு போலீஸ்காரன் விசுக்னு எறங்கி முன்னால நின்னான்.'

'ஏம்மா நிய்யி பொய்யாழி பொண்டாட்டிதானே'

'ஆமா சார், பொய்யாழி பொண்டாட்டிதான்'

'கோர்ட்டுக்கு முன்னால ஒன்னைய நெறைய்யாத் தடவை பாத்திருக்கேன்மா'

'... ... ...'

'அப்பிடியா சார்'

'இப்ப இங்க மாத்தி வந்திட்டேன், இனிமேல் இங்கதான்மா டூட்டி, சாரு ஒன்னு கேப்பேன் வருத்தப்படக் கூடாது'

'வருத்தம் என்ன சார், வருத்தம், தாராளமா கேளுங்க சார்'

'இங்க கேளும்மா ஓம் புருஷனுக்கு ஆயுள் தண்டனை கொடுத்திட்டான், ஜென்மத்துக்கும் வெளில வரப் போறில்ல'

'அப்பிடியா சார்'

'அதனால நான் சொல்றத கவனமாக் கேளு, புள்ளைக ரெண்டு பேர்த்தையும் நான் படிக்க வைக்கேன், வீட்டுக்குத் தேவையான ஜாமான் எல்லாம் வாங்கிப் போட்றேன், ஒன்னையவும் நல்லா கவனிச்சுக்கிறேன், நீ கொஞ்சம் அட்ஜஸ் செய்யணும்'

'அப்படினா என்னது சார்'

'நான் உன்கிட்ட வரப்போக இருப்பேன், அம்புட்டுத்தான்'

'ஓங்களுக்கு கல்யாணம் ஆகலையா சார்'

'கல்யாணம் ஆனா என்ன, அவ அவபாட்ல இருக்கா, ஒன்னைய நல்லா பாத்துக்கிறது என் பொறுப்பு'

'செருப்பக் கழட்டி நாலு சாத்து சாத்தக்கூடாது பய மகன'

'கொறக் கதையவும் கேளும்மா, எனக்கு எங்கிட்டுக் கெடந்து தான் அவ்வளவு வீரமும் கோபமும் வந்ததோ தெரியலம்மா, அந்த மானக்கி செருப்பக் கழட்னேன் பாரு பய வெல வெலத்துப் போய்ட்டான். கிடுகிடுனு நடுங்கிக்கிட்டே நின்னான், போக விடாம சைக்கிள இறுக்கிப் பிடிச்சுக்கிட்டேன், ஏறப் பாத்தான் விடல, தும்பு சிக்கிக்கிட்டா எடுக்கிற ஊசியை எடுத்து ரெண்டு டயர்லயும் ரெண்டு குத்து புஸ்ஸ்னு காத்துப் போயிருச்சு, புருஷன் ஜெயிலுக்குள்ள போய்ட்டா பொண்டாட்டி கண்ட பயகலுக்கும் காலத் தூக்கிருவானு நெனச்சே, என்னலே, ஒன்ன மாதிரி பொறுக்கிப் பயகல வெட்டிட்டு ஜெயிலுக்குப் போக என்கூடப் பெறந்தவங்க இன்னும் மூனு பேர் சிங்கம் கெணக்கா இருக்காங்கல, போயி சொன்னம்னு வை நாளைக்கே ஒன் தல இங்ஙன உருளும் தெரிஞ்சுக்கோ, உழைக்கத் தைரியம் இருக்குடா மொள்ளமாறிப் பயல, மரியாதையா போயிரு, இல்ல செருப்பு பிஞ்சு போகும் செருப்பு, ஓடுல நாயே'

'செருப்பால நாலு சாத்து சாத்தியிருக்கணும் பய மகன'

'காத்து இல்லாத சைக்கிள அவக் தவக்னு உருட்டிக்கிட்டு ஓட்டம் புடிச்சிட்டான், இப்ப வரைக்கு இந்த நிமிஷம் வரைக்கும் எம் புருஷன்கிட்டயும் சொல்லல, என்னோட அண்ணன் தம்பிகிட்டயும் சொல்லல, ஒன்னுருக்க ஒன்ன செஞ்சிட்டு மேலும் சீரழியக் கூடாதில்லம்மா'

'அதுவும் சரிதான், கழுதப்பய போறான்'

'என்னைக்காவது பஜார்ல தட்டுப் படுவான், தலையைக் கவுந்துக்கிட்டு பூனையா பதுங்கி மறஞ்சிருவான், இங்கதான் வேல பாக்கான்'

'பொய்யாழி ஜெயில்லருந்து வெளிய வந்தது தெரியாமலா

இருக்கும், போலீஸ்காரப் பயலுக்கு'

'இங்க கேளு சுந்தரி, நாய்க்கு நல்ல சேலையைக் கட்டி விட்டாக்கூட அது பின்னால நாலு பயக போவான், வேகாரிப் பயக பொம்பளைகளுக்கு நாயா அலையிறான் பொம்பள சிரிக்கிகளும் பல்லக் காட்ற பலபட்டறையா இருக்கா'

'நான் பாக்காத வேல இல்லம்மா, தும்புக் கம்பெனியில உரிச்ச நார் வரலனா அஞ்சாறு நாளைக்கி கூட வேலை இருக்காது, வேலை இல்லன்னாலும் மண்ணவா திங்க முடியும், நம்ம பட்டினி கெடந்தாலும் புள்ளைகளுக்கு என்னம்மா செய்ய முடியும், எத்தனை நாளைக்கு அண்ணன் தம்பி குடுப்பாக, அதனால தும்புக் கம்பெனி வேல இல்லனாலும் அவுரி எலை உருவப் போயிருவேன்'

'அது என்ன வேல சுந்தரி'

'அவுரிச் செடி தெரியாதாம்மா'

'தெரியும் நல்லாத் தெரியும், இங்கிட்டு அவுரி போடுறாங்களா'

'அந்த அவுரிச் செடி காட்ல போடுறவங்க போடுவாங்கம்மா. தரிசுக் காடுகள்ள புறம்போக்கு எடங்கள்ள, ஓடைக்கரைகள்ள தானா மொளச்சு நல்லா தளிர்த்துப் பூத்து காய் காய்ச்சு இருக்கும் ஏம்னா இந்தச் செடிய ஆடுமாடுக தின்காது அதனால நல்லா தளிர்த்துக் கொழ மேதிப் போயி இருக்கும், அதுகள்ள இருக்கிற எலைகள தனியா உருவி புடுங்கணும், காய், நெத்து இவைகளைத் தனித்தனியா கொண்டாந்து நல்லா காயப்போட்டு வச்சிருந்தா சில்லரை யாவாரிங்க வீட்டு வாசலுக்கே வந்து வாங்கிட்டுப் போயிருவாங்க, நல்ல வெல கெடைக்கும், நான் பத்துக் கிலோ இருபது கிலோனு சேர்ந்த ஒடன போட்டு காசாக்கிருவேன்'

'நல்ல வேலைதான பெறகு எதுக்கு போகல'

'அந்தக் கூத்த ஏன் கேக்க, காடு கரைகள்ள ஒத்தையில நாயா அலஞ்சேன் ஒரு பிரச்சினை இல்ல, என்கிட்ட பதிவா அவுரி எலை வாங்குற பய விருதா கெழட்டுப்பய, தலை முடியெல்லாம் வெள்ள வெளேர்னு நரச்சுப் போச்சு, அன்னைக்கு தெனத்துக்கு நூறு ரூவாகூடக் குடுத்தான், என்னனு கேட்க சில்லரையில்ல, அடுத்த வாட்டி வாங்கும்போது கழிச்சிருவம்னு சொன்னான், என்கிட்ட சில்லரை இருந்தது, எடுத்திட்டு வாரேன் நில்லுங்கனு

சொல்லிட்டு வீட்டுக்குள்ள போனேன், போனா இந்தப் பய முத்தத்துல சைக்கிள நிறுத்திட்டு விருவிருனு என் பின்னாலயே வீட்டுக்குள்ள வந்து, பின்னால கூடி கெட்டிப் பிடிச்சிட்டான், இப்பிடி முழங்கையால அவன் வகுத்துல ஒரு இடி இடிச்சன் பாரு விட்டுட்டான், அந்தானைக்கு அருவாமனை கெடந்துச்சு எடுத்து நிமிச்சர ஓங்குனேன் பாரு, அப்பிடியே குப்புற கால்ல விழுந் திட்டான், எந்திரிச்சு ஓடிப் போ கெழட்டு நாயேனு வெரட்டிட்டு, வீட்டப் பூட்டிட்டு அழுது தீர்த்தேன், அதுலருந்து நானும் அவுரி எல உருவப் போகல, அந்தப் பயலும் இங்கிட்டு வரல.'

26

முனியம்மாளும் சுந்தரியும் அவுரி இலை உருவிக்கொண்டு இருந்தார்கள். பாண்டவர் மங்கலம் காடுகளில் அவுரிச் செடிகள் தளிர்த்துப் பூத்துக் கிடந்தன. இருவருடைய மடிகளும் நிறைந்து விட்டன. எங்கேயாவது ஓரிடத்தில் குமித்து வைக்க வேண்டும். கண்ணுக்கு எட்டும் மட்டும் ஒரு மரத்தையும் காணவில்லை. தூரத்தில் ஒரு வேப்ப மரம் தெரிந்தது.

'சுந்தரி, ஏட்டி, அந்த வேப்ப மரத்துக்கு அடியில போயி குமிச்சு வச்சிட்டு வருவோம், மடி ரொம்ப கனக்குது'

'அங்கிட்டெல்லாம் யாரும் போக மாட்டாங்கம்மா'

'எதுக்குடி போகமாட்டாங்க'

'போன வருஷம் ஒரு பொம்பளைய அந்த மரத்தடியிலதான் கொன்னு போட்டான் ஒரு பய'

'இங்க வந்து எதுக்கு கொன்னான்'

'எம்மா செத்துப் போன கண்டார ஓழி முண்டைக்கு ரெண்டு பொம்பளப் புள்ளைக, ரெண்டும் வயசுக்கு வந்திருச்சு, இவ புருஷன் வெளிநாட்டுல வேலை பாக்கான், இந்த அவிசாரி முண்ட ஒரு சின்னப் பய கல்யாணம் முடிக்காத இளவட்டப்பயகூட கூத்தடிச்சிருக்கா, புருஷன் வெளிநாட்லருந்து அனுப்புன பணம் ரெண்டு லட்சம், தங்கச் சாமான் ஏழெட்டுப் பவுண் இம்புட்டையும் அந்தப் பயகிட்ட குடுத்திட்டா, எப்பிடியோ

பாவம் ஏமாந்துட்டா, புருஷன் ஒரு மாச லீவுல இத்தனாம் தேதி ஊருக்கு வாரேன்னு தாக்கல் அனுப்பிட்டான், பலபட்டறை வசமா மாட்டிக்கிட்டா, பய இன்னக்கித் தாரேன் நாளைக்குத் தாரேன்னு இழுத்தடிக்கான், இவ கொஞ்சம் நெருக்கிப் புடிக்கவும் ராவோட ராவா கொன்னு சாக்கு மூட்டைக்குள்ள வச்சு இந்த மரத்தடியில போட்டுட்டுப் போயிட்டான்'

'அட பாதகத்தி கெடுத்தாளே, சாமானுக்கு சாமானும் போயி ஒஞ் சாமானையும் தேச்சு, ரூபாய்க்கு ரூபாயும் போயி இதுக்குத் தான் சொல்றது சுந்தரி, பெண் புத்தி பின் புத்தினு'

'பாவம் அந்த மனுஷன் நாடுவிட்டு நாடுபோயி நாயா ஒழச்சு, ரெண்டு புள்ளைகள எப்பிடி கரையேத்த, எந்தப் பய பொண்ணு கேட்டு வருவான் சொல்லு, இப்ப அந்த மனுஷன் மார்க்கெட்ல மூடை சொமக்காரு, ரெண்டு பொம்பளப்புள்ளைகளும் தீப் பெட்டிக் கம்பெனியில வேலை செய்யுதுக'

இன்று வாய்தா, மரம்வெட்டுவதற்கு ஆட்களை அனுப்பி விட்டு கணேசனும் பொய்யாழியும் போய்க்கொண்டிருந்தார்கள். வண்டியைப் பொய்யாழி ஓட்டினான். சுப்பிரமணியபுரம் வழியாகப் போகாமல் பாரதி நகர் வழியாகப் போய் வக்கீல் தெருவைக் கடந்துவிட்டால் கோர்ட்தான்.

'ஏன்டா பொய்யாழி, மெயின் பாதை வழி போக வேண்டியது தானே, நாலு பயகலும் உள்ளதான கெடக்கான்'

'அவங்க உள்ள கெடக்கும் போது ஆள் வச்சு செய்வான், ஏம்னா அவங்க ஜெயிலுக்குள்ள இருக்கிறதால ரிக்கார்டாகிப் போகுதா கேஸ்ல அவுங்கள சேக்க முடியாது, அதுக்காகவே சில பேர் ஆஸ்பத்தியில சும்மானாச்சும் பொய் சொல்லி நோயாளியா பெட்ல போயி இருப்பான், இல்ல சின்னத் தப்பு செஞ்சிட்டு ஜெயிலுக்குள்ள போயிருவான், வெளியில என்ன நடக்கனுமோ அதுக்கு பிளான் போட்டுக் குடுத்திருவான், கச்சிதமா கூலிப்படைட் ஆட்க போட்டுத் தள்ளிருவான்'

வண்டியை வேப்ப மரநிழலில் நிறுத்திவிட்டு, கோர்ட்டு வராந்தாவுக்குள் போய் நின்றுகொண்டான் கணேசன். குறுக்கும் நெடுக்குமாக வேகவேகமாகப் போய்க்கொண்டிருக்கும் கறுப்புக் கோட்டில் எந்தக் கோட் வக்கீல் முருகானந்தம் கோட்

என்று அடையாளம் காண முடியவில்லை. திருப்பதி மலையடி வாரத்தில் நின்றுகொண்டு மொட்டை போட்டவரை அடையாளம் காண்பது மாதிரிதான். ஏக மொட்டையில் எந்த மொட்டை நம்ம மொட்டை. கணேசன் பேர் கூப்பிடும் சத்தம் கேட்டவுடன் ஓடிப் போய் கூண்டில் ஏறி நின்று கும்பிட்டான். ஒரே நிமிஷம்தான் இத்தனாம் தேதி வாய்தா, மீண்டும் கும்பிட்டுவிட்டு கீழே இறங்கினான். இரு பக்கமும் வரிசையாக உட்கார்ந்திருந்த வக்கீல்களில் ஒரு கை உயர்வதைப் பார்த்தான். வெளியே காத்திருக்கும்படி சைகை செய்தார் வக்கீல் முருகானந்தம்.

'என்னண்ணே... எத்தனாம் தேதி போட்ருக்கான்'

'அடுத்த மாசம் கடேசிடா பொய்யாழி'

'சரி, அப்ப கெளம்புவுமா'

'வக்கீல் வெளிய நிக்கச் சொன்னார்டா, பாத்திட்டுப் போயிருவம்'

'நானும் மறந்தே போய்ட்டேன் பாரு'

இருவரும் கூட்டத்தில் நிற்காமல் தனியே போய் ஓரிடத்தில் நின்று கொண்டார்கள். கொஞ்ச நேரம்தான் கோர்ட்டுக் குள்ளிருந்து வக்கீல் முருகானந்தம் வேகவேகமாக வந்து கொண்டிருந்தார். அவருடைய கண்கள் இவர்கள் இருவரையும் தேடியதைப் பார்த்ததும் ஓடிப்போய் முன்னால் நின்று வணக்கம் போட்டார்கள். அவர் முன்னால் நடக்க இருவரும் அவர் பின்னாலயே சென்றார்கள். சற்று தள்ளி இருந்த யாருமே இல்லாத ஒரு மரத்தடியில் போய் நின்றார் வக்கீல். இவர்கள் போய் நின்றவுடன் சுற்றுமுற்றும் பார்த்தார்.

'ஒங்க எதிராளிக ஜாமீன் வாங்கிட்டான். போன வாரமே வெளிய போய்ட்டாங்கப்பா. சங்கரன் கோயில்ல தங்கியிருந்து தெனமும் மேற்கு போலீஸ்டேசன்ல்ல காலைல பதினொரு மணிக்குக் கையெழுத்துப் போட நிபந்தனை'

இருவரும் ஒருவர் முகத்தை ஒருவர் பார்த்துக் கொண்டார்கள். அவர்கள் இருவரின் முகங்களிலும் ஒரு மின்னல் தோன்றி மறைந்தது. அந்த மின்னல் சொல்லிச் சென்ற சேதி என்ன? பயமா, பீதியா, எதிர்பார்ப்பா, இல்லை வெறியா, சந்தோஷமா? தகவலைச் சொல்லிவிட்டு சற்று நேரம்கூட நிற்காமல் விருட்டென்று நடையைக் கட்டிவிட்டார் முருகானந்தம்.

‘கணேசண்ணே... அவங்க வெளில வந்து ஒரு வாரமாச்சுனு வக்கீல் சொல்றாரு, நம்ம எவ்வளவு மெத்தனமா இருந்திருக்கோம், இது தப்புணே, எதிராளியோட நடமாட்டத்தக் கவனிக்கிறது தான் ரொம்ப முக்கியம்’

‘... ... ...’

‘என்னண்ணே ஒன்னும் சொல்லாம பேசாம நிக்கிறே’

‘நீ சொல்றது கரெக்ட்டுடா பொய்யாழி, அய்யா விஷயத்துல கொஞ்சம் மெத்தனமா இருக்கப் போய்த்தானே போயி சிக்கிக் கிட்டாரு, ஆயுதத்தோட் போயிருந்தா, இவர் செத்தாலும் பதிலுக்கு ஒன்ன தீட்டிட்டுச் செத்திருப்பாரு’

வண்டியைத் திட்டங்குளம் போகிற வண்டிப்பாதை வழியே ஓட்டினான் பொய்யாழி. பாதை கொஞ்சம் மோசமான பாதையாக இருந்தாலும் மிகவும் பாதுகாப்பான பாதை இந்தப் பாதை. பொய்யாழியிடம் வேலை செய்யும் நாலு பேருமே திட்டங் குளத்துப் பையன்கள்தான். அடிக்கடி அவர்களைப் பார்ப்பதற்காக அங்கே போவதால் பொய்யாழியை எல்லோருக்குமே தெரியும். ஒரு ஆத்திர அவசரத்திற்கு உதவுவார்கள்.

எதிராளிகள் ஜாமீனில் வெளியே வந்துவிட்டார்கள் என்ற தகவலை வக்கீல் சொன்ன உடனேயே கணேசனின் முகம் மாறிப் போயிற்று. தனக்கு வைத்தகுறி தன் அய்யாவைப் பழி கொண்டதையும் அடுத்த குறி தான்தான் என்பதை நினைத்து அசைபோட்டான். கணேசன் முகத்தையே உற்றுப்பார்த்தான் பொய்யாழி.

‘என்னண்ணே... கணேசண்ணே, எதுக்கு வருத்தப்படுறே, இப்ப என்ன நடந்து போச்சு’

‘இனி என்னடா நடக்கணும், அய்யாவக் கொன்னவங்க இன்னும் உசுரோட நடமாடுறான், நான் இருந்து என்னடா பிரயோஜனம், ஒன்னு அவன் சாகணும் இல்ல நான் சாகணும்.’

கணேசன் இப்படி மாறிப் போவான் என்று பொய்யாழி நினைக்கவில்லை. வக்கீல் சொன்னதிலிருந்து பேசுவதை நிறுத்திக் கொண்டான், சாப்பாட்டைக் குறைத்துக்கொண்டான். இரவு தூக்கத்தில் எழுந்து நடப்பது, இல்லையென்றால் தூங்காமல் உட்கார்ந்து கொண்டே இருப்பது. பொய்யாழியால் எதையும்

நிதானிக்க முடியவில்லை. அதைவிடப் பெரிய கவலை ஆத்திரத் திலும் வெறியிலும் தனியே போய் பலியாகிப் போய்விடக் கூடாதே என்ற பயம்.

இன்றைக்கு மூட்டத்திற்கு விறகு வெட்டுகிற வேலை இல்லை. ஆனால், அடுக்கி தீ வைப்பதற்கான வேலைகளையும் செய்ய வில்லை.

'பொய்யாழியண்ணே வெறகு வெட்டு இல்ல, மூட்டத்துக்கு அடுக்க வேண்டாமா?'

'ரெண்டு நாளைக்கு கெடக்கட்டும், பெறகு அடுக்கலாம்'

'என்னண்ணே இப்பிடிச் சொல்றீக, வெறகுல ஈரப்பதம் கொறஞ்சு போச்சுனா, என்னத்துக்குணே ஆகும், கரி எடை நிக்குமா? சருகாப் போயிரும்ணே.'

'அடேய்... எனக்கும் தெரியும்டா, புதுசாவா தொழில் பாக்குறேன், ரெண்டு நாளைக்கு கெடக்கட்டும்டா'

'சம்பளம் குடுக்க ரூவா இல்லையாண்ணே'

'வேலையில்லணு கஷ்டப்படுறவங்க அட்வான்ஸ் பணம் வேணும்னா வாங்கிக்கோங்கடா'

அது ஒரு பாழடைந்த இடி கிணறு. கிணற்றைச் சுற்றிலும் மஞ்சணத்தி செடிகள் முளைத்து மரமாக வளர்ந்து கிணற்றையே மூடிவிட்டிருந்தன. கமலை இறைத்ததற்கான தடயங்களாகப் படுக்கை வசமாக இரண்டு பெரிய மிதிகல்லும், கமலை இறைக்கும் பாதைகளும் புதர் மண்டிப்போய்க் கிடந்தன. கணேசனும் பொய்யாழியும் மிதிகல்லில் வந்து உட்கார்ந்தவுடன் கிணற்றுச் சுவரில் குடியிருந்த காட்டுப் புறாக்கள் படபடத்து சிறகடித்து வெளியேறின. பொழுது கீழிறங்கிக் கொண்டிருந்தது. பரந்து கிடந்த காடுகளில் தலைகள் ஏதும் தெரியவில்லை. சுற்றிலும் கண் எட்டு மட்டும் மானாவாரிக் காடுகள் இருக்க இங்கே வந்து கிணறு வெட்டி காட்டை தோட்டமாக்க முயன்று தோற்றுப்போன சம்சாரியை நினைத்துக்கொண்டான் கணேசன். பாவம் என்று பரிதாபப்பட்டான். மிதிகல்லின் ஓரம் இருவரும் எதிர் எதிரே உட்கார்ந்தார்கள். தூரத்தில் கௌதாரிகளின் சன்னம் பலமாகக் கேட்டது. இடையிடையே மயிலின் கூவல் வேறு.

'சரிடா பொய்யாழி சொல்லு, என்னமோ பெரிய விஷயம்

பேசணும்னு கூட்டியாந்தியே என்ன விஷயம் சொல்லு, நல்ல விஷயமாச் சொல்லு'

'நேத்து மத்தியானத்துக்குப் பெறகு ஒரு எடத்துக்கு போறேன்னு சொல்லிட்டு, ராத்திரி எட்டு மணிக்குத்தான வந்தேன், எங்க போனேன்னு தெரியுமாணே'

'நீ சொன்னாத்தானடா தெரியும், நான் என்ன கடவுளா இல்ல மந்திரவாதியா ஞானக்காண்ணால பாக்க'

'சங்கரன்கோவிலுக்கு போய்ட்டு வந்தேன்'

சங்கரன்கோவில் என்ற வார்த்தையைக் கேட்டதும் கணேசன் நிமிர்ந்து உட்கார்ந்தான். பொய்யாழியின் முகத்தையே உற்றுப் பார்த்தபடி உட்கார்ந்துகொண்டிருந்தான். அவன் இப்போது வேறு கணேசனாக மாறிக்கொண்டிருந்தான். எதிரே கிடந்த சிறு கல்லை எடுத்து கிணற்றுக்குள் எறிந்தான் பொய்யாழி. சலப் என்ற சத்தத்துடன் தண்ணீருக்குள் மூழ்கியது கல்.

பஸ்சைவிட்டு கீழிறங்கிய பொய்யாழி சற்றும் முற்றும் பார்த்தான். சங்கரன்கோவில் கோமதியம்மன் கோவில் கோபுரம் தான் துணிப்பாகத் தெரிந்தது. கோபுரத்தை நோக்கி இரு கை உயர்த்திக் கும்பிட்டான். கண்ணுக்குத் தெரிகிற வழிகளைவிட கண்ணுக்கு தெரியாத சில வழிகள் இருப்பதைப் பொய்யாழி பல நேரங்களில் உணர்ந்திருக்கிறான். யார் கண்ணுக்கும் தெரியாத வழி ஆனால் எல்லோர் கண்களுக்கும் தெரியும் அதிசயமான வழி. எதிராளிகளின் சாதிப் பெயரைச் சொல்லி, அந்த மக்கள் வசிக்கும் தெரு எங்கே இருக்கிறது என்று ஒரு பெட்டிக் கடைக்காரரிடம் விசாரித்தான். பெட்டிக்கடைக்காரர் உற்றுப்பார்த்தார்.

'அந்த தெருவுல நீரு யாரப் பாக்கணும்'

'... ... ...'

'என்ன பேசாம இருக்கீரு, யார்னு சொன்னா எனக்கு தெரிஞ்ச ஆளானு பாக்கேன், சும்மா சொல்லும், குறி கேக்கணுமா இல்ல செய்வினை வைக்கணுமா?'

'குறிதான் கேக்கணும், நல்ல ஆளா ஒரு ஆளச் சொல்லும்'

'இங்க கேளும், அந்த தெருவுக்குள்ள வேத்தாள் போனா போதும், அங்க வா, இங்க வானு கையைப் புடிச்சு இழுப்பான்க, யார் கூப்பிட்டாலும் போயிராதிரும், ரெண்டே ரெண்டு பேர்தான்

சினவயல் ❋ 169

உண்மையான கம்பளத்துக்காரங்க வாரிசுங்க, மத்தவங்க எல்லாம் சொல்லுவான், நாங்களும் கம்பளத்துக்கார வம்சம்தான்னு, தொழில் சுத்தம் அவங்க ரெண்டு பேர்தான், நடந்தது நடக்கப் போறது எல்லாத்தையும் கன கச்சிதமா புட்டுப் புட்டு வச்சிருவாங்க'

'பாதையைச் சொல்லும், போறேன்'

'குறி கேக்கப் போறவங்க தேங்காய் பழம் வெற்றிலைப் பாக்கு சூடம் பத்தி நம்மகிட்டத்தான் வாங்குவாங்க'

பொய்யாழி சூடம் பத்தி வாங்கிக்கொண்டு பெட்டிக் கடைக் காரர் சொன்ன வழியே நடந்தான். அவர் சொன்னபடியே குதிரையில் கம்பீரமாக உட்கார்ந்தபடி கட்டபொம்மன் சிலை இருந்தது.

கட்டபொம்மன் சிலையின் அருகிலேயே பெரிய சமுதாயக் கூடம். ஆங்காங்கே ஒரு சிலர் உட்கார்ந்து பலப் பல கதைகள் பேசிக் கொண்டிருந்தார்கள். இன்னும் சிலர் வட்டமாக உட்கார்ந்து பதினைந்தாம் புலி ஆட்டம் ஆடிக் கொண்டிருந்தார்கள். பொய்யாழி கையில் வைத்திருந்த வெற்றிலைப் பாக்கு தேங்காய் பழம் பையைப் பார்த்த உடனேயே இளைஞன் ஒருவன் வேகமாக வந்தான்.

'ஐயா குறி கேக்கத்தானே, என்கூட வாங்கய்யா கூட்டிட்டுப் போறேன்'

பெட்டிக் கரைக்காரர் சொன்ன இரண்டு பேர்களின் பெயரைச் சொன்னான்.

'வாங்கய்யா, அவரோட மக புள்ள பேரன்தான் நான்'

இருவரும் பேசிக்கொண்டே தெருவழியே நடந்து போனார்கள். நிறைய்ய வேட்டை நாய்கள் தட்டுப்பட்டன. வயிறு சிறுத்து வளர்ந்த ஒசத்தியான புலிகளைப் போல் உருவம் கொண்ட சாதி நாய்கள். மனிதர்களும் வித்தியாசமானவர்களாகத் தெரிந்தார்கள். பெரிய பெரிய கிடாமீசை, காதுகளில் தரிப்பு, பெரிய தலப்பாகை, சில வீடுகளுக்கு முன்னால் ஜோடியாகக் கட்டிக் கிடக்கும் மாடுகளுக்குப் பதில் ஒற்றை ஒற்றையாக மாடுகள் கட்டிக் கிடந்தன. தன்னை கூட்டிச் செல்லும் இளைஞனிடம் மெல்ல பேச்சுக் கொடுத்தான்.

'இந்த மடம் ஊர்ப் பொது மடமாய்யா'

'சே, எங்க சாதிக்காரங்களுக்கு மட்டும் சொந்தம்'

'வேற யாரும் இங்க வரக் கூடாதா'

'வரலாம் உட்காரலாம் ஆனா வேற ஆட்க இங்க தங்க அனுமதியில்லை, எங்க சாதி ஆட்க ராத்திரி தூங்குவாங்க'

'எந்நேரமும் ஆளு இருக்கும்'

'இப்ப ஒரு பத்து இருபது நாளா நாலு பேரு வந்து தங்கி இருக்காங்க, எங்க சாதி ஆட்கதான் சாப்பாடு குடுக்காங்க. ஏதோ கொலக் கேசாம், தெனமும் போலீஸ்டேசன்ல கையெழுத்துப் போடணுமாம், தூரத்து ஊராம் இந்த ஊர் ஸ்டேசன்ல்ல கையெழுத்துப் போடணுமாம்'

தன்னை கூட்டி வந்த இளைஞன் சடை முடியுடன் பூஜை யறையில் இருந்த சாமியாரிடம் தெலுங்கில் ஏதோ பேசிவிட்டுப் போய்விட்டான். உள்ளே நுழைந்த பொய்யாழி பூஜை அறையைப் பார்த்ததும் பதறிப் போனான். விதவிதமான தெய்வங்கள். சூலாயுதத்தில் குத்தி வைக்கப்பட்டிருக்கும் எலுமிச்சைப் பழங்கள், அறையெங்கும் சிந்திக் கிடக்கும் செந்தூரம், தட்டில் குமித்து வைக்கப்பட்டிருக்கும் திருநீறு. தான் வாங்கிக்கொண்டு போன பூஜைப் பொருட்களை நீட்டிவிட்டு எதிரே உட்கார்ந்து கொண்டான்.

'எந்த ஊரிலிருந்து வருகிறீர்'

'தெக்க பரலட்சி'

'என்ன விஷயமா குறி கேக்கணும்'

'தொழிலுக்குச் சில பயக எடஞ்சலா இருக்கான்'

'எடஞ்சல் என்ன எடஞ்சல், என்ன செய்யணும்னு சொல்லும், செஞ்சிருவம், குட்டி வெட்டுனா அவன் குடும்பமே சீரழிஞ்சு போகும், துட்டு வெட்டுனா அந்தப் பயக மட்டும் கால் கை வெளங்காம அலைவான், எப்பிடி யோசனை'

'குடும்பம் சீரழியக் கூடாது சரி, அவனோட பொண்டாட்டி புள்ளைக நம்மள என்ன செஞ்சாக, அந்தப் பயக மட்டும் காலக் கைய இழுத்திட்டு அலையணும், ஊர்க்காரங்க பார்த்து சிரிக்கணும்'

'அட்வான்ஸ் பணம் மட்டும் குடுத்திட்டுப் போரும், சரியா

நாப்பத்தியொரு நாள் கழிச்சு வாரும், தகட்ட பூஜையில வச்சிருவேன், அன்னைக்கு வாரும் என்ன செய்யச் சொல்றீரோ அந்தப்படி செஞ்சிரலாம்'

பொய்யாழி மீண்டும் சமுதாயக்கூடத்திற்கு வந்தபோது தன்னை கூட்டிக்கொண்டுபோன அதே இளவட்டம் அங்கே தட்டுப்பட்டான். தாயக்கட்டை, விளையாடிக்கொண்டிருந்த நான்கு பேரையும் பொய்யாழி அடையாளம் பார்த்தான்.

'நீரு சொன்ன கொலகாரங்க இவங்கதானா'

'ஆமா அந்த நாலு பேர்தான், பத்து நாளா இங்க தான் தங்கியிருக்காங்க, சோறு நாங்கதான் போடுறோம்'

பொய்யாழி அந்த நான்கு பேரையும் நன்றாக உற்றுக் கவனித்து அடையாளம் பார்த்தான். நீண்ட தலைமுடி தாடியுடன் இருப்பவன் தான் துரைராஜ். செத்துப்போன ரேக்ளா வண்டிக்காரனின் தம்பி. காதுகளில் சிவப்புக்கல் தரிப்பு போட்டிருப்பவன் ரேக்ளா வண்டிக்காரனுடைய மகன் தொட்டி என்ற பொன்ராஜ். வளர்த்தியாக ஒல்லியாக பெரிய தலப்பாக் கட்டும் கிடா மீசையுமாக இருப்பவன் அக்கையாவின் அண்ணன் மகன் போலையா. பச்சைத் துண்டு கட்டையன் கெட்டி என்ற வீர பொம்மு. நால்வரையும் தன் நெஞ்சில் சித்திரங்களாக வரைந்துகொண்டான்.

;இந்தக் கதையை எல்லாம் கணேசனிடம் சொன்ன போது கணேசன் பொய்யாழியை ஆச்சரியமாகப் பார்த்துக்கொண்டே இருந்தான். இந்த நால்வரில் ஒருவன் சாத்தூர் ஆர்த்தி மருத்துவ மனை எதிரில் கொய்யாப்பழம் விற்பவன் என்பதை பொய்யாழி யிடம் கணேசன் சொன்னான். இந்த நால்வருமே தனக்கு நன்றாக அடையாளம் தெரிந்தவர்கள்தான் என்றும் கணேசன் சொன்னான். சங்கரன் கோவில் ஆடித் தபசு திருவிழா பிரசித்தம். சங்கர நயினாரின் தபசுக் காட்சியைக் காண பல்லாயிரக் கணக்கில் கூட்டம் கூடும்.

'ஏண்டா... பொய்யாழி தபசு அன்னைக்குக் கூட்டம் அலை மோதும், போலீஸ் பூராவும் அங்கதான் இருப்பான், அன்னைக்கு போட்டுத் தள்ளிட்டா என்ன'

'இங்க கேளு கணேசண்ணே அவசரப்பட்டா காரியம் கெட்டுப் போகும், வக்கீல் என்ன சொல்லியிருக்காரு கண்டிஷன் பெயில்

முடியட்டும், கோர்ட்டுக்கு வாய்தாவுக்கு வரும்போது பாத்துக் கிறலாம், அடுத்து சங்கரன் கோவில் அவங்க சாதிக்காரங்க நெறய்யா இருக்கிற ஊரு, அவங்க சாதிக்காரங்களோட சமுதாயக் கூடத்துல அவங்களோட சப்போர்ட்லதான் தங்கியிருக்காங்க, கொஞ்சம் பிசகிட்டாலும் போச்சு, காரியம் கெட்டுப்போகும், தப்பிக்கிறதும் கஷ்டம்.'

சாத்தூரில் ஆர்த்தி ஆஸ்பத்திரியைக் கண்டுபிடிப்பதில் பொய்யாழிக்குச் சிரமம் ஏதுமில்லை. சங்கரன் கோவில் போலீஸ்டேசனில் காலையில் கையெழுத்துப் போட்டு விட்டு மதியத்திற்கு மேல் இங்கே வந்து கொய்யாப்பழ வியாபாரம் செய்வதை விசாரித்து தெரிந்து வைத்திருந்தான். சாத்தூரிலேயே பெரிய ஆஸ்பத்திரி என்றால் ஆர்த்திதான். இருபத்தி நாலு மணி நேரமும் கூட்டம் நிரம்பி வழியும். ஆஸ்பத்திரிக்கு முன்னால் வரிசை வரிசையாக வாகனங்கள் நிறுத்தும் இடம். அதன் ஒரு ஓரத்தில் எலக்ட்ரிக் போஸ்ட் அந்த போஸ்ட்டின் அடியில் கொஞ்சம் காலியிடம். அந்த இடத்தை கொய்யாப்பழம் விற்பதற்கு அனுமதித்திருந்தது ஆஸ்பத்திரி நிர்வாகம். சைக்கிளை நிறுத்தி அதன் கேரியரில் கொய்யாப்பழக் கூடையை வைத்துச் சேர் போட்டு உட்கார்ந்திருந்தான் போலையா. தூரத்தில் வரும் போதே அடையாளம் பார்த்துவிட்டான் பொய்யாழி. பெரிய தலப்பாக் கெட்டு, கிடா மீசை, காதுகளில் சிவப்புக் கல் தரிப்பு. ஸ்டூல் மேல் உட்கார்ந்து சிகரெட் புகைத்துக்கொண்டிருந்தான். பொய்யாழி கிட்டத்தில் வந்து நின்றதைக்கூட கவனிக்கவில்லை. இன்னொரு தலப்பாக்கட்டியவர் போலையாவுடன் பேச்சுக் கொடுத்தார்.

'என்ன மாப்பிள்ளை கொஞ்ச நாளா ஆளவே காணோம், சம்சாரத்துக்கு வயித்துல கட்டி இருக்குனு சொல்லிட்டான், ஆபரேஷன் பண்ணியிருக்கு இங்கதான் அலையிறேன் மாப் பிள்ளை ஏகப்பட்ட செலவு'

'கொலக் கேசுல ரெண்டு மாசம் உள்ள போயிட்டேன்ல்ல மாமா, இப்பத்தான் வெளியில வந்தேன், அதுவும் நித்தம் சங்கரன் கோவில் போலீஸ்டேசன்ல கையெழுத்துப் போடணும், காலையில போட்டுட்டுத்தான் வந்தேன்'

'அந்த பஜார்ல வச்சு ஒரு வயசாளிய வெட்ன கேசா'

‘அதுதான் மாமா நாங்க நாலு பேர், மூணாவது ஆளா என்னைய சேர்த்திருக்கான்’

‘சேர்த்தது என்ன சேர்த்தது, நிய்யும் சேர்ந்துதானே செஞ்சது வாஸ்த்தவம்தானே’

‘வாஸ்த்தவம்தான் மாமா, சின்னய்யாவ நடுப்பஜார்ல வச்சு அடிச்சுக கொன்னவன சும்மா விடலாமா மாமா’

‘ஒங்க சின்னயாவக் கொன்னது இவனோட மகன் தான, அவனக் கொல்றத விட்டுட்டு அவுக அப்பன் கெழவனக் கொன்னது என்னடா நியாயம்’

‘அடுத்து அவன் மகன்தான் மாமா. கொஞ்சம் ஆறப் போட்டு செய்யணுமில்ல, இன்னியும் ஜாமீன்கூட முழுசா கெடைக்கல, ஒரு ஆறு மாசம் கழிச்சு அவனையும் போடணும் மாமா’

‘இந்த ஊரைவிட்டே போய்ட்டாங்கனு கேள்விப்பட்டேன், எங்க போனாங்கனு தெரியல’

‘வேற எங்க போவான், பொண்டாட்டி ஊர்ல போயி கூலி வேல செஞ்சு கஞ்சி குடிக்கான், இங்க காடு கரைக எல்லாம் தரிசாக் கெடக்கு, இங்க இருந்தா நம்மளையும் காலி பண்ணி யிருவாங்கனு ஊரவே காலி பண்ணிட்டு ஓடிட்டான்’

ஆஸ்பத்திரியின் வாசலில் நின்றபடி இவரின் பெயரைக் கூப்பிட்டவுடன் பேசிக்கொண்டிருந்த பெரியவர் அவக் தவக்கென்று உள்ளே ஓடினார். அமைதியாக எல்லாவற்றையும் கேட்டுக்கொண்டிருந்த பொய்யாழி மெதுவாக பேச்சுக் கொடுத்தான்.

‘இந்த ஏரியாவுலயே நாட்டுக் கொய்யா எங்கேயும் கெடைக்கல, நீரு நல்ல பழமா வச்சிருக்கீரே’

‘இது இங்க வாங்குற பழம் இல்லையா, கடம்பூர் கூட்டுப் பண்ணையில வாங்கிட்டு வர்ரேன்’

‘ஏ... யப்பா அவ்வளவு தூரம் தெனம் எப்பிடிப் போய் வர்றீங்க, ரொம்ப தூரமாச்சேய்யா’

‘என்ன செய்ய நாட்டுக் கொய்யாதான் வேணுங்கான், சீமைக் கொய்யானா இங்னயே வாங்கிக்கிறலாம், வெலையும் கம்மி, வாங்கணுமில்லே’

‘ஒமக்கு ஊரு இந்த ஊர்தானாய்யா’

'ஊரு இந்த ஊர்தான், இப்ப ஒரு சோலியா சங்கரன் கோவில்ல தங்கியிருக்கேன், இங்க யாவாரத்த முடிச்சிட்டு எவ்வளவு நேரமானாலும் அங்க போயிருவேன்'

'மிச்ச சரக்க என்ன பண்ணுவீரு'

'அந்தா இருக்கு பாரும் லாரி செட். அவங்க நமக்கு பழக்கம். அங்க குடுத்து வச்சிட்டு மறுநாள் வந்து எடுத்துக்கிருவேன், பெரும்பாலும் எல்லாச் சரக்கும் வித்திரும்'

'நல்ல பழமா ஒரு அரைக்கிலோ கொடும்'

'அரைக்கிலோ என்ன அரைக்கிலோ ஒரு கிலோவா வாங்கிக் கோரும், ரெண்டு ரூவா கொறச்சுக் குடும்'

தன்னுடைய கொய்யாப்பழ வியாபாரத்தின் கடைசி நிறுவை இதுதான் என்று புரியாமல் நிறுத்துப்போட்டான் போலையா. பழத்தை வாங்கிக்கொண்ட பொய்யாழி பைக்குள்ளிருந்து ரூபாயை எடுத்துக் கொடுத்துவிட்டு, மீதிச் சில்லரையை வாங்கி பையில் போட்டுக்கொண்டான். பொய்யாழியின் செயல் போலையாவின் உயிருக்கு விலைபேசி அச்சாரம் கொடுத்தது போலிருந்தது. பொய்யாழி மனநிறைவுடன் ஊருக்குப் புறப் பட்டான்.

இரவு முழுக்க கணேசனும் பொய்யாழியும் உட்கார்ந்து திட்டம் தீட்டினார்கள். வெகு நேரம் அவர்கள் உறங்காமல் முழித்துக் கொண்டிருந்தார்கள். காலையில் வெட்டிப் போட்ட விறகுகளை மூட்டத்திற்கு அடுக்குவதற்காக வேலையாட்கள் வந்து விட்டார்கள்.

'அடேய் இன்னைக்கு நானும் கணேசனும் ஒரு முக்கியமான சோலியா வெளியூர் போறோம், நாளைக்கு அடுக்குவோம், இன்னைக்கு ஒரு நாளைக்கு மரம் வெட்டுங்க, நாளைக்கு சேத்து அடுக்கிறலாம்'

விறகுகள் அம்பாரமாகக் குமித்துக் கிடந்த இடத்திலிருந்து தங்கள் சைக்கிள்களை எடுத்துக்கொண்டு காடுகளுக்குப் புறப் பட்டார்கள். பொய்யாழியும் கணேசனும் அவர்கள் போவதையே பார்த்துக் கொண்டு நின்றார்கள். இரவு முழுக்க பேசி அவர்கள் போட்ட திட்டம் இருவர் தவிர வேறு யாருக்கும் தெரியாது. முனியம்மாளும் சுந்தரியும் என்றைக்கும் போல் காலையிலேயே

வெய்யில் வரும்முன் அவுரி இலை உருவப் போய்விட்டார்கள்.

இரவு வருவதற்காக காத்திருந்தன, ஊனுண்ணிப் பறவைகள். பகல் முழுக்க பொந்துக்குள் பதுங்கிக் கிடக்கும் இரவு வேட்டையாடிகளைப் போல் வீட்டுக்குள்ளேயே இருந்தார்கள் பொய்யாழியும் கணேசனும். இன்று பகல் முழுக்க இருவருடைய நாசிகளிலும் கொய்யாப்பழ மணம் கமகமத்தது. நேரம் ஆக ஆக அவர்களுக்குள் மௌனமே மேலோங்கியது. இன்னும் கொஞ்ச நேரம்தான் முனியம்மாளும் சுந்தரியும் காட்டிலிருந்து வந்து விடுவார்கள். எங்கே போகிறீர்கள் என்ற கேள்விக்குப் பதில் சொல்ல முடியாது. அவர்கள் வருவதற்கு முன்னாலயே போய் விட வேண்டும் என்று திட்டமிட்டார்கள். வரச் சொல்லியிருந்த ஆட்டோக்காரன் இன்னும் வந்து சேரவில்லை. இருவரும் புறப்பட்டுப் போனார்கள். ஆட்டோக்காரன் எதிரே வருவான், இல்லையென்றால் ஸ்டாண்டில் இருப்பான் என்று முடிவு செய்து புறப்பட்டார்கள்.

கொய்யாப்பழ வியாபாரி போலய்யா வருகிற பாதை. ரேக்ளா வண்டிக்காரனின் அண்ணன் மகன். கணேசனின் அய்யா வேலுவை கொலை செய்தவர்களில் ஒருவன். பாதையில் ஆட்டோ நிற்க இருவரும் ஆட்டோ மறைவில் நின்றுகொண்டார்கள். கொய்யாப்பழ வாசனையை நுகரக் காத்திருந்தார்கள். பெரிய தலப்பாக்கெட்டு, கிடாமீசை, காதுகளில் சிவப்புக்கல் தரிப்பு. தூரத்தில் புள்ளியாகத் தெரிந்தது சைக்கிள் வெளிச்சம். ஆட்டோவை நெருங்கியவுடன் மறைவிலிருந்து இருவரும் வெளிப்பட்டு சைக்கிளை நிறுத்தினார்கள். இருவருடைய கைகளிலும் பளபளக்கும் அரிவாள். கண்களில் கொலை வெறி. கணேசனைக் கண்டதும் பயத்தில் அலறினான் போலையா. பழுத்து சிவந்த கொய்யாப் பழத்தைப் போல, நன்றாக சிவந்திருந்தன அவன் கண்கள். சாராயநெடி மூக்கில் நச்சென்று நுழைந்து மூக்கைத் துளைத்தது. சைக்கிளை நிறுத்திவிட்டு, இரு கைகள் கூப்பி கும்பிட்டான். அவன் முகத்தில் மரணபீதி குடி கொண்டது.

சைக்கிளை தள்ளிக்கொண்டு போய் ரோட்டின் சரிவில் இருந்த பாழடைந்த கிணற்றுக்குள் தள்ளிவிட்டு வந்தான் கணேசன். ஆட்டோவில் நடுவில் உட்கார வைத்துக்கொண்டு இருவரும்

ஆளுக்கொரு பக்கமாக உட்கார்ந்துகொண்டார்கள். இருவருடைய கைகளிலும் பளபளக்கும் வீச்சரிவாள். சாத்தி வைக்கப்பட்ட பிணத்தைப் போல் உட்கார்ந்திருந்தான், போலையா. யாரும் எதுவுமே பேசிக்கொள்ளவில்லை. இரவு வெகு நேரமாகிவிட்டது. கரிமூட்டம் போடுகிற விறகுகள் குமிந்துகிடந்த இடத்தின் அருகே மூவரும் இறங்கிக்கொள்ள ஆட்டோ புறப்பட்டுப் போனது. சுற்றிலும் கன்னங்கரேன்று அந்த இடமே ஆளரவமற்ற வனாந்திரமாய் பயமுறுத்தியது. கந்தல் சாக்குகள் குவித்து வைக்கப்பட்டிருந்த ஓலைக்குடிசைக்குள் உட்கார வைக்கப் பட்டான். இருவருடைய கால்களிலும் மாறி மாறி விழுந்து எழுந்தான். உயிர் பயம் வெட்கம் அறியாதது.

'சரி, சொல்லு ஒங்க பெரியப்பன கொன்னது நான்தானு தெரியுமா தெரியாதா?'

'தெரியும்'

'அப்படின்னா என்னையத்தான கொல்லணும், எங்க அய்யாவ எதுக்கு கொன்னீக'

'... ... ...'

'தாயோளி, இப்ப வாயைத் தொறந்து சொல்லப்போறியா தலையை எடுக்கவா'

தன் தலைக்கு மேலாக நிமிச்சர ஓங்கிய அரிவாளைக் கண்டதும் ஓ வென்று கூப்பாடு போட்டான் போலையா.

'பொத்துல வாயை, சத்தம் கீச்னு வெளிய வந்திச்சு'

'சத்தியமா நான் வேண்டாம்னுதான் சொன்னேன், துரைராஜ் அண்ணன்தான் வற்புறுத்தி கூப்பிட்டு போனாரு'

'இப்ப ஒங்க துரைராஜ் அண்ணன் வந்து ஒன்னையக் காப்பாத்துவாரானு பாப்போம்'

'அண்ணே என்னய விட்ருங்க அண்ணே, ரெண்டு புள்ளைக இருக்குண்ணே, கொய்யாப்பழம் வித்து வயித்தைக் கழுவுரேண்ணே'

கணேசன் குடிசையைவிட்டு வெளியே போய்விட்டு வந்தான். அவன் கையில் வைரம் பாய்ந்த விறகுக்கட்டை ஒன்று இருந்தது. போலையாவின் முன்னால் நின்றுகொண்டு உச்சந்தலையில் ஓங்கி ஒரு அறை. அப்படியே பொம்மையைப் போல் குப்புற

சாய்ந்தான். நாயை இழுத்துக்கொண்டு போவதைப் போல, கரி மூட்டம் வைக்கிற இடத்திற்கு இழுத்துக்கொண்டு போனார்கள். ஆழமாக ஊன்றி வைக்கப்பட்டிருந்த ஒரு தூணில் உட்கார வைத்து சாத்தி கயிற்றால் கட்டினார்கள். தூணில் சாய்ந்து கால் நீட்டி உட்கார்ந்திருந்தான் போலையா. குமிந்து கிடந்த விறகுகளை பொய்யாழி அள்ளி அள்ளிக் கொடுக்க கணேசன் போலையாவைச் சுற்றி அடுக்கி மறைத்தான். தலை, கால் எல்லாம் மறைந்த பின்னால் கரிமூட்டத்திற்கு அடுக்குவது மாதிரியே கூம்பு வடிவமாக சுற்றிச் சுற்றி அடுக்கினார்கள்.

'டேய்... பொய்யாழி போதும்டா, காலைல வேலக்காரங்க வந்து மிச்சத்த அடுக்கட்டும்'

பாதி அடுக்கிய கரிமூட்ட விறகு குவியலுக்குள் கால்நீட்டி பிணமாக உட்கார்ந்திருந்தான் கொய்யாப் பழவியாபாரி போலையா. இருவரும் வீட்டுக்குப் போனபோது சுந்தரியும் முனியம்மாவும் கொட்டக் கொட்ட முழித்திருந்தார்கள்.

'என்னடா இம்புட்டு நேரம், சொல்லாமக் கொல்லாம எங்கடா போனீக'

'எங்கேயும் போகலம்மா, கம்பெனியில கரி கம்ப்ளீட்டா தீர்ந்து போச்சாம், அர்ச்செண்டா வேணும்னு மொதலாளி ஆள் அனுப்பிட்டாரு, அதனால நாங்க ரெண்டு பேரும் மூட்டத்துக்கு வெறகு அடுக்குனோம். நாளைக்கு தீ வச்சிட்டா மறுநாள் பிரிச்சிறலாம்'

'ஒரு வார்த்தை சொல்ல வேண்டாமா, நாங்க ரெண்டு பேரும் என்னமோ ஏதோனு இன்னும் சாப்பிடக்கூட இல்ல, விருமுத்தி யடிச்சுப் போயி உக்காந்திருக்கோம், சொல்லாமப் போகலாமாடா'

என்றைக்கும் இல்லாத உறக்கம் இன்று கணேசன் நிம்மதியாக தூங்கினான். நெஞ்சுக்குள் பூட்டி அடக்கி வைத்திருந்த வன்மம் வெளியேறி வெற்றிடமாகிப்போன நெஞ்சு. நாலைந்து பெரு மூச்சுக்கள் வெளியேறின, வெறி அடங்கிக் கொண்டது. நாளை கரிமூட்டத்திற்கு தான்தான் தீ வைக்க வேண்டும் என்று நினைத்துக் கொண்டான். தினமும் தூக்கமின்றி இரவு வெகுநேரம் படுக்கையில் புரளும் போது விகாரமாக ஒலிக்கும் ஆந்தைகளின் குரலை இன்று கேட்கவில்லை. என்றைக்காவது ஒருநாள்

தூரத்திலிருந்து மிதந்து வந்து பயமுறுத்தும் கூகையின் குளறலைக் கேட்கவில்லை. வெருகு என்று சொல்லக்கூடிய காட்டுப் பூனைகள் புணரும் போது எழுப்பும் பச்சைக் குழந்தைகளின் அழுகுரல் களைப் போன்ற சத்தத்தை இன்று கேட்கவில்லை. ஒருவேளை அவற்றுக்கு தெரிந்து போயிருக்குமோ, போலையா—விறகு அட்டியலுக்குள் பிணமாக இருப்பதும், நாளை கரி மூட்டத்திற்குள் அக்னியாகப் பொசுங்கி சாம்பலாகப் போவான் என்பதும்.

இருவரும் நன்றாக விடிந்த பின்னரே தூங்கி எழுந்தார்கள். வேலையாட்கள் வரும் முன்னர் அங்கே போக வேண்டும் என்று வேகமாகப் போனார்கள்.

'என்னண்ணே... கணேசண்ணே ஏதோ வேலை நடந்திருக்கு, யாருண்ணே அடுக்குனது, ரொம்பக் கச்சிதமா அடிக்கியிருக்கு, பழக்கப்பட்ட கை மாதிரி'

'வல்லிசா கரி இல்லனு நேத்து மொதலாளி ஆளனுப் பிட்டார்டா, நாளைக்கு எப்பிடியும் கரி வேணுமாம், அதுதான் நானும் தம்பி பொய்யாழியும் ஒரு மூச்சு அடுக்குனோம்'

இரண்டு பேர் விறகுகள் அள்ளி அள்ளிக் கொடுக்க மற்ற இரண்டு பேர் அடுக்கிக் கொண்டிருந்தார்கள். மூட்டம் பெரிதாகப் பெரிதாக பொய்யாழியும் கணேசனும் நிம்மதிப் பெருமூச்சு விட்டார்கள்.

'இன்னைக்கு எவ்வளவு நேரமானாலும் தீ வச்சிரணும்டா'

'வைக்கோல் மண்ணு எல்லாம் ரெடியா இருக்குதில்ல பெறகு என்ன தீ வச்சிரலாம், அடுக்குறதுதானே கஷ்டம்'

தாறுமாறாக சுற்றிலும் சிதறிக் கிடந்த விறகுகள் எல்லாம் சீராக அடுக்கப்பட்டு கோபுரம் போல் நின்றது மூட்டம். இனி வைக்கோல்கள் கொண்டு மூட வேண்டும். அப்புறம் வைக்கோல் தெரியாதபடி களிமண்ணால் பூசி மெழுக வேண்டும். விறகுக் கட்டைகளின்மேல் பிணத்தை படுக்கவைத்து, விறகுக் கட்டை களால் மூடி, வைக்கோல்களால் போர்த்தி, களிமண்ணால் மெழுகி சிதைக்குத் தீவைப்பது மாதிரிதான் கரிமூட்டத்திற்குத் தீ வைப்பதும்.

எத்தனையோ நாட்கள் பல வருடங்கள் இந்த வேலையை கணேசன் செய்திருந்தாலும் இன்று இந்த வேலையை மிகவும்

விரும்பிச் செய்தான் கணேசன். இவ்வளவு நாட்களும் கூட்டுக்குள் அடக்கி வைத்திருந்த வெறி குதியாளம் போட்டு வெளியேறியது. முழுவதும் களிமண்ணால் மூடியபின் தீக்கங்குகளை உள்ளே போடும் உச்சித் துளையில் தானே தீக்கங்குகளை போடுவேன் என்று மூட்டத்தின் மேல் ஏறி நின்றான் கணேசன். எரியூட்டப்படும் சிதைக்குத் தீ மூட்டுவதற்காக வாரிசுகள் வரிசையில் நிற்பது மாதிரி உச்சித் துளையில் பொய்யாழி தீக்கங்குகளைப் போட்டான். வேலை செய்த அனைவரும் சுற்றிநின்று வேடிக்கை பார்த்துக் கொண்டிருந்தார்கள்.

'கணேசண்ணே ராத்திரிக்கு நீங்களே பாத்துக்கிருவீகளா? இல்லை வேற ஆள் வேணுமா'

'எதுக்குடா ஆள் நாங்க ரெண்டு பேரு இருக்கோம் வீட்ல படுத்துக் கெடக்கிறது இங்ஙன படுத்து எந்திரிக்கப் போறோம், நீங்க போங்க, நாளைக்கு மறுநாள் கரி அள்ள வந்தாப் போதும், நாளைக்கு தீ ஆத்தி ஆறப் போட்ருவோம், மறுநாள்தான் லாரி வரும்'

உள்ளே தீ நன்றாகப் பரவிவிட்டதுக்கு அடையாளமாக களி மண்ணுக்கு மேல் மேகக் கூட்டங்களைப் போல் வெண்புகைகள் மேலெழும்பி வந்தன. இருவரும் ரசனையுடன் பார்த்துக் கொண்டிருந்தார்கள்.

நட்ட நடுவசமாக அடுக்கி தீ மூட்டப்பட்ட எல்லா விறகுகளும் எரிந்து கரியாகி விட்டதுக்கு அடையாளமாக இரவு நிறைசூலியின் வயிற்றைப் போல் இருந்த கரிமூட்டம் இன்று பிள்ளை பெற்றவளின் வயிற்றைப் போல் அமுங்கி சொடிந்து கிடந்தது. கணேசனும் பொய்யாழியும் குடங்குடமாய் தண்ணீரை ஊற்றி சூட்டை தணித்தார்கள். மேலே மூடியிருந்த களிமண்ணை கொஞ்சங் கொஞ்சமாகப் பிய்த்து எடுத்தார்கள். கன்னங்கரேரென்று குமிந்திருந்த கரிகளை மண்வெட்டி கொண்டு வட்டமாகப் பரத்தினார்கள். தரையின் அடியில் பரத்தியபோது போலையாவின் மண்டையோடும் சில எலும்புத் துண்டுகளும் தட்டுப்பட்டன. மண்வெட்டியை திருப்பிப் பிடித்துக் கொண்டு ஓங்கி ஒரு அடி அடித்து இன்னும் அடங்காத தன் வெறியைக் காட்டிக்கொண்டான் கணேசன். மண்டையோட்டையும் முழங்கால், முழங்கை எலும்புத் துண்டுகளையும் தனியாக ஒரு சாக்கில் சுற்றி வைத்தான்.

'அடே... பொய்யாழி ராத்திரி நம்மகூட ஆட்டோவுல வந்தது யாருடா? நம்பிக்கையான பையனா?'

'கணேசண்ணே, அந்தப் பையன் நம்ம சொந்தக்காரப் பையன்தான், ரொம்ப நம்பிக்கையான பையன் தான், கொலை செய்ய ரூட் போட்டுக் குடுத்ததே அவன்தான், எனக்கும் அவனுக்கும் மட்டும்தான் தெரியும், அதே மாதிரி இந்த விஷயமும் நம்ம மூனு பேருக்கு மட்டும்தான் தெரியும், ஒரு சுடு குஞ்சிக்கு கூடத் தெரியாது, ஆட்டோக்காரன் பெரிய கல்லூளி மங்கன், அணுஅணுவா கொன்னாக்கூட அவன் வாயிலருந்து ஒரு வார்த்தை வெளி வராது'

வட்டமாக, களம் முழுவதும் கரியைப் பரப்பிவிட்டு சாக்கில் சுற்றி வைத்திருந்த மண்டையோட்டை எடுத்துக்கொண்டு ரொம்ப தூரத்தில் இருந்த இடிந்து கிடந்த பாழடைந்த கிணற்றில் பெரிய பாறாங்கல்லைக் கட்டித் தண்ணீருக்குள் வீசினார்கள்.

இரவு தூங்கப் போகும் போது வீட்டுக்கு முன்னால் காலங் காலமாக நின்ற ஐந்து மரங்களில் ஒன்றைக் காலையில் காண வில்லை என்றால் ஜனங்கள் பீதியடையாமலா இருப்பார்கள். மரம் அகற்றப்பட்டதற்கான எந்த அறிகுறியும் இல்லை. மரம் பிடுங்கியதற்கான ஒரு தடயமும் இல்லை. ஒரு பிடி மண்கூட தோண்டப்பட்டிருக்கவில்லை. அப்படியென்றால், பறந்தா போயிற்று மரம்? மாயமாகிப்போன மரம் மாதிரிதான் போலையா என்ன ஆனான் என்று யாருக்கும் தெரியவில்லை.

இரண்டு மூன்று நாட்களாக போலீஸ்டேசனுக்கு கையெழுத்துப் போட போலையா வரவில்லை என்றவுடன் போலீஸ் தேடத் தொடங்கியது. கொலைக் கைதி தப்பியோடி, தலைமறைவு என்று ஊரெங்கும் பரபரப்பானது. சம்பந்தப்பட்ட மற்ற மூன்று பேரும் பீதியடைந்தார்கள். ஊரே மௌனத்தில் உறைந்துபோனது. கணேசனைத் தேடிக் காவல்துறை நாயாய் அலைந்தது. கணேசனின் மனைவி ஊர் தேடிக் காவல்துறை பறந்தது. கணேசனும் அவனுடைய அம்மா இருக்கிற இடத்தையும் விசாரித்து தெரிந்து கொண்டது போலீஸ். மத்தியான வெய்யில் கணேசன் பொய்யாழி இன்னும் நாலைந்து வேலையாட்கள் ஒருவரையொருவர் இன்னாரென்று அடையாளம் காண முடியாதவாறு கன்னங்கரே ரென்று பேயுருவைப் போல் சாக்குகளில் கரிகளை அள்ளி

வரிசையாக நிறுத்தியிருந்தார்கள். போலீஸ்வேன் வந்து நின்றதைக் கவனிக்கவில்லை. இரண்டு அதிகாரிகளும் மூன்று போலீஸ் காரர்களும் வந்து நின்றார்கள்.

'இங்க கணேசன்ங்கிறது யாருவே'

'நான்தான் சார் கணேசன்'

'இங்க எவ்வளவு நாளாவே வேல பாக்கிறே'

'எங்கய்யாவ வெட்டிக் கொன்னுட்டாங்க சார், என்னையவும் கொல்லணும்னு வந்தாங்க சார், பயந்து போயி காடுகரைக தோட்டம் எல்லாத்தையும் தரிசாப் போட்டுட்டு நானும் எங்க அம்மாவும் இங்க வந்து வேலை செஞ்சு கஞ்சி குடிக்கோம் சார், எம் பொண்டாட்டியும் எம் புள்ளையும் அவுக ஊர்ல இருக்கு சார்'

'ஒங்க அய்யாவக் கொன்னது யார்யார்னு தெரியுமாவே'

'ஆள் தெரியாது சார், எல்லாருமே சொந்தம்னு சொன்னாங்க'

'... ... ...'

'இப்ப என்ன விஷயமா சார் இங்க வந்திருக்கீக'

'அந்த நாலு பயகல்ல ஒரு பயலக் காணும்வே. கண்டிஷன் பெயில்ல இருக்கிற பய தெனம் ஸ்டேசன்ல்ல கையெழுத்துப் போடணுமில்ல, இப்ப மூணு நாளா வரல, பய எங்க போனான், என்ன ஆனான்னு தெரியல'

'அப்படியா சார்'

'சரி,ஏட்டையா நம்ம போவம், நாங்க கூப்பிட்டு விட்டா ஒடனே ஸ்டேசனுக்கு வரணும்வே'

'உத்திரவு சார், ஒடனே வர்ரேன்'

போலீஸ் ஜீப் போவதையே பார்த்துக்கொண்டு நின்றார்கள். உடன் வேலை பார்ப்பவர்களில் பொய்யாழிக்குத் தவிர வேறு யாருக்கும் கணேசனைப் பற்றி எதுவும் தெரியாது. போலீஸ் போலையாவைச் சல்லடை போட்டுத் தேடியது. நீதிமன்றத்தில் ஆட் கொணர்வு மனு தாக்கல் செய்யப்பட்டதாலும், நீதிமன்றக் காவலில் இருந்த ஒருவன் காணாமல் போயிருப்பதாலும், இத்தனாம் தேதிக்குள் நீதிமன்றத்தில் போலையாவை ஆஜர் படுத்த வேண்டும் என்று உத்திரவிட்ட படியாலும் காவல்துறை உயர் அதிகாரிகளின் கெடுபிடியாலும் காவல் துறை பரபரப்பாகச்

செயல்பட்டது. போலையாவுடன் தங்கியிருந்து கையெழுத்துப் போட்டுவந்த மூன்று பேரையும் துவைத்து துவைத்து எடுத்தது. அக்கையாவின் தம்பி துரைராஜ் என்ன செய்வதென்று தெரியாமல் நடமாடும் பொம்மையாகிப் போனான். ஒரு பக்கம் காவல் துறையின் நெருக்கடி மறுபக்கம் போலையா என்ன ஆனான் என்ற பயம் பீதி கவலை எல்லாம் சேர்ந்து அலைக்கழிக்க தினமும் பயத்துடனே போய் கையெழுத்திட்டு வந்தனர்.

தாமிரவருணி நதி அமைதியாக ஓடிக்கொண்டிருந்தது. ஆறு பேரும் கரிபடர்ந்த தங்கள் உடலை ஒதுக்குப்புறமாக உள்ள ஓரிடத்தில் கழுவிக் கொண்டிருந்தார்கள். தங்கள் மேனியில் அப்பியிருந்த கரிகளை சுமந்து கொண்டு தாமிரவருணி தத்தளித்துச் சென்றது. தாமிரவருணி உற்பத்தியாகும் இடத்திலிருந்து அது கடலில் கடக்கும் இடம்வரை அன்றாடம் எத்தனை ஆயிரம் பாவங்களை பரிகாரங்களை அது சுமந்து செல்கிறது. அன்றாடம் பல நதிகள் சுமந்துகொண்டு வரும் ஆயிரமாயிரம் பாவங்களையும் பரிகாரங்களையும் உள் வாங்கிக்கொள்ளும் கடல் என்ன செய்கிறது. எப்படி இந்தப் பாவங்களை ஏற்றுக்கொள்கிறது. இவர்கள் குளித்துக்கொண்டிருந்த கரையை ஒட்டிய பகுதி வழியாக இரண்டு தலையணைகளும் சில துணிமணிகளும் மிதந்துவந்தன.

‘அடேய்... பொய்யாழி நல்லா முங்குடா, நேத்தோட போலீஸ் தொல்லை ஓஞ்சது, வெசாரிச்சிட்டுப் போய்ட்டான்’

‘அப்பிடியா, போய்ட்டானோ, இனிமே என்ன செய்வான் தெரியுமா, சிஐடி போடுவான், நீ எங்க போனாலும் ஒனக்குத் தெரியாம ஓம் பின்னாலயே ஒரு போலீஸ்காரன் அலைவான், மோளப் போனாலும் கூடவருவான், பேளப் போனாலும்கூட வருவான், தப்பித் தவறி ஒரு வார்த்தை நீ ஒளரிட்டாலும் போச்சு, எப்படானு இருப்பான் தூக்கிருவான், அதனால பேசாம கம்முனு இரு, இல்ல நம்மளா போய்ச் சிக்கிக்கிட்டது போலாகிரும்’

பொய்யாழியின் அனுபவப்பூர்வமான பேச்சைக் கேட்டவுடன் கணேசன் அவனை ஆச்சர்யத்துடன் பார்த்தான். இந்த சின்ன வயசிலும் வாழ்க்கை அவனுக்கு எத்தனை அனுபவங்களைக் கற்றுத் தந்திருக்கிறது என்பதை நினைத்துக்கொண்டான்.

‘டேய்... பொய்யாழி நம்ம கெணத்துக்குள்ள போட்டதுக்குப்

பதில் இங்க தாமிரவருணியில் போட்ருக்கலாம்'

'இங்க ஆள் நடமாட்டம் ஜாஸ்திண்ணே. கெணறுதான் கரெக்ட், அதுவும் பாழடஞ்ச கெணறு'

கரிகளைப் போக்கி குளித்து புது மனுசர்களாகிப் போன அவர்கள் பத்திரமாகக் கரி படாதவாறு சுருட்டி வைத்திருந்த தங்கள் உடைகளை அணிந்து கொண்டு புறப்பட்டார்கள். இருள் கவ்வத் தொடங்கியிருந்தது. ஆங்காங்கே சில இடங்களில் விளக்குகள் எரிந்தன. வெளிச்சத்தைச் சிந்தியபடி வாகனங்கள் விரைந்தன.

'அன்னைக்கு வந்த போலிசார்களுக்கு ஒன்னைய அடையாளம் தெரியலையே பொய்யாழி'

'நாளாகிப் போச்சில்லண்ணே, அதிகாரிக மாறிக்கிட்டே தானே இருப்பாங்க, அதுவும் போக அன்னைக்கு நம்ம அடையாளம் பாக்கிற மாதிரியா நின்னோம். பல்லு மட்டும்தான் வெள்ளை மத்ததெல்லாம் கறுப்பு'

கரிமூட்டைகள் லாரிகளில் ஏற்றிச் செல்லப்பட்டுவிட்டதாலும், ஓரளவு விறகுகள். வெட்டப்பட்டுவிட்டதாலும், இனி மூட்டம் போடுவதற்காக வேறொரு தோதான இடத்தை தேடவேண்டும். புறம்போக்கு இடங்களில் விறகுகள் கிடைக்கவேண்டும். பக்கத்திலேயே தண்ணீர் வசதி இருக்கவேண்டும். சுற்றுப் புறுங்களில் உள்ளவர்கள் நல்ல மனிதர்களாக இருக்க வேண்டும். நாட்களைக் கடத்தக் கூடாது. வேலைக்காரர்களுக்கு வேலை கொடுக்க வேண்டும். இல்லையென்றால் கைமாறிப் போய் விடுவார்கள். அவர்களை மீண்டும் இங்கே கொண்டுவர படாதபாடு படவேண்டும்.

வக்கீல் முருகானந்தம் சொன்ன செய்தி அதிர்ச்சியளித்தது. கண்டிஷன் பெயில் முடிந்துவிட்டது. இனிமேல் அவர்கள் ஸ்டேசனில் கையெழுத்து போட வேண்டியதில்லை. கோர்ட்டுக்கு வாய்தாவுக்கு மட்டும் வந்தால் போதும். மூன்று பேரும் அவர் களுடைய ஊருக்குப் போய்விட்டார்கள். தலைமறைவாகிப் போனவனை போலீஸ் தீவிரமாகத் தேடியலைகிறது. இவர் களுக்கு வாய்தா அடுத்த மாதம் எட்டாம் தேதி, நீ இனிமேல் ஜாக்கிரதையாக இருக்க வேண்டும்.

கணேசனின் குலதெய்வமான சோலைசாமி கோயிலில் சரியான

கூட்டம். கணேசனின் மகளுக்கு மொட்டை போடுவதற்காக லாரியில் வந்திருக்கிறார்கள். பிறந்து இரண்டு வருடங்கள் கழித்து பிறந்த முடி எடுக்க வேண்டிய தன் நிலையை எண்ணி வருத்தப் படத்தான் முடிந்தது. பொய்யாழி அவன் மனைவி சுந்தரி லட்சுமி அவளுடைய இரண்டு பிள்ளைகள் அது போக கணேசனின் மனைவி மாரியம்மாள் வழி உறவுகள் என சரியான கூட்டம். கணேசன் போய் சொல்லாவிட்டாலும் அவருடைய மாமனார் பேச்சிமுத்து சொந்த பந்தங்களிடம் சொல்லி பிரமாதமாக ஏற்பாடு செய்திருந்தார். கணேசனின் அய்யா வேலுவுடன் பிறந்த சித்தப்பா மலையாண்டி வெகு தூரத்து ஊரில் வசித்து வந்தார். முக்கியமான நிகழ்வுகளில் கலந்துகொள்ளும் அவரும் அவருடைய குடும்பத் தாரும் வந்திருந்தார்கள். கிடாய்க் கறியின் வாசனை மூக்கைத் துளைத்தது. மொட்டைப் போடுவதற் காகக் குழந்தையைத் தாய்மாமன் மடியில் உட்கார வைக்க வேண்டும். மொட்டை எடுக்க நாவிதனும் காதுகுத்த ஆசாரியும் தயாராக நின்றார்கள். சுற்றிலும் கூட்டம் நிரம்பியிருந்தது.

'என்னப்பா கணேசா நேரமாகலையா, மாமனை வரச் சொல்லுப்பா, மடியில உட்கார வை'

கணேசன் பொய்யாழியைக் கையைப் பிடித்து இழுத்து வந்து உட்காரவைத்தான். மொட்டை போட்டு காது குத்தி முடித்தவுடன் குழந்தைக்குக் கம்மல் மோதிரம் கால் கொலுசு எல்லாம் அணிவிக்கப்பட்டன. குழந்தையைக் கையில் வாங்கிய கணேசன் அழுகையைக் கட்டுப்படுத்த முடியாமல் விம்மினான். கொல்லப்பட்ட தன் அய்யா பேத்தியைப் பார்க்காமலேயே போய்விட்டதைச் சொல்லியழுதான்.

'இங்க கேளு கணேசா யார் யாருக்கு என்ன விதி போட்டுருக்கோ அந்தப்படிதான் நடக்கும், நம்ம நெனைக்கிறது ஒன்னும் நடக்காது, அதனால அதையே நெனச்சுக்கிட்டு இருக்காதே'

எல்லா வேலைகளும் முடிந்தது. சாப்பிட வேண்டியதுதான் பாக்கி. கணேசன் பொய்யாழி கணேசனின் சித்தப்பா மகன் குருசாமி மூன்று பேரும் தனியாக மரத்தடியில் உட்கார்ந்து பேசிக் கொண்டிருந்தார்கள்.

'இங்க கேளு கணேசண்ணே என்னைக்கு வரச் சொல்லுறியோ சொல்லு நானும் தம்பியும் வாரோம், மூனு பேரையும் ஒரே நாள்ல

காலி பண்ணிருவோம், எனக்கென்ன பிள்ளையா கொல்லியா ஒன்னுமில்ல உள்ள இருந்தாலும் ஒன்னு வெளிய இருந்தாலும் ஒன்னு, தம்பிக்கு இன்னும் கல்யாணம் முடியல, அய்யாவ வரச் சொன்னாலும் வருவாரு'

'அய்யா வேண்டாம்டா, அடைக்க உள்ள போய்ட்டா நம்மள ஜாமீன் எடுக்கவாவது ஆள் வேணுமில்ல, அதனால பொய்யாழித் தம்பியும் அய்யாவும் வெளிய இருக்கட்டும், நம்ம மூனு பேர் போதும், ஆளுக்கொரு பயலப் போட்டா சரியாப் போச்சு'

'கணேசண்ணே நான் என்ன அவ்வளவு பயந்தாங் கொள்ளியாவா போய்ட்டேன், என்னைய ஒதுக்குறியே'

'கேள்றா பொய்யாழி எங்க சின்னய்யாவும் நிய்யும் வெளியில இருந்தாத்தான் மத்த வேலைகளைப் பாக்க முடியும், எல்லாரும் உள்ள போய்ட்டா ஒரு வேலையும் நடக்காது'

'சரி, அவங்க மூனு பேரும் ஒன்னா சேர்ந்து வர்ர இடம் கோர்ட்தான், வாய்தாவுக்கு வாராங்க'

'எப்பிடி வாராங்க பஸ்ல வாராங்களா இல்ல கார்லயா'

'பஸ்லதான் வாராங்கனு கேள்விப்பட்டேன்'

'அப்ப வெளையாட்ட பஸ்டாண்டுக்குள்ள வச்சிக்கிருவம்'

கவனமாகக் கேட்டுக் கொண்டிருந்த பொய்யாழி சொன்னான்.

'இங்க கேளு கணேசண்ணே அவசரப்படக் கூடாது. பல நாள் ஊசாட்டம் பாக்கனும், அவங்க மூனு பேர் மட்டும் தனியா வாராங்களா இல்லகூட தொனைக்கு எத்தனை ஆள் வருது எல்லாத்தையும் பாக்கனும், எத்தனை மணி பஸ்ல வாரான், எங்ஙன எறங்குறான், ஆயுதம் கொண்டாரங்களா இல்ல வெறுங்கையோட வர்ராங்களா இம்புட்டும் பாக்கனும், இல்ல நம்ம மாட்டிக்கிருவோம்'

பந்தி நடந்துகொண்டிருந்தது. கணேசன் ஓடி ஓடி பரிமாறிக் கொண்டிருந்தான். அவனுடைய மனசு இப்போது இலேசாகி யிருந்தது. தன்னுடைய சித்தப்பா மகன்கள் தன்னுடைய திட்டத்திற்குச் சம்மதித்துவிட்டபடியால், மனசு குதியாளம் போட்டது. இப்போதே எதிராளிகள் மூன்று பேரையும் கண்டந் துண்டமாக வெட்டி வீசி எறிந்துவிட்டது போல் கொண்டாட்டம் போட்டது. புதர் மண்டிக்கிடந்த காட்டைச் சுத்தப்படுத்தியது

போலவும், இருள் மண்டிக்கிடந்த பாழடைந்த கட்டடத்தில் விளக்கேற்றி ஒளி பரவியது போலவும் கணேசன் மனசு குதூகலித்தது. தன்னுடைய அய்யாவின் பெயரை நினைவூட்டும் விதமாக தன் குழந்தைக்கு வேலம்மா என்று பெயர் சூட்டினான். வேலு வேலு என்று அவரைக் கூப்பிடும் போதெல்லாம் சந்தோஷப்பட்டான். தான் அவுரி இலை உருவி சம்பாதித்து வைத்திருந்த பணத்தில் தன்னால் மோதிரம் மட்டுமே பேத்திக்கு போட முடிந்ததை எண்ணி முனியம்மாள் வருத்தப்பட்டாள். உடன் வந்தவர்களை எல்லாம் லாரியில் ஏற்றிவிட்டு கணேசன் பொய்யாழி லட்சுமி பொய்யாழியின் பொண்டாட்டி, முனியம்மாள் அனைவரும் தனியே ஊருக்குப் புறப்பட்டார்கள்.

மறுநாள் மேகமூட்டத்துடன் காலையிலேயே சாரல் விழுந்தது. அடுத்த மூட்டம் போடுவதற்கான இடத்தைத் தேர்வு செய்வதற்காக இருவரும் புறப்பட்டுக்கொண்டிருந்தார்கள்.

'கணேசண்ணே நாளைக்கு எட்டாம் தேதி ஞாபகம் வச்சுக்கோ, அவங்களுக்கு வாய்தானு நம்ம வக்கீல் சொன்னார்ல்ல மறந்திட்டியா'

'ஆமாடா பொய்யாழி மறந்தே போய்ட்டேன், நல்ல வேளை ஞாபகப்படுத்தினே'

'போயி எப்பிடி வாராங்க போறாங்கனு ஒரு ஊசாட்டம் பாப்போம், அப்பத்தானே கச்சிதமா காரியத்த முடிக்கலாம், திட்டம் சரியா இருந்தா காரியம் கச்சிதமா முடியும்'

முனியம்மாளிடமும் சுந்தரியிடமும் நாங்கள் இருவரும் கரிமூட்டம் போடுவதற்கு இடம் பார்க்கப் போவதாக பொய் சொல்லிவிட்டு இருவரும் புறப்பட்டார்கள். பஸ்டாண்டில் ஏராளமான கூட்டம். சப்பாணி ஹமீது மூன்று கால் சைக்கிளில் வந்து கொண்டிருந்ததைக் கணேசன் பார்த்துவிட்டான்.

'அடேய்... பொய்யாழி இந்த நொண்டிப் பய கண்ல தட்டுப் பட்றக் கூடாதுடா, அவங்கள இவனுக்கு நல்லாத் தெரியும், என்னைய இங்க பாத்ததாகப் போட்டுக் குடுத்திருவான், பய மோசமான பய, கடவுள் மட்டும் நாலு பேர்த்த மாதிரி இவன நல்லா படைச்சிருந்தார்னு வையி தாயிளி, இந்த ஒலகத்தையே வெலக்கி வாங்கிருவான்'

‘என்னைய அடையாளம் தெரியாதில்ல’

‘ஒன்னையத் தெரியாது, இந்த பஸ்டாண்டச் சுத்தி என்ன நடந்தாலும் அவனுக்கு தெரியாம நடக்காது, அத்தனை போலீஸ் காரங்களும் அவனுக்கு பழக்கம். இவன் பண்ணுற துப்புக் கெட்ட சோலிகளக் கண்டுக்கிறவே மாட்டாங்க, விடிஞ்சதுலருந்து அடையிற வரைக்கு பஸ்டாண்ட்தான் புகழிடம், அவனும் அந்த மூனு கால் சைக்கிளும்.’

இருவரும் பஸ்டாண்டின் மத்தியில் இருக்கும் பிள்ளையார் கோவில் திண்டில் மறைவாக உட்கார்ந்து கொண்டார்கள். நிறைய்ய ஆண்களும் பெண்களும் உட்கார்ந்து பேசிக் கொண்டிருந்தார்கள். நம்முடன் சமமாக உட்கார்ந்திருப்பவர்கள் இருவரும் கொலை செய்த கொலையாளிகள் என்று யாருக்குத் தெரியும். பத்து மணிக்கு கோர்ட்டுக்கு போயாக வேண்டும் என்பது இருவருக்கும் தெரியும். பஸ்டாண்டை ஒட்டித்தான் கோர்ட்டும் எல்லா அரசு அலுவலகங்களும் அமைந்திருந்தன. மீனுக்கு காத்திருக்கும் கொக்கைப் போல் காத்திருந்தனர் இருவரும். வளைவில் திரும்பி பஸ்டாண்டுக்குள் நுழைந்தது அவர்கள் எதிர்பார்த்த பஸ். கோட்டைச் சுவருக்கு மறைவில் நின்று கொண்டு பஸ்ஸிலிருந்து இறங்கி வருபவர்களை உன்னிப்பாக கவனித்துக்கொண்டிருந்தார்கள். ஒவ்வொருவராக இறங்கிக் கொண்டிருந்தார்கள்.

கூட்டத்தோடு கூட்டமாக வந்தாலும் துணிப்பாகத் தெரிந்தது பச்சைத் துண்டும் காதுகளில் மினுங்கும் சிவப்புக் கல் தரிப்பும். அவன்தான் அக்கையாவின் தம்பி துரைராஜ். பக்கத்திலேயே பெரிய உறுமாக்கெட்டு, தலப்பா, கிடாமீசை பெரிய கிருதாவுடன் அக்கையாவின் மகன் பொன்ராஜ். நடுவில் வளர்த்தியாக ஒல்லியான உடம்புடன் தலையில் குடுமிக்கொண்டை போட்ட வீரபொம்மு. அக்கையாவின் தங்கச்சி மகன். நான்காவதாக குட்டையாக லுங்கி கட்டியிருப்பவன் யாரென்று அடையாளம் தெரியவில்லை. குற்றவாளிகள் மொத்தம் நாலே நாலு பேர்தான். போலையாவைத் தவிர மூன்று பேர்தான், நாலாவது நபர் யாரென்று அடையாளம் தெரியவில்லை. நால்வருமே பஸ்டாண்டின் மெயின் வாசல்வழி வராமல் ஒரு நபர் மட்டுமே நுழைந்து செல்லும் சின்னவாசல் வழியே வெளியேறினார்கள்.

கோர்ட்டுக்குப் போகும் குறுக்குப் பாதையும் அதுதான்.

'பாத்தயாண்ணே... கையில எந்த ஆயுதமும் இல்ல தொனைக்கு பாதுகாப்பா வேற ஆட்களையும் கூட்டிட்டு வரல, இம்மிகூட பயமில்லாம சர்வசாதாரணமாப் போறாங்க பயம் அத்துப் போச்சு'

'நம்மள ஊரவிட்டுப் பயந்து ஓடிட்டான்னுதானே நெனச்சிட்டு இருக்காங்க'

'பஸ்டாண்ட்ல பஸ் நுழையிற வழி ஒன்னு, வெளியே போற வழி ஒன்னு, இப்ப அவங்க போன ஓராள் போற மாதிரி ஒன்னு, இது போக வேற வழி இருக்காண்ணே'

'வட கடேசில ஒரு சின்ன வாசல் இருக்கு, அந்த வழியா பெரும்பாலும் யாரும் போகமாட்டாங்க, கக்கூசுக்குப் போற வழி, ஆனா அது வழியாப் போனாலும் வெளிய மெயின் ரோட்டுக்குப் போயிறலாம்'

'நம்ம காரியத்துல் எறங்கும் போது தப்பிச்சு ஓடாம இருக்கணுமில்ல, தப்பிச்சு ஓடுறவன் எந்த வழியிலனாலும் ஓடுவான், தப்பவிடக் கூடாதில்லண்ணே'

'நாலு வழி இருக்குடா பொய்யாழி'

27

உச்சி மத்தியானம், வெய்யில் தீயாகத் தகித்துக்கொண்டிருந்தது. செத்த நேரம் இடுப்பாற்றிக்கொள்ளலாம் என்று குமுக்காகத் தளிர்த்திருந்த வேப்ப மரத்தடியில் உட்கார்ந்தார்கள். வெய்யிலில் அலைந்த அலைச்சலுக்கு வேம்பின் நிழல் குளிர்ச்சி இதமாக இருந்தது. உருவி வைத்த அவுரி இலைகளைத் தனியாகக் குமித்து வைத்திருந்தனர். வேப்ப மரத்தைச் சுற்றிலும் ஆவரஞ்செடிகள், மஞ்சள் பூக்கள் சொரிய பூத்திருந்தன. கொழுஞ்சியும் ஆதாளையும் எருக்களையும் மண்டிக் கிடந்தன. தூரத்தில் ஓடைக்குள்ளிருந்து ஒரு ஆண் உருவம் வெளிப்பட்டு இவர்களை நோக்கிவந்து கொண்டிருந்தது. சுற்றிலும் கண்ணெட்டும் மட்டும் ஆட்களே இல்லாத உச்சி மத்தியானம். இப்போது உறுதியாகத் தெரிந்து விட்டது இவர்களை நோக்கித்தான் வருகிறது என்று, கிட்டத்தில் வந்துவிட்டது. இருவரும் ஒருவித அச்சத்துடன் பார்த்தனர்.

வேப்பமர நிழலுக்கு வந்தவுடன் தலைத் துண்டை அவிழ்த்து வியர்வையை துடைத்துக்கொண்டு உட்கார்ந்தது.

‘ஒங்க ரெண்டு பேருக்கும் எந்த ஊர்ம்மா’

‘சுப்பிரமணியபுரம்’

‘இங்க என்ன செய்றீங்க’

‘அவுரி இலை உருவுறோம்’

‘சுப்பிரமணியபுரத்துல நீங்க யாரும்மா’

‘கரி மூட்டம் போடுறார்ல்ல அவரோட சம்சாரம்’

‘யாரு நம்ம பொய்யாழியோட பொண்டாட்டியா’

‘ஆமாம்’

‘சரியாப் போச்சு’

‘நீங்க யாரு எந்த ஊரு, மத்தியான வெய்யில்ல...’

‘நான் யாரு எந்த ஊருனு சொல்ல முடியலம்மா, வேகாரியா அலையிறேன், போலீஸ் தேடுது’

‘எதுக்கு போலீஸ் தேடுது’

‘ஒரு வெட்டிப் பயல கொன்னுட்டு கொலைகாரனாகிப் போய்ட்டேன், அதுதான் போலீஸ் தேடுது’

‘பேசாமப் போயி ஆஜர் ஆகிரும்’

‘இன்னொரு பயலையும் போட்டுத் தள்ள வேண்டியதிருக்கு அவனையும் சோலிய முடிச்சிட்டா ரெண்டும் ஒரே கேஸாப் போயிரும்’

‘சரி, நாங்க ரெண்டு பேரும் சாப்பிடப் போறோம் நீரும் இப்பிடி உட்காரும், ரெண்டு கிளாஸ் கம்மங்கஞ்சி குடிச்சிட்டுப் போரும்’

‘கஞ்சி வேண்டாம் தாயி, ஆட்டுக்காரப் பயககிட்ட வாங்கிக் கிருவேன், போலீஸ் என்னையத் தேடி நாயா அலையிறான், ஒங்க கூட நின்னு பேசுனது தெரிஞ்சாக்கூட ஒங்களையும் கூட்டிட்டுப் போயிருவான், நம்மதான் சீரழியிறோம், நம்மலாள வேற ஆரும் சீரழியக் கூடாது. போய்ட்டு வாரன் தாயிகளா’

அந்த வளர்ந்த உருவம் பழையபடியும் துண்டால், தலையை மூடிக்கொண்டு கிழக்காமல் வேகமாக நடையைக் கட்டியது.

இடுப்பில் தொங்கும் அரிவாள் அவருடைய நடைக்கு ஏற்றபடி ஊஞ்சலாடிக் கொண்டிருந்தது.

'என்ன கோபமோ எவனப் போட்டுத் தள்ளுனானோ'

'எம் புருஷனத் தெரியும்னு சொன்னாரே'

'கொல பண்ணினவன், ஜெயிலுக்குப் போனவங்களத் தான் எல்லாத்துக்கும் தெரியுமே'

அவர்கள் இருவரும் கம்மங்கஞ்சியைக் கரைத்துக் குடித்துவிட்டு எழுந்தார்கள். வெய்யில் குறைந்து இலேசாக மேகாற்று அடித்தது. மேகாற்று உடம்பைத் தொட்டுச் செல்லும் போது ஏற்படும் குளிர்ச்சி இதமாக இருந்தது. கன்னங்கரேரென்று பறந்துவந்த அண்டங்காக்கை ஒன்று வேம்பில் உட்காராமல் பறந்து சென்றது. அவர்கள் ஓடைக் கரையின் வரிசைப் பனைநிழலின் அடியில் பூத்துக் கிடந்த அவுரிச் செடிகளை நிறைபிடித்து உருவினார்கள்.

'மூட்டம் வைக்கிற அளவுக்கு வெறகு எங்கேயுமே இல்லையாம், நேத்து சொல்லி வருத்தப்பட்டாரு'

'ஊர் ஊருக்கு மூட்டம் போடுறான், சின்னச் சின்ன குச்சி களைக்கூட வெட்டி கரியாக்கி விக்கான்'

கணேசனும் பொய்யாழியும் கரிமூட்டம் போடுவதற்கு விறகுகள் தேடித்தான் தினமும் அலைகிறார்கள் என்று முனியம் மாளும் சுந்தரியும் நினைத்துக்கொண்டார்கள். கணேசன் ரத்தவெறி கொண்டு அலைவதையும் அதற்கு துணையாக பொய்யாழி செல்கிறான் என்பதையும் இருவரும் மறந்து விட்டார்கள். வானத்தில் உயரே பறந்துகொண்டே தரையில் மேயும் கோழிக் குஞ்சை குறிவைக்கும் கள்ளப் பருந்தைப் போல், அரவமில்லாமல் பனையுச்சியில் அமர்ந்துகொண்டு நீருக்கடியில் செல்லும் மீனைத் தூக்கிச் செல்ல காத்திருக்கும் மீன்கொத்திப் பறவையைப் போல, மணிக்கணக்காகத் தவமிருந்து காத்திருந்து தன் எதிரே வருகின்ற மீனை ஒரே கொத்தில் கொத்தி விழுங்கும் கொக்கைப் போல் வெறிகொண்டு அலைந்தான் கணேசன்.

அவன் கண்ணுக்கு தெரிவதெல்லாம் தன் அய்யாவைக் கொன்றுவிட்டு நடமாடித் திரியும் அந்த மூன்று நபர்களேதான். பலமுறை கனவில் அவர்கள் மூன்று பேரையும் வெட்டிக் கொன்றிருக்கிறான். நிஜத்தில் சாத்தியமாக்க சமயம் பார்த்து

காத்திருக்கிறான். இன்னொரு இடத்தில் கரிமூட்டம் போடும் போது கொய்யாப்பழ வியாபாரியைக் கொளுத்தியது மாதிரி இன்னொருவனைக் கொளுத்தலாம் என்று போட்ட திட்டம் நிறைவேற வாய்ப்பில்லை. கோர்ட்டுக்கு வாய்தாவுக்கு வெளியில் வருவதோடு சரி, மற்ற எல்லா நாட்களும் ஊரைவிட்டு வெளியில் எங்கும் செல்வதில்லை என்பதை விசாரித்து அறிந்துகொண்டார்கள். அடுத்து கொய்யாப்பழம் போலையா காணாமல் போனது அவர்களுக்குப் பேரதிர்ச்சியை ஏற்படுத்தியிருந்தது. தப்பித்துத் தலைமறைவாக வாழ்கிற தைரியம் இல்லாதவன் என்பதையும் மனைவி மக்களைவிட்டுப் பிரிந்து இதுவரை எங்கும் செல்லாதவன் என்பதையும் படிப்பறிவற்றவன் என்பதையும் மொத்தத்தில் தனித்து இயங்கும் தைரியமோ, அறிவோ அற்றவன் என்பதையும் அவர்கள் அறிவார்கள்.

பல மாதங்களுக்குப் பிறகு கணேசன் பொய்யாழியுடன் தன் தோட்டத்திற்கு வந்திருந்தான். பனையடி தவிர தோட்டம் முழுவதும் புதர் மண்டிக்கிடந்தது. மஞ்சணத்தி செடிகள் அடர்ந்து வனம் போல் தெரிந்தது. ஆங்காங்கே சீமைக் கருவேல மரங்கள் முளைத்திருந்தன. காலா காலத்தில் சீமைக் கருவேலச் செடிகளைத் தூரோடு பிடுங்கி அகற்றாமல் விட்டால், நிலமே நாசமாகிப் போகும் என்பது கணேசனுக்கு மிக நன்றாகவே தெரியும்.

'கணேசண்ணே அங்க பாரு கள்ளி மொளச்சிருக்கு'

'ஒரு வருஷம் ஒழவு போடலனா எங்கேயில்லாற முள்ளு மொடலும் மொளச்சிரும், நாலு வருஷமா உழுகாமப் போட்டா கள்ளி மொளைக்கத்தானே செய்யும், ஒரு எடத்துல கள்ளி மொளச்சிட்டா நெலம் முழுக்க பரவிரும், ஏம்னா அதுக்கு மழை தண்ணி தேவையில்ல, அது பாட்டுக்கு வளரும்'

இருவரும் பேசிக்கொண்டே பனையடிக்கு வந்தார்கள். யாக்கோபு நாடார் அப்பத்தான் ஒரு பனையின் மேலிருந்து இறங்கிக் கொண்டிருந்தார்.

'வாப்பா... கணேசா வா, ரொம்ப நாளா எட்டிப் பாக்காம இருந்திட்டியே, நல்லாயிருக்கியா, ஓம் பொண்டாட்டி புள்ளைக அம்மா எல்லாரும் நல்லாயிருக்காகளா'

'கடவுள் புண்ணியத்துல எல்லாம் நல்லாயிருக்கோம் நாடார,

இங்கிட்டு வரத்தான் முடியல'

'கேஸ் விட்டுப் போச்சுனு கேள்விப்பட்டேன்'

'ஆமா நாடார சனியன் விட்டுத் தொலஞ்சது, நான்கூட தண்டிப்பாம்னுதான் இருந்தேன், நம்ம வக்கில் நல்ல புண்ணிய வாளன் கேச சுக்குச் சுக்கா நொறுக்கிட்டாரு, தங்கமான மனுஷன்'

'அன்னைக்கு சொன்னியே வ. உ. சிதம்பரம் பிள்ளயோட பேத்தியாளக் கட்டுனவருனு அவர்தானே'

'அவரேதான் நாடார, வஞ்சகம் இல்லாத மனுஷன், ஒரு பெரிய குடும்பத்துக்காரர்ங்கிறதலயும், வ. உ. சியோட பேரக் காப்பாத்தனுங் கிறதலயும் கவனமா இருக்கிறவரு'

'கணேசா, கேஸ்தான் விட்டுப் போச்சில்ல, பேசாம அம்மாவக் கூட்டிட்டு இங்க வந்து சம்சாரித் தனத்தை பாக்கவேண்டிய தானப்பா, எதுக்கு இன்னொரு ஊர்லபோயி அதுவும் சம்பந்தகாரர் ஊர்ல போயி இருக்கிறது நல்லாவா இருக்கு'

'நீங்க சொல்றது சரிதான் நாடார, இங்க வந்தா பழையபடியும் வம்பு தும்புனு வந்துறக்கூடாதுனு பாக்கேன், கேஸ் வேற விட்டுப் போச்சு, பயக சிலுவு இழுத்தா சிக்கல் தானே, அதனால இன்னும் கொஞ்ச நாளைக்கு அந்தப் பயக கண்ணுல படாம இருக்கலாம்னு பாக்கேன் நாடார'

'நீ சொல்றதும் சரிதான், தாயோளி கொல பண்ணிட்டு இப்பிடி சொதந்திரமா திரியிரானேனு யாருக்கும் கோபம் வரத்தான் செய்யும். சரி கணேசா வீட்ல கருப்பட்டி சிப்பம் வச்சிருக்கேன், வேணும்னா வந்து எடுத்திட்டுப் போ, இன்னும் நாலு பனை ஏறணும்'

'நாடார இன்னொரு நாளைக்கு வந்து வாங்கிக்கிறேன், இன்னைக்கு கொஞ்சம் சோலியிருக்கு ஊருக்குப் போக ராத்திரி யாகும்'

நாடார் வரிசைப் பனைகளுக்குள் மறைவதை பார்த்துக் கொண்டே நின்றார்கள். தான் கல்யாணம் பண்ணிய சம்பந்தகாரர் ஊரில் இருப்பதாகச் சொன்னதை நாடார் நம்பிவிட்டதை எண்ணிப் பார்த்தான். உண்மையைச் சொல்ல முடியவில்லையே என்று வருத்தப் பட்டான். முழுசாக நம்மை நம்புகிற நல்ல மனிதர்களிடம்கூட பொய்சொல்ல வேண்டிய ஒரு நேரம் வரும் போது மனச்

சாட்சியை அடக்கிக்கொண்டு கூசாமல் பொய் சொல்ல வேண்டிய நிர்ப்பந்தத்தை நினைத்துப் பெருமூச்சுவிட்டான். எல்லா வற்றையும் பொய்யாழி மௌனமாகப் பார்த்துக்கொண்டும் கேட்டுக்கொண்டும் இருந்தான். வெய்யில் ஏறிக்கொண்டிருந்தது. பனைமர நிழல்கள் சுருங்கிக்கொண்டே வந்தன. கிணற்றை எட்டிப்பார்த்தார்கள். தண்ணீர் இறைக் காததால் கருப்பேறி குப்பைகள் மிதந்தன. தான் கொண்டுவந்துவிட்ட சின்ன ஆமைக் குட்டி பெரியதாக வளர்ந்து எட்டிப் பார்த்துவிட்டு தண்ணீருக்குள் மறைந்தது.

இருவரும் பஸ்டாண்டிற்கு வந்தபோது பரபரப்பாக இயங்கிக் கொண்டிருந்தது பஸ்டாண்ட். எதிரே ஆட்டோ ஸ்டாண்டில் டிரைவர்கள் கூடிநின்றபடி பேசிக்கொண்டிருந்தார்கள். பஸ்டாண்டுக் குள்ளேயே வியாபாரம் செய்யும் உதிரி வியாபாரிகளால் நிறைந்து கிடந்தது பஸ்டாண்ட். நடுவில் இருக்கும் பிள்ளையார் கோவில் திண்டில் சிலர் படுத்து தூங்கிக்கொண்டிருந்தார்கள். பஸ்கள் வரவும் போகவும் எப்போதும் சுறுசுறுப்பாக ஜனங்கள் கூட்டம் நிரம்பி வழிந்தது. கணேசனும் பொய்யாழியும் கிழக்குப் பக்க வாசல் வழியாக மெல்ல உள்ளே எட்டிப்பார்த்தார்கள். அந்த வாசலுக்கு எதிர்புற சந்துதான் சப்பாணி ஹமீது கஞ்சா பொட்டலம் விற்கும் சந்து, மூன்றுகால் சைக்கிளைக் கடவுக்குள் நிறுத்தி வைத்து சௌகரியமாக விற்றுக்கொண்டிருப்பான். நிரந்தர வாடிக்கை யாளர்கள் உள்ளபடியால் வியாபாரத்தைப் பற்றிக் கவலையே இல்லை. மாசா மாசம் சரியாக போலீஸ்டேசனுக்கு மாமூல் கட்டிவிடுவதால் போலீஸ் பற்றிய பயம் இல்லை. எப்பவாவது பெட்டிக் கேஸ் போட்டு கோர்ட்டில் அபராதம் கட்ட வைப்பதும் உண்டு.

தங்களை பார்த்துவிடக் கூடாது என்று கொஞ்சம் ஒளிந்து போனாலும்கூட பார்த்துவிட்டான். வண்டியிலிருந்து குதித்து தவழ்ந்து கொண்டே அருகில் வந்தான்.

'அண்ணே... கணேசண்ணே... தம்பியைக் கம்ப்லீட்டா மறந்திட்டீகளே, எப்பிடி இருக்கீக, எங்க இருக்கீக, கேஸ் விட்டுப் போச்சுனு டிரைவர் அண்ணன் சொன்னான்'

'ஏதோ இருக்கேன் பாய், கடவுள் புண்ணியத்துல கேஸ் விட்டுப்போச்சு, பொண்டாட்டி ஊர்ல இருக்கேன் பாய், யேவாரம்

எப்பிடி நடக்கு பாய்'

'மூனு மாசத்துக்கு ஒருக்க அதிகாரிக மாறிரான், புதுசா வார பயல சமாளிக்க முடியலண்ணே'

'சரி பாய் அப்ப நாங்க வர்ரோம்'

'என்னண்ணே ஒரு டீ கூட குடிக்காமப் போறீக'

'கொஞ்சம் வேல இருக்கு பாய், இன்னொரு தடவை வரும்போது டீ என்ன பிரியாணியே சாப்பிடுவோம்'

பஸ் உள்ளே நுழைகிற வாசல் ஒன்றும் வெளியே செல்கின்ற வாசல் ஒன்றும், இரண்டு வாசல்கள் போக ஒரே ஒரு ஆள் மட்டும் நுழைந்து போகவும் வரவும் இரண்டு வாசல்கள் உண்டு. இந்த நான்கு வாசல்களையும் பொய்யாழிக்கு அடையாளம் காட்டி விளக்கிச் சொல்லிக்கொண்டிருந்தான் கணேசன்.

'அவங்க வர்ர பஸ் எங்ஙன நிக்கும்'

'இந்த வாசலுக்கு நேரா இப்பிடி தெக்க வடக்க திரும்பி நிக்கும், எறங்குற வாசல் மேற்குப் பக்கம் இருக்கும்'

'சரிண்ணே... எறங்கி எந்த வாசல்வழி வெளியே வந்து கோர்ட்டுக்குப் போவாங்க'

'கோர்ட்டு கெழக்கேயிருக்கு, அதனால இப்பிடிக் கூடி போகாம பஸ்டாண்ட் உள்ள கூடியே போயி அந்த சின்ன வாசல் வழியா வெளிய போவாங்க'

'அந்த வாசலுக்கு எதுத்தாப்லதான சப்பாணிப் பாய் பொட்டலம் விக்கான்'

'ஆமா'

'அவனுக்கு ஒன்னய நல்லா அடையாளம் தெரியுமில்ல'

'ஆமா, நல்லாத் தெரியும்'

'சாட்சியாப் போட்டுட்டாப் போச்சே'

'சாட்சி சொல்ல மாட்டான் பொய்யாழி'

'எப்பிடியும் போலீஸ்காரன் சாட்சி செல்ல வச்சிருவான், இல்லனா யேவாரம் பாக்கவிடமாட்டேன்பான், பாயி பெழப்பப் பாப்பானா ஒன்னையப் பாப்பானா'

'அன்னக்கி மட்டும் பாய யேவாரத்துக்கு வரவேண்டாம்னு

சொல்லி நிறுத்திருவோம்'

'வேற வெனயே வேண்டாம், மொத ஆளா பாயத்தான் தூக்குவான், இத்தனை நாளும் வந்தவன் இன்னைக்கு மட்டும் ஏன் இங்க வரலைனு கேட்பான்'

'அப்ப மூனோட நாலுனு பாயையும் போட்டுத் தள்ளியிர வேண்டியதான்'

'முட்டாத்தனமா பேசாதண்ணே, பாய எதுக்கு கொல்லணும், அப்புராணி நொண்டிப் பய, பாவமில்லையா, அவன் நமக்கு எதிரி இல்லையே'

அவர்கள் இருவரும் பஸ்டாண்டைச் சுற்றிச் சுற்றி யாருக்கும் தெரியாமல் ஒத்திகை பார்த்தார்கள். பஸ்டாண்டிற்குள் கடை பரப்பி ஊசி, பாசி விற்கும் நரிக்குறவர்களை என்ன செய்வதென்று யோசித்தார்கள்.

'டேய்... பொய்யாழி வேட்டு எறியாம காரியத்த முடிக்க முடியாதா'

'அதத்தாண்ணே நானும் யோசிக்கிறேன்'

'ஏன்னு கேளு, வேட்டுஎறிஞ்சா ஒரே பொகைக் காடாப் போகும், அவங்க மூனு பேரும் எப்பிடிக் கூடி ஓடுறான்னு நமக்கு துள்ளியமா தெரியாமப் போயிருச்சுனா காரியம் கெட்டுப் போகும்'

'வேட்டு வெடிக்கிற சத்தம் கேட்ட ஒடனே ஜனங்கள் கந்தல் கோலமா நாலா பக்கமும் செதறி ஓடுவாங்க'

'ஒன்னு செய்வோம், சோலிய முடிச்சிட்டு தப்பிச்சு ஓடும்போது வேணும்னா ரெண்டு உருண்டைய எறிவோம்'

'அதுக்கு மேல எந்தப் பயலாவது சாட்சி சொல்ல வந்தாம்னா கோர்ட்ல வச்சு சோலிய முடிச்சிருவோம்'

'கூடுமானவரை யாரும் வரமாட்டான், அதையும் மீறி வந்தா மூனோட நாலு அம்புட்டுத்தான்'

அவர்கள் கச்சிதாகப் பிளான் போட்டு அதை நிறைவேற்றும் ஒத்திகை பார்த்துப் புறப்பட்டார்கள். தங்களை வேறு யாரும் அடையாளம் கண்டுகொள்ள வேண்டாம் என்று திட்டமிட்டே மெயின் ரோடு வழியாகச் செல்லாமல் பள்ளிக்கூடத்திற்குப்

பின்புறமாகச் செல்லும் மண்சாலை வழியே போனார்கள். மூத்திரக் கொச்சை நாற்றம் எடுக்கும் பொதுக் கழிப்பறை வாசல்கள் திறந்தே கிடந்தன. சாக்கடையில் புரளும் பன்றிக் கூட்டங்கள். நேராகப் போய் தட்டுப்பாலத்தில் ஏறிவிட்டால் மெயின் ரோடு வந்துவிடும். இப்போது கணேசன் மிகவும் சாந்தமாகவும் சந்தோஷமாகவும் உட்கார்ந்திருந்தான். மிக விரைவில் நிறைவேறப் போகும் பழி அவனை சாந்தப்படுத்தி யிருந்தது. நாட்களை எண்ணிப் பார்த்தான்.

நிலா வெளிச்சத்தில் முற்றத்தில் உட்கார்ந்து அனைவரும் பேசிக் கொண்டிருந்தார்கள். முனியம்மாள்தான் கேட்டாள்.

'என்னடா ரெண்டு பேரும் விடிஞ்சு போறீக அடஞ்சு வாரீக, ஒன்னும் சொல்ல மாட்டேன்கீக, மரம் அமஞ்சதா இல்லையா? மூட்டம் பிரிச்சு எம்புட்டு நாளாச்சு வேற மூட்டம் போடணுமா? இல்லையா? பாவம் வேலைக்காரப் பையன்க தெனம் தெனம் வந்து எங்ககிட்ட கேட்டுட்டுப் போறான்'

'ஒரே எடத்துல மூட்டம் போடுற அளவுக்கு மரம் எங்கேயும் இல்லம்மா, தகனி தகனியா அங்க ஒன்னு இங்க ஒன்னுமா இருக்கு வெட்டிச் சொமக்கணும் ஆள்ச் செலவு ரொம்ப ஆகும். அதுதான் ரெண்டு பேரும் அலையிறோம்'

'மரம் சரியா அமையலனா சும்மா அலையாதிங்கடா, வேற ஏதாவது கெடச்ச வேலைக்குப் போங்க, மரம் கெடச்சப் பெறகு மூட்டம் போடுங்க'

யாக்கோபு நாடார் கொடுத்தனுப்பியிருந்த பனங்கிழங்கை அவித்து தின்று கொண்டே முற்றத்தில் உட்கார்ந்திருந்தார்கள்.

'ஏலே... ஏ... கணேசா அடுத்தவாட்டி போகும்போது மறந்துறாம நாடார்கிட்ட கருப்பட்டிச் சிப்பத்தை வாங்கிட்டு வந்திருடா, வேற யாரும் கேட்டா தூக்கிக் குடுத்திருவாரு, நாடாரு அப்பிடிப்பட்ட ஆள்தான்'

நிலவை மூடிய ஒரு பெரிய மேகத்திரள் மெல்ல விலகியவுடன் நிலவு பிரகாசித்தது.

'நேத்து எதுக்குடா ஆம்பள பொம்பளைகனு ஏராளம் பேரு கூட்டமா போனாக'

'மேற்கே சங்கரலிங்கபுரம் இருக்கில்ல, அது வழியா ஒரு

மேம்பாலம் கட்டப் போறானாம், அந்த ரோட்டோரம் குடிசை போட்டு குடியிருக்கிறவங்க எல்லார்த்தையும் வெளியேறச் சொல்றான், அதுதான் கூட்டமாப் போயி தாசில்தார்கிட்ட மனுக் கொடுக்கப் போனாங்கம்மா'

'ஐயோ பாவம் திடீர்னு வெளியேறுனா எங்க போக'

இருவரும் வக்கீல் முருகானந்தம் வீட்டின் முன்னால் போய் வண்டியை நிறுத்தியபோது வக்கீலிடம் ஒரு பெரிய கூட்டமே கூடியிருந்தது. இருவருடைய தலைகள் தெரிந்த உடனேயே ஏறிட்டுப் பார்த்தார். கொஞ்ச நேரம் வெளியில் நிற்கும்படி சைகை காட்டினார். வீட்டு முற்றத்தில் குமுக்காகத் தளிர்த்து நிழல் பரப்பியிருந்த வேம்பின் நிழல் குளிர்ச்சியாக இருந்தது. வெள்ளை வெளேரென்று தரையெங்கும் உதிர்ந்து கிடந்தன வேப்பம் பூக்கள். வக்கீல் வீட்டினுள் காரசாரமான விவாதங்கள் சத்தமாகக் கேட்டது.

'டேய்... பொய்யாழி கம்மங்கஞ்சி குடிச்சு ரொம்ப நாளாச்சுடா, வாடா, அப்பிடியே போயி ஆளுக்கு ரெண்டு கிளாஸ் அடிச்சிட்டு வருவோம்'

பட்டணத்தில் கம்மங்கஞ்சி குடிக்க இவ்வளவு கூட்டம் இருக்கும் என்று கணேசன் நினைத்திருக்கமாட்டான். ஏராளமான டூ வீலர்களும் சில கார்களும்கூட நின்றன. ஊறுகாய், புளி மிளகாய், சீனி அவரை வத்தல், மிதுக்க வத்தல், சுண்ட வத்தல், கானத் துவையல், பச்சை வெங்காயம், சில்லு அப்பளம், என்று வகை வகையான வெஞ்சனங்களைப் பரப்பிவைத்திருந்தான். மோர் கலந்த கம்மங்கஞ்சி வயிற்றுக்குள் இறங்கிய போது குளிர்ச்சி பரவியது. உரித்த பச்சை வெங்காயம் மிகவும் தோதாக இருந்தது.

'ஊர்ல இருக்கும் போது அம்மா கண்டிப்பா கம்மங்கஞ்சி காய்ச்சிருவா, அய்யாவுக்கு கம்மங்கஞ்சினா உசுரு, இட்லி, தோசைன்னா ஒரேயொரு தடவைதான் சாப்பிடுவாரு, மூனாட்டையும் கம்மங்கஞ்சி இருந்தாப் போதும்'

'உரல் கெடையாது. உலக்கை கெடையாது. மண் பானை கெடையாது. வெறகு அடுப்பு கெடையாது. பெறகு எப்படிண்ணே கம்மங்கஞ்சி காய்ச்ச. மூனு வேளையும் அரிசிதான்'

'பட்டிக்காட்லயும் அதேதான், அரிசிச் சோறுதான்'

கூட்டம் போய்விட்டிருந்தது. நாலைந்து பேர்கள் மட்டுமே இருந்தார்கள். இவர்களைக் கண்டதும் அவர்களும் போய்விட இவர்கள் இருவரும் வக்கீலின் முன்னால் போடப்பட்டிருந்த நாற்காலியில் உட்கார்ந்தார்கள்.

'என்ன கணேசன் இன்னும் இங்கதான் இருக்கியா, அம்மாவக் கூட்டிட்டு ஊருக்குப் போ, பொண்டாட்டிய கூட்டிட்டு வந்து குடும்பம் நடத்து, சம்சாரித்தனம் பாக்கணுமில்ல, விடுதலைய எதிர்த்து யாரும் அப்பீலுக்குப் போறது மாதிரி தெரியல'

'ஊருக்கு போகணும் சார், இன்னும் கொஞ்சம் வேல இருக்கு அதையும் முடிச்சிட்டா ஊருக்கு போயிறலாம்'

'இங்க இனி என்ன வேல இருக்கு'

'அதென்ன சார் அப்பிடிச் சொல்றீக, இன்னும் மூனு உருப்படிக வெளிய நடமாடுதே சார்'

'இங்க, கேளு கணேசா, அதெல்லாத்தையும் மறந்திரு, நீ அவுக அப்பனைக் கொன்னே, அவுக ஒங்க அப்பனை பதிலுக்கு கொன்றுக்காங்க, சரிக்குச் சரி, சரியாப் போச்சு, இன்னும் என்னத்துக்கு மனசுல வன்மத்த வச்சிருக்க'

'நீங்க சொல்றது சரிதான் சார், அவுக அப்பனைக் கொன்னது நான்தான்னு ஊரு ஒலகத்துக்கே தெரியும். அப்பன்னா என்னையத் தான சார் கொல்லணும், எங்க அப்பன எதுக்கு சார் கொல்லணும்'

'... ... ...'

'என்ன சார், ஒன்னும் சொல்லாம பேசாம இருக்கியே'

'என்னத்தச் சொல்ல, இந்தமானக்கிவிட்டுட்டா'

'என்னை நிம்மதியா இருக்கவிடமாட்டான்க சார், எப்படியும் நோண்டிப் பாப்பாங்க, அதனால...'

'அதனால என்னனு சொல்லு கணேசா'

'அந்த மீதி மூனையும் காலி பண்ணிறலாம்னு பாக்கேன்'

'ஏற்கனவே ஒருத்தனைக் காணோம்ல்ல'

'ஆமா சார், அவன் எங்கிட்டுப் போனாம்னு தெரியலை'

'குடும்பம் வம்பா சீரழிஞ்சு போகும் கணேசா'

'சார், இன்னொராட்ட சீரழியப் போகுதா, போச்சு சார்'

வக்கீல் சொன்ன அடுத்த வாய்தாவுக்கான நாள் இன்னும் இருந்ததால் பொய்யாழியும் கணேசனும் பஸ்டாண்டில் பல நாட்கள் ஒத்திகை நடத்திப் பார்த்தார்கள்.

'கணேசண்ணே... அவங்க பஸ்ஸிலிருந்து தரையில கால் வச்ச ஒடனே வேட்டுட்டு எறிஞ்சா, எல்லாப் பயகளும் கந்து கந்தா ஓடிப் போயிருவான், காரியத்த கச்சிதமா முடிச்சிரலாம், என்ன சொல்றே'

'எல்லாரும் கந்து கந்தா ஓடும்போது இவங்களும் ஓடத்தான செய்வான், பெறகு எப்பிடி காரியத்த முடிக்க. வேட்ட எறிஞ்சா வெடிச்ச ஒடனேயே பொகை மண்டிரும், தப்பிச்சு ஓடுறவங் களுக்கு நம்மளே வழி ஏற்படுத்திக் கொடுத்தது மாதிரி ஆகிரும்'

'அப்படின்னா வேற பிளான் செல்லு'

'நாலு வாசலுக்கு நாலு பேர், போதும், சரியா அடையாளம் மட்டும் பாத்துக்கிறணும், ஏம்னா மொத வெட்டு விழுந்த உடனேயே ஓடத்தான் பார்ப்பான், எதுத்து நிக்கமாட்டான், சோலிய முடிச்சிட்டு ரெண்டு வேட்ட எறிஞ்சா நம்ம லேசா தப்பிச்சு ஓடியிறலாம்'

நாலைந்து நாளாக ஒத்திகை பார்த்து முடித்து இறுதியாக ஒரு முடிவுக்கு வந்தார்கள். வாய்தா தேதியை எதிர்பார்த்துக் காத்திருந்தார்கள். இரத்தக் கவுச்சிவாடை முகர ஆவலாய் அலைந்தான் கணேசன். ஊரிலிருந்து தனது சித்தப்பாவையும் அவர் மகனையும் கூட்டி வந்து தன்னுடன் தங்க வைத்துக் கொண்டான். முனியம்மாளிடமும் சுந்தரியிடமும் பொய் சொன்னான். அவர்கள் வந்திருக்கிற விஷயம் எதற்காக வந்திருக் கிறார்கள் என்று யாருக்கும் தெரியாது. அவர்கள் இருவரையும் பஸ்டாண்டுக்குக் கூட்டிப்போய் தன் திட்டங்களை விளக்கி வகுப்பெடுத்தான். திட்டங்கள் சரியாகப் போட்டுவிட்டால், நிறை வேற்றுவது எளிதாகி விடுமல்லவா. ஒரு பட்டாளத்துக்காரன் எதிரியை வீழ்த்த திட்டமிடுவதைப் போல் கச்சிதமாக ஒத்திகைகள் நடந்துமுடிந்தன. அவர்கள் எதிர்பார்த்த வாய்தா நாள் வந்து கொண்டிருந்தது.

28

சோலைசாமி சித்தரின் கோவிலின் முன்னால் அருள் வந்தவனைப் போல் நின்றான் கணேசன். தன்னுடைய குலதெய்வம் தன்னை கைவிடாது என்று மனப்பூர்வமாக நம்பினான். உன் சன்னதியில் உன் முன்னால் அன்றாடம் தலை துண்டிக்கப்பட்டு, இரத்தம் பீய்ச்சி அடித்துத் துள்ளித் துள்ளி உயிர்விடும் கிடாய்களைப் போல் நாளை காலை பஸ்டாண்டில், தான் வெட்டப் போகும் மனிதக் கிடாய்கள் அலறித் துள்ளிச் சாவதை மனசுக்குள் நினைத்து ரசித்தான்.

'நாளைக்கு ஒரு முக்கியமான காரியத்தை நிறைவேத்தப் போறேன் சாமி, அந்தக் காரியம் தங்கு தடையில்லாம நிறைவேறுமா இல்ல தடங்கள் ஏற்பட்டு அரையும் குறையுமா போயிருமானு பூக்கட்டிப் பாத்துச் சொல்லுங்க சாமி'

பூசாரி இரண்டு வெற்றிலைகளைச் சுருட்டிப் போட்டு பீடத்தின் முன்னால் தீபாராதனை காட்டி ஒரு வெற்றிலையை எடுத்துப் பிரித்தார். ஆவலுடன் பார்த்துக்கொண்டிருந்த கணேசனிடம் விரித்துக்காட்டினார். வெள்ளைப்பூ சிரித்துக்கொண்டிருந்தது. கணேசனின் முகம் சந்தோஷத்தில் மலர்ந்தது.

'போற காரியம் முழு ஜெயம். அப்பன் சோலையப்பன் வெள்ளைப் பூ குடுத்திருக்கான். எந்த தங்கு தடையுமில்லாம முழு வெற்றி நிச்சயம், தயங்காமப் போ'

பூசாரி சொன்ன தைரிய வார்த்தைகளை மனசில் அசை போட்டபடியே கோவிலைவிட்டு வெளியே வந்தான். கனத்துக் கிடந்த மனசை இலேசாக்கியது சோலையப்பச் சித்தனின் வார்த்தைகள். வரிசை கட்டி உட்கார்ந்திருந்த யாசகர்களுக்கு தர்மம் போட்டான். மரத்தடியில் நிறுத்தியிருந்த வண்டியை எடுக்கப் போனபோது காக்கையின் எச்சம் இடது தோள்பட்டையில் விழுந்து சிதறியது. கழுவுவதற்குத் தண்ணீர் தேடி மீண்டும் கோவிலுக்குள் போனான். எதிர்ப்பட்ட பண்டாரம் சொன்னான்.

'இடது தோளில் காக்கை எச்சமிட்டால் எடுத்த காரியம் ஜெயம். தைரியமாக எறங்கு'

எவ்வளவு சொல்லியும் பொய்யாழி ஒப்புக்கொள்ளவில்லை.

கணேசனுக்கும் பொய்யாழிக்கும் பெரிய வாக்குவாதம் நடந்து கொண்டிருந்தது. ரோட்டில் போவோர் வருவோர் எல்லாம் இவர்கள் இருவரையும் ஒரு மாதிரியாகப் பார்த்துவிட்டுப் போனார்கள்.

'இங்க கேளுடா பொய்யாழி, நீயும் எங்க கூட உள்ள வந்திட்டா ஜாமீன் எடுக்கக் கூட ஆள் கெடையாது, சொல்றதக் கேளு, நாங்க மூனு பேர் போதும், நாங்க அவங்களக் கொன்னாலும் சரி, அவங்க எங்களக் கொன்னாலும் சரி அது எங்களோடயே போகட்டும்'

'அப்ப நீ என்னைய நம்பள அப்படித்தான, கணேசண்ணே நான் சொல்றதக்கேளு, ஒன்னைய தனியா விட எம் மனசு ஒப்பல'

'டேய்... நீ வெளிய இருந்தாத்தான் மத்த சோலிகளப் பாக்க முடியும், இல்லனா நாதியத்தவக மாதிரி உள்ள கெடந்து சாக வேண்டியதான், எங்கம்மாளுக்கும் ஓம் பொண்டாட்டிக்கும் என்னடா தெரியும், என் பொண்டாட்டி தெக்க வடக்க தெரியாதவ'

'இன்னொன்று தெரிஞ்சுக்கோ கணேசண்ணே நான் வெளிய இருந்தாலும் போலீஸ் என்னையவிட்டு வைப்பானா, என்னையத் தான் மொத ஆளா தூக்குவான், ஏற்கனவே வந்து வெசாரிச்சிட்டுப் போயிருக்கான், விட்டுவைப்பானா'

'அதுக்கெல்லாம் ஐடியா இருக்குடா பொய்யாழி'

'என்ன ஐடியா இருக்கு, எங்கையாவது கண்காணாத எடத்துல போயி ஒழிஞ்சுக்கிறச் சொல்லுவே'

'அப்படியில்லடா, கால்ல அருவா வெட்டுனது மாதிரி இலேசா வெட்டிட்டு அரசாங்க ஆஸ்பத்திரியில போயி பெட்ல அட்மிட் ஆயிரு, ஒரு பய ஒன்னைய ஒன்னும் செய்ய முடியாது'

'என் கவுண்டர்ல கைதிகளைச் சுட்டுக் கொன்னுட்டு போலீஸ் காரங்க கையில கீச்சிட்டு கெட்டுப் போட்டு ஆஸ்பத்திரியில போய் படுத்துக் கெடக்காங்களே அதுமாதிரி என்னையவும் படுக்கச் சொல்றே'

பொய்யாழி அரிவாளை எடுத்து விரலாள் நீவிப் பதம் பார்த்தான். இடது கெண்டைக்காலில் நரம்பு சேதமாகி விடாமல் சதையை மட்டும் பிளந்து வெட்டிவிட்டால் போதும். இரத்தம் கொப்பளித்தால் துணியால் இறுகக் கட்டிக்கொண்டு ஆஸ்பத்திரிக்குப் போய்விடலாம். எவ்வளவு முயற்சி பண்ணியும் தன் காலில்

தானே அரிவாள் கொண்டு வெட்ட இயலவில்லை.

'அடுத்தவன் தலையைத் துண்டா வெட்டி துண்டிக்க முடியுது. தன் கால்ல ஒரு சின்னக் காயத்த ஏற்படுத்த முடியல'

'கணேசண்ணே கை நடுங்குதுண்ணே, எதிராளியைத் தான் வெட்ட முடியும் போல'

'நீ இப்பிடிச் சொல்றே, கையை எடுத்தா எவ்வளவு, தொகை தலையைத் துண்டா எடுத்தா எவ்வளவு தொகைனு பேசி, போட்டுத் தள்ளிட்டுப் போறானே கூலிப்பட்டாளம் எப்பிடிடா முடியுது, யார்னே தெரியாத ஒருத்தன எப்பிடிடா கொலை பண்ண முடியுது'

இருவரும் ரொம்ப நேரம் முயற்சி பண்ணி இடது காலில் சதையை ஆழமாக அறுத்துக் கெட்டுப் போட்டுக்கொண்டு அரசாங்க ஆஸ்பத்திரியில் போய்நின்றார்கள். சதை இரண்டாகப் பிளந்திருந்ததால் தையல்போட்டு உள்நோயாளியாக இருந்து சிகிச்சை பெறவேண்டும் என்று சொல்லிச் சேர்த்துக்கொண்டார்கள். தன்னுடைய திட்டங்கள் ஒவ்வொன்றாக நிறைவேறி வருவதை எண்ணி கணேசன் சந்தோஷப்பட்டான். சாயங்காலம் வீடு திரும்பிய முனியம்மாளும் சுந்தரியும் விஷயம் கேள்விப்பட்டு அழுகையும் கண்ணீருமாக ஆஸ்பத்திரிக்கு ஓடினார்கள். படுக்கையில் படுத்திருந்த பொய்யாழியின் காலில் போடப் பட்டிருந்த கட்டிலிருந்து இரத்தம் கசிந்துகொண்டிருந்தது. சுந்தரி ஓவென்று கூப்பாடு போட்டு அழுதாள்.

'அழாதம்மா இலேசாத்தான், ரெண்டு நாளையில வீட்டுக்குப் போயிறலாம்'

'பார்த்துப் பதப்பற வேலை செய்யணும்டா, ஏதோ கடவுள் புண்ணியத்துல இந்தமட்டுக்கு இலேசாப் போச்சு'

திருவிழாவில் ராட்டிணம் ஏறும் தன் ஆசை நிறைவேறுவதை எண்ணிக் குதூகலிக்கும் சிறுவனைப் போல் சந்தோஷமாகப் புறப்பட்டான் கணேசன். தன் அம்மா முனியம்மாவின் முன்னால் வந்து நின்றான்.

'எம்மா புதுசா வெறகு வெட்ட ஒரு கூப்புக் கட்டுக் குத்தகைக்கு புடிச்சிருக்கோம், இன்னைக்கித்தான் மொத வெட்டு ஆரம்பிக்கப் போறோம், அங்கனயே மூட்டமும் போட்ருவோம், வீட்டுக்கு

வர எப்பிடியும் பத்து இருபது நாள்கூட ஆகும், திருநீற பூசிவிட்டு வாழ்த்தி வழியனுப்பி வைம்மா'

அவக் தவக் என்று எழுந்து நின்ற முனியம்மாள் கைகள் இரண்டையும் துடைத்துக்கொண்டு கிழக்காமல் திரும்பி நிற்கும்படி சொன்னாள். கைகூப்பி வணங்கி, பணிவுடன் குனிந்து நிற்கும் கணேசனின் நெற்றியில் பூசித் தலையில் கைவைத்து ஆசீர்வதித்தாள். மற்ற இருவரும் சாமி கும்பிட்டுத் திருநீறு பூசிக்கொண்டார்கள்.

'மரம் வெட்ட அருவாள எங்கடா காணோம்'

'அருவா தீட்டுக்கல் எல்லாமே அன்னைக்கே அங்க கொண்டு போய் வச்சிட்டோம்மா'

மூன்று பேரும் வீட்டுப்படியிறங்கி ரோட்டுக்கு வந்தபோது லட்சுமி நிறைகுடம் தண்ணீருடன் எதிரே வந்தாள்.

'டேய்... கணேசா போற காரியம் கண்டிப்பா ஜெயம் தான்டா, சகுணம் நல்ல சகுணம்'

தத்தனேரி சில்லோடைக்குள் ஒளித்து வைத்திருந்த மூன்று அரிவாள்களையும் நாட்டு வெடிகுண்டுகளையும் பத்திரமாக எடுத்துக் கொண்டார்கள். கணேசன் தன் அரிவாளைப் பயபக்தி யுடன் கும்பிட்டு முதுகில் மறைவாகச் சட்டைக்குள் தொங்க விட்டான். மீதி இரண்டு அரிவாள்களையும் மறைத்து வைத்திருந்த குடையை எடுத்து அதற்குள் வைத்து குடையை மடக்கி கக்கத்தில் இடுக்கிக்கொண்டார் சித்தப்பா. ஜவுளிக்கடை மஞ்சப்பையில் தம்பி நாட்டு வெடிகுண்டுகளுடன்.

பொழுது நன்றாக விடிந்துவிட்டதற்கு அறிகுறியாக ஆட்களின் நடமாட்டம் தெரிந்தது. கணமாய்க்கரை குறுக்குப் பாதை வழியாக வேகமாக நடந்துகொண்டிருந்தார்கள். கோர்ட்டில் எத்தனை மணிக்கு யாரைக் கூப்பிடுவார்கள் என்று தெரியாது. ஆனால் காலை பத்து மணிக்கு எல்லோரும் கட்டாயம் ஆஜராகி காத்திருக்க வேண்டும் என்பது கட்டாய விதி. என்றைக்கு காலை பத்து மணிக்கு போகவில்லையோ அன்றைக்கு மிகச் சரியாக முதல் பெயராக அவருடைய பெயரைத்தான் கூப்பிடுவார்கள் என்பது கணேசனுக்கு நன்றாகவே தெரியும். ஆக எப்பிடியும் மூன்று பேரும் பத்து மணிக்கு கோர்ட்டுக்கு கட்டாயம் வந்து

விடுவார்கள் என்பதால் வேகவேகமாக நடந்துகொண்டிருந்தார்கள்.

'சித்தப்பா, பச்சைத் துண்டு போட்டு சிவப்புக்கல் தரிப்பு போட்டு குடுமி வச்சிருப்பான் அவன்தான் துரைராஜ், அய்யாவக் கொன்னவன், அவன என் கையால கொல்லணும், மத்த ரெண்டு பேர்த்தையும் நீங்க பாத்துக்கோங்க, அனாவசியமா வேட்ட எறிய வேணாம்'

பஸ்டாண்ட் சுறுசுறுப்பாக இயங்கிக்கொண்டிருந்தது. பஸ்கள் வருவதும் போவதுமாக கூட்டம் கூடிக்கொண்டிருந்தது. இரத்தம் குடிக்க காத்திருக்கும் சிறுத்தைகளைப் போல் மூன்று பேரும் காத்திருந்தார்கள். குறிப்பிட்ட அந்த பஸ் வருகிறதா என்று உன்னிப்பாக கவனித்துக்கொண்டிருந்தார்கள். எல்லோருக்கும் எதது மேலேயோ கண், தூண்டில்காரனுக்கு மிதப்பு மேல் கண் என்பதைப் போல் அவர்களின் கண்களுக்கு வேறு எதுவும் தெரியவில்லை, அவர்களின் காதுகளில் வேறு எந்தச் சத்தமும் கேட்கவில்லை, மூன்று பேரும் அலறிச் சாயும்போது போடும் கூப்பாடும், உயிர் போகும்போது வரும் இழுவை ஒலியும் தான் கேட்டன. பூக்கடையின் பூ வாசனையோ, பழக்கடையின் பழ வாசனையோ, சாக்கடை வாசனையோ, பொதுக்கழிப்பிட மூத்திர வாசனையோ தெரியவில்லை, பச்சை ரத்தத்தின் ரத்தக் கவுச்சி வாடை மட்டுமே வீசியது.

அந்த தனியார் பஸ் மெதுவாக பஸ்டாண்டுக்குள் நுழைந்தது. படிகளிலும் கூட்டம் தொங்கிக்கொண்டிருந்தது. பள்ளி செல்கின்ற சீருடை அணிந்த பிள்ளைகளும் பெண்களும் முதலில் இறங்கினார்கள். குடையை சுவரோரமாக வைத்துவிட்டு ஒரு அரிவாளை, தான் வைத்துக்கொண்டு இன்னொரு அரிவாளை தன் மகனிடம் கொடுத்தார். கணேசன் முதுகில் தொங்கிய அரிவாளை மெல்ல வெளியே உருவினான். உடலிலுள்ள அத்தனை சக்தி களையும் திரட்டி கைகளுக்குக் கொண்டுவந்தார்கள். பார்வைகள் நிலைகொண்டன. கண்களில் வெறி ஏறியது. பச்சைத்துண்டும் சிவப்புக் கல், தரிப்பும் கண்களுக்குத் தெரிந்த வுடன் பஸ்ஸின் பின் பக்கம் நகர்ந்து மறைந்துகொண்டான் கணேசன், துரைராஜின் பின்னாலயே மற்ற இருவரும் இறங்கினார்கள்.

பறவையைப் பயமுறுத்த ஓசை எழுப்பித் தாக்கும் வைரியைப் போல் பஸ்டாண்டே அலறும்படியான சத்தத்துடன் ஆவேசத்

துடன் பாய்ந்து வெட்டினான் கணேசன். பச்சைத் துண்டு சிவப்புத் துண்டாக தலை தொங்கியது. குப்புற விழுந்தவனை மாறி மாறி வெட்டிக் கொண்டிருந்தான். தன் அய்யா மேல் விழுந்திருந்த வெட்டுக் காயங்களை எண்ணிக்கொண்டான். என்ன நடக்கிறது என்று சுதாரிப்பதற்குள் மற்ற இருவர் மீதும் வெட்டுக்கள் விழ ஓடித் தப்பிக்க வழியில்லை. ஒரே நொடிதான் பஸ்டாண்ட் சுடுகாடாகிப் போனது. கடைகள் அடைக்கப்பட்டன. சில கடைகள் திறந்தபடி கிடக்க ஆட்கள் இல்லை. பஸ்களில் டிரைவர்கள் கண்டக்டர்களைக் காணவில்லை.வெட்டவெளியில் படுத்து உறங்குபவர்களைப் போல் மூன்று பேரும் தனித்தனியாக கிடந்தார்கள். பச்சைத் துண்டுக்காரனின் தலை நின்று கொண்டிருந்த பஸ்ஸின் பின்சக்கரத்தை ஒட்டிக் கிடந்தது. யாராவது பிடிக்க முயலக்கூடாது என்பதற்காக இரண்டு வேட்டுக்களை வீசினான். பயங்கர சத்தத்துடன் வெடித்து கரும் புகை சூழ்ந்தது. மூன்று பேரும் இம்மிகூடப் பதற்றமின்றி ஹமீதுபாய் வண்டி நிற்கும் சின்னவாசல் வழியாக நுழைந்து வெளியேறிப் போனார்கள். ஹமீது பாயின் மூன்றுகால் சைக்கிள் அனாதையாக நின்றது. விளையாட்டில் வெற்றிப் பெற்று, வெற்றிக் கோப்பையுடன் திரும்பும் வீரனைப் போல் கம்பீரமாக ராஜநடை போட்டு நடந்தார்கள். மூன்று பேர் கைகளிலும் ரத்தம் தோய்ந்த அரிவாள் இருப்பதைக் கண்டவர்கள் பயந்து பதறி வழி விட்டார்கள். சிலர் ஓடி ஒளிந்தார்கள்.

ஊரிலுள்ள அனைத்துக் கடைகளும் அடைக்கப்பட்டன. போலீஸ் வாகனங்கள் நாலா திசைகளிலிருந்தும் அலறியபடி பறந்துகொண்டிருந்தன. வேட்டையை முடித்த விலங்கு புதருக்குள் சென்று பதுங்கிக்கொள்வதைப் போல் மூன்று பேரும் மாயமாக மறைந்து போனார்கள். போலீஸ் சல்லடையாய் சலித்தது. நாலைந்து போலீஸ்காரர்கள் துப்பாக்கியை நீட்டியபடி தங்கள் வீட்டை முற்றுகையிட்டதைப் பார்த்ததும் முனியம்மாள் பதறிப் போனாள்.

'எங்கடி ஓம் மகன் கணேசன்'

'மரம் வெட்டப் போயிருக்கான் எஜமான்'

ஒரு அதிகாரி விசாரித்துக்கொண்டிருக்கும் போதே முனியம் மாளின் வீட்டுக்குள்ளிருந்து பாத்திர பண்டங்கள் தெருவில்

வீசப்பட்டன. கன்னாபின்னா வென்று துணிமணிகள் பாத்திர பண்டங்கள் சிதறடிக்கப்பட்டன. என்ன நடக்கிறது என்றே ஒன்றும் புரியாமல் திக்பிரமை பிடித்தவளைப் போல் நின்று கொண்டிருந்தாள் முனியம்மாள். பேசக்கூட வாய் வரவில்லை.

'ஓம் மகன்கூட ஒரு பய கரிமூட்டம் போட்டான்ல்ல அவன் வீடு எங்கேடி இருக்கு'

பொய்யாழியின் வீடு பூட்டிக்கிடந்தது. பிள்ளைகள் பள்ளிக் கூடம் போய்விட்டார்கள். துப்பாக்கியின் பிடாங்கால் இடித்து பூட்டை உடைத்தார்கள். வீடு சூறையாடப்பட்டது. இருக்கும் இடம் விசாரித்து போலீஸ் வேன் அரசாங்க ஆஸ்பத்திரிக்கு பறந்தது.

போலீசைக் கண்டதும் பொய்யாழி புரிந்துகொண்டான். விபரீதம் நடந்து முடிந்துவிட்டது. வெற்றியா தோல்வியா என்பதைத் தெரிந்துகொள்ள மனசு துடித்தது. கட்டிலின் மேல் உட்கார்ந்து ஒற்றைக் காலைத் தொங்கப் போட்டு காயம் பட்ட காலை கட்டிலின் மேல் வைத்து அழுத்திப் பிடித்தபடி உட்கார்ந் திருந்தான். போலீஸ்காரர்களைக் கண்டதும் சுந்தரி பயந்து போனாள். வேகவேகமாக நர்ஸ் வந்து வணக்கம் வைத்தாள்.

'இவன் இங்கே வந்து சேர்ந்து எத்தனை நாளாகுது'

கேஸ் லிஸ்ட்டை தேடி எடுத்த நர்ஸ் இன்றைய தேதியுடன் ஒப்பிட்டு கணக்குப் பார்த்து இன்றோடு ஆறு நாட்கள் ஆகுது சார் என்றாள். கேஸ் லிஸ்ட்டை கையில் வாங்கி எல்லாவற்றையும் சரி பார்த்த பின்னர் திருப்பிக் கொடுத்தார்.

'கால்ல எப்பிடிவே காயம் பட்டுச்சு'

'மரம் வெட்டும் போது அருவா பாஞ்சிருச்சு சார்'

'ஒன்னோட ஒருத்தன் தங்கியிருந்தானே அவன் எங்கவே இருக்கான். அவன் பேர் என்ன பேர்வே'

'சார், அவன் பேரு கணேசன். வீட்லதான் சார் இருப்பான், இல்லனா மரம் வெட்டப் போயிருப்பான் சார்'

'... ... ...'

'என்ன சார் என்ன விஷயமா கணேசனை விசாரிக்கீக'

'இன்னக்கி காலைல பஸ்டான்ட்ல மூனு மர்டர்வே, மூனு

பேருமே கணேசன் அப்பா வேலுவைக் கொல பண்ணின கேஸ்ல வாய்தாவக்கு வந்தவங்கவே'

'அடப்பாவிகளா மூனு மர்டரா'

'கணேசனோட இன்னும் ரெண்டு பேர் வந்ததா பார்த்தவங்க சொல்றாங்க. சுட்டுப் பிடிக்கச் சொல்லி எஸ்பீ ஆர்டர்வே'

'மூனு பேரும் காலியா சார்'

'ஸ்பாட் அவுட்வே, நாட்டு வெடிகுண்டு வேற வீசியிருக் காங்கவே, இங்கிட்டு வந்தா தகவல் தரணும்வே, வேற ஏதாவது உதவி செய்யணும்னு நெனச்சே, நீயும் உள்ளதான் போகணும்வே'

உச்சி மத்தியானம் வனாந்திரமாக வளர்ந்துநின்ற துவரைச் செடிகளுக்குள் பதுங்கிக்கொண்டார்கள். எந்த ஊர் என்றுகூடத் தெரியவில்லை. பொந்துக்குள் ஒளிந்து கிடக்கும் ஆந்தை கூகையைப் போல் பதுங்கிக்கிடந்தார்கள்.

'இனிமேப்பட அருவா, வேட்டு எதுக்குடா கணேசா எங்கேயாவது போட்ருவம், இல்ல ஒளிச்சு வச்சிருவம்'

'கோர்ட்டுக்குள்ள போயி நீதிபதி முன்னாடி பாதுகாப்பா உட்கார்ற வரைக்கு ஆயுதம் நம்ம கையில இருக்கணும் சித்தப்பா, போலீஸ் மொதல்ல கொலைக்குப் பயன்படுத்திய ஆயுதத்தைதான் கைப்பத்துவான், ஏம்னா அதுதான் அவனுக்கு முக்கிய சாட்சியா இருக்கும், அதனால அவசரப்பட்டு ஆயுதங்களை விட்றக்கூடாது'

பூத்துச் சொரிந்திருந்த துவரைச் செடியின் மஞ்சள்பூக்களில் நிறைய தேன்குளவிகள் ரீங்காரமிட்டுக்கொண்டிருந்தன. கரும்பச்சை நிறத்தில் அடர்ந்திருந்த துவரைச் செடிகளின் அடியில் இம்மி கூட வெய்யில்படாமல் நிழலின் குளிர்ச்சி பரவியிருந்தது.

கணேசனின் உறவுகள் சொந்தபந்தங்கள் நண்பர்கள் உற்றார் உறவுகள் அத்தனை பேரிடமும் போலீஸ் சல்லடையாய்த் துளைத்தது. மெல்ல மெல்ல வெய்யில் முகம்மாறி நிழல் கடை விரிக்க இருள் கவ்வத் தொடங்கியது. இரவுப் பறவைகளும் இரவு மிருகங்களும் வேட்டையாடப் புறப்படும் நேரம். வேட்டையை கனகச்சிதமாக முடித்த மூன்று விலங்குகள் துவரைக்குள்ளிருந்து வெளியில் வந்தன. இரத்தம் பட்ட உடைகளை மாற்றிவிட்டு கொண்டுவந்திருந்த வேறு மாற்று ஆடைகளை அணிந் திருந்தனர். அமாவாசை இருட்டில் பெருச்சாளி போவதுதான் பாதை

என்பதைப் போல் ஊர்களில் எரியும் மின்சார விளக்குகளையே திசையாக ஊகித்து நடந்தனர். பருத்திச் செடிகள் தென்பட்டதால் தோட்டம் போல் தெரிந்தது. தோட்டம் என்றால் கட்டாயம் கிணறு இருக்கும் தானே. கிணற்றுச் சுவரோரமா வந்து நின்றனர். கொலை செய்யும் போது தாங்கள் அணிந்திருந்த ஆடைகளை ஒன்னு சேர்த்தார்கள். வேஷ்டியை விரித்து எல்லா ஆடைகளையும் அதற்குள் வைத்து இரண்டு பெரிய பாறாங் கற்களைக் கொண்டு வந்து சேர்த்து பொட்டலமாய்க் கட்டித் தூக்கிக் கிணற்றுக்குள் வீசினான் கணேசன். டமார் என்ற சத்தத்துடன் கிணற்றுக்குள் வீசப்பட்ட பொட்டலம் மூழ்கிவிட்டது.

'அருவாக்களையும் சேர்த்து உள்ள போட்ருவோம்டா கணேசா, இனிமே எந்தப் பய வரப் போறான்'

'சின்னையா சொல்றதக் கேளு, ஆயுதம் கையில இல்லனா நம்மளால பயமில்லாம நடக்கக்கூட முடியாது தெரிஞ்சுக்கோ, எதிராளிய இலேசா நெனைக்காதே'

எந்த ஊர் எந்தத் திசை என்றுகூடத் தெரியவில்லை. இருள் கவ்விய ஏகாந்தம். நட்சத்திரங்கள் துணிப்பாய் மின்னின. தூரத்தில் ஏதோ ஒரு சாலை இருக்க வேண்டும். ஏராளமான வாகனங்களின் லைட் வெளிச்சம் தெரிந்தது.

'டேய்... கணேசா, எந்த ஊரு எந்தப் பாதைனு கூடத் தெரியாம நடந்தா எப்பிடிடா'

'சித்தப்பா பேசாம பின்னாலயே வா, எந்த ஊர்ப் பக்கம் விடியுதோ அந்த ஊர் கோர்ட்ல ஆஜராகிருவம், விடிஞ்ச ஒடனே அருவாள ஒழிச்சிருவம் ஏம்னா மூனு பேரும் அரிவாளோட போனா சந்தேகப்படுவான், ஒடம்புல மறைச்சு வச்சிட்டு வேகமா நடக்கவும் முடியாது, எங்கிட்டாவது கெணறு இருக்கானு பாரு'

கமலை இறைக்கும் பாதையில் வரிசை வரிசையாகப் பூவரசு மரங்கள் நிற்கும், ஒரு பாழடைந்த கிணற்றைப் பார்த்தார்கள். மூன்று பேரும் அவரவர் அரிவாளை மூன்று தரம் தலையைச் சுற்றிப் பூப் பூ என்று மூன்று முறை எச்சில் துப்பிக் கிணற்றுக்குள் வீசினார்கள். தலைகளைத் துண்டித்த அரிவாள்களைத் தண்ணீரைக் கிழித்துக்கொண்டு தரையில் போய்ப் பதுங்கிக்கொண்டன. நன்றாக விடிந்துவிட்டது. வெளியில் ஆட்களின் நடமாட்டம்

தெரிந்தது. இம்மிகூட சந்தேகம் வராதவாறு பவ்யமாக நடந்து ரோட்டுக்கு போனார்கள்.

சாலைகளிலும் கடைகளிலும் உள்ள பெயர்ப்பலகையை வைத்து இந்த ஊர் விருதுநகர் என்பதை வாசித்து அறிந்து கொண்டார்கள். போலீஸ்டேசனையும் கோர்ட்டையும் விசாரித்து அறிந்து கொள்வதில் அவர்களுக்கு சிரமம் ஏதுமில்லை. சேர்ந்து நடக்காமல் இடைவெளி விட்டு தனித் தனியாக நடந்து கோர்ட்டின் அருகே உள்ள சிறிய ஓட்டலுக்குள் நுழைந்தார்கள். வாழ்க்கையில் முதல் முறையாக பல் விளக்காமல் முகம் கழுவாமல் சாப்பிட உட்கார்ந்தனர். சில வக்கீல்களும் இன்னும் சில போலீஸ்காரர்களும் நின்று கொண்டும் பேசிக் கொண்டும் டீ காபி குடித்துக் கொண்டிருந்தார்கள். கோர்ட் வாசல் திறந்தே கிடந்தது.

'உள்ள போயி உட்காருவோமாடா கணேசா'

'வேற வெனையே வேண்டாம், நீதிபதி கண்ணுமுன்னால தான் போய் சரணடையனும், இல்லனா லோக்கல் போலீசுக்கு தகவல் தெரிஞ்சு வந்து குண்டுக் கட்டா கட்டித் தூக்கிட்டுப் போயிருவான், ஓடைக்குள்ள ஒழிஞ்சு கெடந்தாங்க பிடிக்கப் போகும்போது அரிவாளால வெட்னாங்கனு ரெண்டு போலீஸ் கையில கீச்சிக்கிட்டு ஆஸ்பத்திரியில போயிப் படுத்துருவான், அதனால துப்பாக்கியால சுட்டுப்பிடிச்சோம்பான், காலக் கைய ஒடிச்சிட்டுத் தப்பி ஓடும்போது தவறி விழுந்து, கால் ஒடிஞ்சு போச்சும்பான், பலத்த போலீஸ் காவலோட கொண்டாந்து கோர்ட்ல ஆஜர்படுத்துவான், பேப்பர்ல படம் வரும்'

கோர்ட்டார் சீட்டுக்கு வந்துவிட்டதற்கான ஆர்டர் சைலண்ட் என்ற சத்தம் பலமாகக் கேட்டது. நூற்றாண்டுக் காலமாக வெள்ளைக்காரன் காலம் தொட்டு இந்த அதிகார மமதையுள்ள அனைவரையும் துணுக்குற வைக்கும் இந்தக் குரல் ஒலித்துக் கொண்டே இருக்கிறது. மூன்று பேரும் பவ்யமாக குற்றவாளிக் கூண்டிற்குள் போய் நின்றுகொண்டு இரு கைகூப்பி வணங்கினார்கள். அரசு வக்கீல் வேகமாக வந்து விசாரித்துவிட்டு நீதிபதியிடம் ஆங்கிலத்தில் ஏதோ சொன்னார். உள்ளேயே உட்கார்ந்து இருக்கும்படி சைகை காண்பித்தார் நீதிபதி.

கூண்டுக்குள் அடைபட்டுக் கிடக்கும் பயங்கர மிருகங்களை மிருகக்காட்சி சாலைகளில் பார்ப்பது போல் வக்கீல்களும்

போலீஸ்காரர்களும் வாய்தாவுக்கு வந்தவர்களும் இவர்கள் மூன்று பேரையும் வெறித்துப் பார்த்தபடி சென்றனர். மூன்று கொலைகள் செய்த கொலைகாரர்கள் என்ற விஷயம் பரவியிருக்க வேண்டும். அனைவருமே இவர்களைப் பார்த்து ரகசியமாகக் காதோடு காதாகப் பேசிக் கொண்டனர். உள்ளூர் போலீசுக்கு கோர்ட் மூலம் தகவல் போயிருக்க வேண்டும். ஒரு சப்இன்ஸ்பெக்டரும் இரண்டு போலீஸ்காரர்களும் வந்து விறைப்பாக சல்யூட் வைத்து கோர்ட்டாரின் முன்நின்றார்கள். ஆங்கிலத்தில் ஏதோ பேசிக் கொண்டார்கள். சாயங்காலம் மூன்று பேரும் உள்ளூர் சிறைச் சாலையில் அடைக்கப்பட்டார்கள்.

குற்றம் நடந்த எல்லைக்கு உட்பட்ட நீதிமன்றத்தில் இத்தனாம் தேதி ஆஜர்படுத்த வேண்டும் என்ற உத்திரவின்படி சாத்தூர் கோர்ட்டுக்கு கொண்டுவரப்பட்டார்கள். கோர்ட்டைச் சுற்றிலும் ஏராளமான கூட்டம். மூன்று கொலைகள் செய்த கொலையாளி களைப் பார்க்க கூட்டம். எதிராளிகளால் தாக்கப்பட்டுவிடக் கூடாது என்பதற்காக காவல் துறையின் பாதுகாப்பு அதிகரிக்கப் பட்டிருந்தது. எங்கே பார்த்தாலும் காக்கிச் சட்டைகள்.

லட்சுமி, பொய்யாழி, சுந்தரி, முனியம்மாள், பேச்சிமுத்து, மாரியம்மாள் என கணேசனின் உறவுகள் திரண்டு நின்றார்கள். கொலை செய்த இடத்தைச் சரியாக வரைபடமாக்கவும், கொலை செய்த ஆயுதங்களைக் கைப்பற்றி நீதிமன்றத்தில் ஒப்படைக்கவும் குற்றவாளிகளை ஐந்து நாட்கள் போலீஸ் காவலில் எடுத்து விசாரிக்க அனுமதிக்குமாறு கோரி உள்ளூர் போலீஸ் கேட்டிருந்தது. காவல் துறையின் வேண்டுகோளை ஏற்று இரண்டு நாட்கள் போலீஸ் காவலில் விசாரிக்க அனுமதியளித்து நீதிபதி உத்திர விட்டார். கைவிலங்குடன் மூன்று பேரையும் பார்த்து உறவினர்கள் அழுதார்கள்.

மூன்று பேரையும் உள்ளூர் போலீஸ் பாதுகாப்புடன் வேனில் ஏற்றிக்கொண்டு புறப்பட்டது. உயர் அதிகாரி அரைகுறை தமிழ் பேசக்கூடிய வட இந்தியராக இருந்தார். அவரைச் சுற்றிலும் ஏராளமான போலீஸ் அதிகாரிகள் இருந்தனர். அவருடைய பெயரை எழுத்துக்கூட்டி வாசிக்க முயன்றான் கணேசன், வினித் வன்காரே. தலையசைக்காமல் அல்லது கண்டு கொள்ளாமல் இருக்கும் பெரும்பாலான காவல் அதிகாரிகளில் வணக்கம்

வைத்தால் பதில் வணக்கம் வைத்தார் வினித். முதல் உத்திரவு கைவிலங்குகளை அகற்றச் சொன்னார். மூன்று பேருக்கும் டீ காபி வாங்கிவரச் செய்து கொடுத்தார். அவருடைய செய்கைகளும் அர்த்தமற்ற மௌனமும் கணேசனைப் பயமும் பீதியும் அடைய வைத்தது.

பெரும்பாலான மௌனங்கள் அர்த்தம் பொதிந்தவைகள். கரையான்புற்று நிலத்திற்குள் பரப்பியிருக்கும் பரப்பளவை யாராலும் அளவிடவே முடியாது. பதவியும் அதிகாரமும் உயர உயர பேச்சுக்கள் குறைந்து சைகைகளும் மௌனங்களுமே உத்திரவுகளாக வரும் என்பதை கணேசன் அறிவான். அதிகாரிகள் அனைவரும் சேர்களில் அமர்ந்திருக்க இவர்கள் மூன்று பேர் மட்டும் தரையில் உட்கார வைக்கப்பட்டிருந்தார்கள். அனைவ ருடைய பார்வையும் ஒரே புள்ளியில்.

'எதற்காக கொலை செய்தீர்கள்'

'என்னுடைய அய்யாவை வெட்டிக் கொன்றவர்களை பதிலுக்கு நாங்கள் வெட்டிக்கொன்றோம்'

'அப்படியானால் நீங்கள் கொலை செய்ததை ஒப்புக் கொள்கிறீர்கள், அப்படித்தானே'

'ஆமாம், ஒப்புக்கொள்கிறோம், நாங்கள் மூன்று பேரும் சேர்ந்துதான் கொலை செய்தோம்'

'கொலை செய்யப் பயன்படுத்திய ஆயுதங்களை எங்கே மறைத்து வைத்துள்ளீர்கள்?'

'இரவில் நாங்கள் காட்டின் வழியாக நடந்து போகும் போது ஒரு கிணற்றில் வீசிவிட்டோம், எந்த இடம் என்றோ எந்தக் கிணறு என்றோ தெரியாது'

'பொய் சொன்னால் என்ன நடக்கும் என்று தெரியுமாவே'

'சத்தியமாக நாங்கள் சொல்வது உண்மை சார்'

விசாரித்துக்கொண்டிருக்கும் போதே மேஜையில் இருந்த போன் மணி ஒலித்தது. உயரதிகாரி வினித் ரிசீவரை எடுத்தார். எதிர்முனையில் ஒரு கரகரத்த அதிகாரக்குரல் பேசியது.

'நான் கோ. பால்சாமி பேசுகிறேன். சிட்டிங் எம்பீ, ரூலிங் பார்ட்டி'

'ஓ... குட் ஈவினிங் சார், சொல்லுங்க சார்'

‘அந்த மூனு பேர் மர்டர் கேசுல சம்பந்தப்பட்டவங்க மூனு பேரை போலீஸ் கஸ்டடிக்கு எடுத்துருக்கீகளா’

‘ஆமா சார், விசாரணை நடக்குது’

‘அதுல ரெண்டு பேரை இன்னைக்கு நைட் நீங்க என்கவுண்டர் பண்ணனும்’

‘சார் போலீஸ் கஸ்டடி முழுக்க முழுக்க போலீசோட கண்ட்ரோல், கோர்ட்டுக்கு யார் பதில் சொல்றது’

‘மிஸ்டர் எனக்கும் சட்டம் தெரியும். நானும் ஒரு எம்ஏபிஎல் லாயர்தான்’

முகம் கடுகடுப்பாகிப்போன போலீஸ் ஆபிஸர் ஓங்கி சத்தம் எழுப்பும்படியாக ரிசீவரை வைத்துவிட்டு கைதிகள் மூன்று பேரையும் உற்றுப்பார்த்தார். மற்ற அதிகாரிகள் மௌனமாக உட்கார்ந்திருந்தார்கள். அடுத்த நிமிஷமே மீண்டும் போன் மணி ஒலித்தது. இன்ஸ்பெக்டர் ஒருவரிடம் போனை எடுத்து பேசும்படி சைகை செய்தார் வினித்.

‘ஹலோ இன்ஸ்பெக்டர் பேசுகிறேன்’

‘ஏன், ஒங்க டிஎஸ்பீ போனை எடுக்க மாட்டானா, எம்பீ கோ. பால்சாமி பேசுறேன்யா, போனை அவன்கிட்டக் கொடுவே’

‘சார்... ஒங்ககிட்டத்தான் பேசணுமாம்’

மெதுவாகவும் நிதானமாகவும் போனை கையில் வாங்கி காதருகே கொண்டுபோனார் வினித்.

‘எதுக்கு போனை பாதியில கட் பண்ணினே’

‘கொலை செய்யச் சொல்கிறவர்களிடம் காவல்துறை அதிகாரி பேசுவது சட்ட விரோதம்’

‘நீயா கொலை செய்யப் போகிறாய், நீ சொன்னால் போலீஸ் காரர்கள் நிறைவேற்றப் போகிறார்கள்’

‘என்னுடைய அந்த ஒற்றைச் சொல்தான் கொலையை நடத்தும் என்றால் அந்தக் கொலையை யார் செய்தாலும் உண்மை யான கொலைகாரன் நானே’

‘தத்துவம் பேசாதே, எனக்கும் தத்துவம் தெரியும், ஒருவனை யாவது என்கவுண்டர் பண்ண வேண்டும் இது என் உத்திரவு’

‘கண்டவர்களின் உத்திரவையெல்லாம் நிறைவேற்றுவது

காவல்துறையின் வேலையல்ல, நான் நீதியையும் நீதிமன்றத் தையும் இந்திய அரசியலமைப்பு சட்டத்தையும் மதிப்பவன், அவைகளை மீறமாட்டேன் என்று உறுதிமொழி எடுத்துப் பணியில் சேர்ந்திருக்கிறேன். நான் அரசியல்வாதியல்ல, சட்டத்தை மதித்து சட்டப்படி பணியாற்றக்கூடிய காவல்துறை அதிகாரி'

'யாரிடம் பேசுகிறேன் என்பதை புரியாமல் பேசுகிறாய், கோ. பால்சாமி என்கிற பெயரை விசாரித்துப் பார், வீணாக சஸ்பென்ட் ஆகாதே, பாலைவனத்திற்கு மாற்றலாகிப் போய் சாகாதே'

யாருமே எதிர்பார்த்திருக்க மாட்டார்கள். அனைவருமே பதறிப் போனார்கள். வினித் போனின் வயரை கழட்டி போனை டமார் என்று சுவரில் எறிந்தார். ரிசீவர் தனியாகப் போய் விழுந்தது. போன் சுவரில் மோதித் துள்ளிக் குதித்து அறையின் வாசலோரம் போய் விழுந்தது. முகம் சிவக்க பாட்டில் தண்ணீரை எடுத்துக் குடித்தார்.

'யாரு... ஆளுங்கட்சி எம்பீ கோ. பால்சாமி'

'ஆமா... சார் இருக்கார் சார், கொலை செய்யப்பட்டவங் களோட சாதி சார்'

'இவங்கள நாம என்கவுண்டர் பண்ணிக் கொல்லணுமாம், கடுமையா மிரட்டுறான்'

என்கவுண்டர் என்ற வார்த்தையைக் கேட்டதும் மூன்று பேரும் அரண்டுபோனார்கள். பயத்துடனும் பீதியுடனும் மருள மருள விழித்துக்கொண்டு உட்கார்ந்திருந்த மூன்று பேரையும் உற்றுப் பார்த்துக்கொண்டே இருந்தார் வினித். மின்விசிறி சுழலும் சத்தம் தவிர வேறு சத்தம் இல்லை.

'டேய்... கணேசு, இப்பிடி வாடா, ஒனக்கு ஜாமீன்ல வர நான் ஹெல்ப் பண்றேன். வெளியில வந்து நீ இந்த எம்பீயை வெட்டிக் கொல்லு, ஒன் மேல கேசே இல்லாம ஆக்குறேன்'

'... ... ...'

மூன்று பேரையும் போலீஸ் வேனில் ஏற்றி கொலை நடந்த இடமான பஸ்டாண்ட்டிற்குக் கொண்டுசென்றார்கள். மூன்று பேரின் கை விலங்குகளையும் அகற்றிவிட்டுச் சாதாரணமாகவே கொண்டுசெல்லும்படி உத்திரவிட்டார் வினித்.

'டேய்... கணேசு, கை விலங்கு கழட்டியிருக்கு, நீ தப்பிச்சு ஓடமாட்டே என்கிற நம்பிக்கை எனக்கு இருக்கு, தப்பிச்சு

ஓடினால் சுடுவேன்'

கொலையாளிகள் மூன்று பேரையும் பார்க்க பஸ்டாண்டிற்குள் கூட்டம் நிரம்பிவிட்டது. காவலர்கள் கூட்டத்தினரை விரட்டிக் கொண்டிருந்தார்கள். இன்னும் சில பக்கத்து கடைக்காரர்கள் தங்களிடம் விசாரிப்பார்கள் சாட்சியாகக்கூட போட்டுவிடுவார்கள் என்று பயந்து அரவமில்லாமல் கடையை இழுத்துச் சாத்திவிட்டு தலைமறைவானார்கள். பஸ் வந்து எப்படி நின்றது. அவர்கள் மூன்று பேரும் எப்படி இறங்கினார்கள். நாங்கள் மூன்று பேரும் எங்கே எப்படி மறைந்திருந்து வெட்டினோம் என்பதைச் செய்து காட்டிக் கொண்டிருந்தார்கள். காவல்துறை அதிகாரிகளிடம் பேசிக்கொண்டே கணேசன், ஹமீது வண்டியைத் தேடினான். வண்டி மட்டுமே நின்றது. ஆளைக் காணோம்.

'நொண்டித் தாயோளி, எங்கிட்டாவது போயி ஒளிஞ் சிருப்பான், ரூவா குடுத்தா என்ன வேணாலும் செய்வான், வாயில வர்ரது எல்லாமே பொய், பொய்ச்சாட்சி சொல்ல வரமாட்டான்' என்று நினைத்துக்கொண்டான் கணேசன்.

காய்ந்து விருவோடிக் கிடக்கும் கரிசலில் ஒரு துளி மழை விழுந்தவுடன் மண் மகிறும் காட்சியைப் போல் மகிழ்ந்தான் கணேசன். நினைத்துக்கூடப் பார்த்திருக்கமாட்டான் முருகானந்தம் வக்கில் போலீஸ்டேசனுக்குள் வந்து நம்மை சந்திப்பார் என்று. முறைப்படி சட்டப்படி காவல்துறை உயர் அதிகாரியிடம் அனுமதி பெற்றுவந்திருந்தார் வக்கீல் முருகானந்தம். நீர்ச்சுழற்சியிலோ கடலின் பேயலையிலோ மாட்டிக்கொண்டவனுக்கு பற்றிக் கொள்ள எது கிடைத்தாலும் ஆறுதல் என்பதைப் போல் முருகானந்தம் சிறிது நேரம் பேசிக்கொண்டிருந்தார். ஜாமீனில் வெளிவர அனைத்து ஏற்பாடுகளையும் பொய்யாழி செய்வ தாகவும் வெளியே நிற்பதாகவும், பஸ்டாண்டிற்கு போலீஸ் காரர்கள் இப்போது உங்களைக் கூட்டிக்கொண்டு போன போது மறைவிடத்தில் நின்று உங்களைப் பொய்யாழி பார்த்த விஷயத்தையும் வக்கீல் சொன்னபோது, கணேசன் இலேசாகக் கண்கலங்கிப் பெருமூச்சுவிட்டான்.

மறுநாள் நீதிபதியின் உத்திரவுப்படியே மீண்டும் கோர்ட்டில் ஆஜர்படுத்தப்பட்டு மூன்று பேரும் ஜெயிலில் அடைக்கப் பட்டனர். கொலைசெய்யப் பயன்படுத்திய ஆயுதங்களைக்

கைப்பற்ற போலீஸ் முனைப்புக் காட்டியது. அவர்கள் பதுங்கியிருந்த துவரைக் காட்டிலிருந்து அவர்கள் நடந்துபோய் சரணடைந்த ஊர்வரையுள்ள பாதைகளிலுள்ள கிணறுகளை எல்லாம் தேடி கணக்கெடுத்தது போலீஸ். கிணற்றுக்குள் ஆயுதங்கள் வீசப்பட்டன என்று கணேசன் சொன்ன தகவலைக் காவல்துறை அதிகாரி நம்பியது மாதிரியே எந்தக் கிணறு என்று இருளில் அடையாளம் தெரியவில்லை என்று சொன்னதையும் நம்பியது. அதற்காக இத்தனைக் கிணறுகளையும் தண்ணீரை வற்ற வைக்கவா முடியும். காவல்துறைக் கைகளைப் பிசைந்து கொண்டு நின்றது. வக்கீல் முருகானந்தம் தன்னிடம் இரகசியமாகச் சொன்னதை கணேசன் மீண்டும் மீண்டும் நினைத்துக்கொண்டான்.

'எக்காரணம் கொண்டும் கொலை செய்யப் பயன்படுத்திய ஆயுதங்களையும், கொலை செய்யும்போது உடுத்தியிருந்த இரத்தக் கறைபடிந்த உடைகளையும் வீசிய கிணற்றை அடையாளம் காட்டிவிடாதே'

ஒவ்வொரு முறை ரிமாண்ட் நீட்டிப்புக்காகக் கோர்ட்டுக்குக் கொண்டு வரப்படும்போது மாரியம்மாள் தன் குழந்தையை கூட்டி வந்து காட்டிவிட்டுப் போனாள். பொய்யாழியுடன் அம்மா வந்து ஒருபாட்டம் அழுதுவிட்டுப் போனாள். சித்தப்பாவின் உறவினர்களும் கூட்டங் கூட்டமாக வந்து பார்த்துவிட்டுப் போனார்கள். ஐந்தாறு வாய்தாவுக்குப் பிறகு மூன்றுமுறை நிராகரிக்கப்பட்ட ஜாமீன் மனு நாலாவது முறை ஏற்றுக் கொள்ளப்பட்டது. தென்காசியில் தங்கியிருக்க வேண்டும் மூன்று பேரும் தினம் இரண்டுமுறை தென்காசி காவல்நிலையத்தில் நேரில் சென்று கையெழுத்திட வேண்டும் என்ற நிபந்தனையுடன் ஜாமீன் கிடைத்தது.

தென்காசியில் தன் சாதி மக்கள் இவ்வளவு உதவிகரமாக இருப்பார்கள் என்று கணேசன் நினைத்திருக்க மாட்டான். தங்கள் சாதிக்குரிய சமுதாயக் கூடத்தில் தங்கிக்கொள்ள அனுமதித்தார்கள். போலீஸ்டேசனுக்குக் கையெழுத்துப் போடப் போகும்போது தினமும் ஐந்தாறு இளைஞர்கள் ஆயுதங்களுடன் பாதுகாப்பாக உடன்வந்தனர். மூன்று வேளையும் சாப்பாடு விருந்து உபச்சாரம், வேஷ்டி துண்டுகள் ஏராளமாகப் புதிது புதிதாக எடுத்து வந்து கொடுத்தார்கள். செலவுக்கும் வக்கீலுக்குக் கொடுப்பதற்கும்

ஊர்ப் பொதுவில் வசூலித்து ஒரு கணிசமான தொகையைக் கொடுத்தார்கள். ஆதிக்க சாதிகளிடம் அடிமைப்பட்டுக் கிடக்கும் மக்கள் மனங்களில் புதைந்து கிடக்கு ஆற்றாமை கோபம் வெறி எல்லாமே. தம்மால் ஒன்றும் செய்ய இயலாவிட்டாலும் ஆதிக்க சாதியினரைக் கொலை செய்த கொலையாளிகளுக்கு உதவுவதின் மூலம் தங்கள் கோபதாபங்களைத் தங்களின் நிராசைகளைத் தீர்த்துக் கொள்கின்றனர். நாட்களை எண்ணிக்கொண்டிருந்தான் கணேசன்.

கோர்ட் நிர்ணயித்திருந்த நேரத்திற்குச் சரியான நேரத்திற்கு காவல் நிலையத்தில் போய் நின்றார்கள் மூவரும். அடுத்த அறையில் இருந்த ராமகிருஷ்ணன் என்கிற சப் இன்ஸ்பெக்டர் மூவரையும் அழைத்தார்.

‘மூனு பேரும் எங்கவே தங்கியிருக்கீக’

‘எங்க சமுதாயத்திற்குப் பாத்தியப்பட்ட சமுதாயக் கூடத்துல’

‘எந்தப் பாதை வழி ஸ்டேசனுக்கு வாரீக போறீக’

‘தேரடி ரோட்டு வழியா வந்து மெயின்ரோட்டு வழி’

‘ஒங்ககூட வேற யாருவே வாரா’

‘எங்ககூட யாரும் வரல சார், நாங்க மட்டும்தான்’

‘சரி, நான் சொல்றபடி கேக்கணும்வே, இனிமேப்பட ஒங்க சமுதாயக் கூடத்துல தங்கக்கூடாது. நாளையிலிருந்து நான் சொல்ற பாதைவழிதான் வரணும் போகணும் எக்காரணத்தைக் கொண்டும் ஒங்ககூட வேற ஆட்க வரக் கூடாது, வந்தா அரெஸ்ட் பண்ணுவேன் புரியுதா’

சப்இன்ஸ்பெக்டர் ராமகிருஷ்ணன் சொன்னதை எல்லாம் பணிவாகவும் மௌனமாகவும் கேட்டுக்கொண்டிருந்தான் கணேசன். அவனால் வார்த்தைகளை அடக்கிக்கொள்ள இயல வில்லை.

‘நாங்க எங்க தங்கணும் எந்தப் பாதைவழி வரணும்ங்கிறதச் சொல்ல நீங்க யாரு சார், எங்கேயும் தங்குவோம், எந்தப் பாதை வழியும் வருவோம் போவோம், ஒங்க வேலை கோர்ட் சொல்லியிருக்கிற நேரத்துக்குச் சரியா வந்து கையெழுத்துப் போடுறோமானு பாருங்க அத விட்டுட்டு என்னென்னமோ ஆர்டர் போடுறீக, எங்களக் கொல்லச் சதித்திட்டம் போட்டு குடுக்கீரா’

‘டேய்... எதுத்தாடா பேசுற’

தான் உட்கார்ந்திருந்த நாற்காலியை சரட் என்று பின்னால் தள்ளிவிட்டுப் பெரிய அதட்டலுடனும் கோபத்துடனும் பாய்ந்து வந்தார் ராமகிருஷ்ணன். ரொம்பவும் நிதானமாக அதே சமயம் பெரும் சத்தத்துடன் பேசினான் கணேசன்.

‘இங்க கேளுங்க சார், சும்மா தேவையில்லாம மூக்கை நுழைக்காதீங்க, ரொம்பக் குளிச்சா கூதல் இல்ல, முழுக்க நனஞ்சப் பெறகு முக்காடு எதுக்கு, தலைக்கு மேல வெள்ளம் போகும்போது அது சாண் போனால் என்ன, முழம் போனால் என்ன, சாகத் துணிஞ்சவனுக்குச் சமுத்திரமும் முழங்கால் ஆழம், ஆறுலயும் சாவு நூறுலயும் சாவு, நான் சாவுக்குப் பயப்படல, என்மேல் கைய வச்சிப்பாரும், என்ன நடக்குனு தெரியும், ஜாமீன்ல வெளிவந்தப் பெறகு என்னைய யாரால கட்டுப்படுத்த முடியும், ஆறோட ஏழுனு போட்டுத் தள்ளிட்டுப் போய்க்கிட்டே இருப்பேன்’

வேகமாகப் பாய்ந்துவந்த சப்இன்ஸ்பெக்டர் ராமகிருஷ்ணன் கணேசனின் உறுதியான நிதானமான பேச்சைக் கேட்டதும் அப்படியே ஸ்தம்பித்து நின்றுவிட்டார். காவலர்கள் சிலை போல் நின்றபடி மௌனமாக வேடிக்கை பார்த்தார்கள். பக்கத்து அறையிலிருந்து பாய்ந்துவந்தார் சர்க்கிள் இன்ஸ்பெக்டர் முத்துக்கருப்பன்.

‘என்னவே இங்க சத்தம்’

நடந்த விபரங்கள் எல்லாவற்றையும் ஒன்றுவிடாமல் சொன்னான் கணேசன். இன்ஸ்பெக்டர் மௌனமாக கேட்டுக் கொண்டிருந்தார். விறைப்பாக நின்றுகொண்டிருந்த சப்இன்ஸ் பெக்டரிடம் பேசினார்.

‘இங்க கேளுங்க மிஸ்டர் ராமகிருஷ்ணன், நீங்க உங்க வேலையை மட்டும்தான் பாக்கணும், அவங்க எந்த வழியாக வந்தா ஒங்களுக்கென்ன, எங்க தங்கியிருந்தா ஒங்களுக்கு என்ன, ஹைகோர்ட் உத்திரவுப்படி கரெக்டான டயத்துக்கு வாராங்களா அப்பிடினு மட்டும் பாருங்க, நீரென்ன சுப்ரீம் கோர்ட் நீதிபதியா, இல்லையே, அப்புறம் எதுக்கு தேவையில்லாத கண்டிஷன் எல்லாம் போடுறீரு, எங்கள கொல செய்யப் பிளான் போட்டுக்

கொடுக்கீகளானு கேக்கான், பதில் சொல்லும், உமக்கு சாதி அபிமானம் இருந்தால் ஸ்டேசனுக்கு வெளிய வச்சுக்கோரும், இங்க காட்ட வேணாம், ஊருக்குள்ள சாதிக்கலவரத்தை உண்டு பண்ணப்போறீரா, சொல்லுங்க ராமகிருஷ்ணன்.'

'சாரி... சார்'

'இங்க என்ன நடந்தது அப்பிடிங்கிறத எஸ்பீகிட்ட கம்ப்ளைண்டா எழுதி ஒங்க வக்கீல் மூலமா அனுப்புங்க, நானும் டிஎஸ்பீக்கு ஒரு லெட்டர் அனுப்பிறேன், விசாரணைக்கு வரட்டும், கையெழுத்துப் போட்டாச்சுனா நீங்க போகலாம், எதுனாலும் என்கிட்டத்தான் சொல்லணும், ஸ்டேசன்ல்ல கூப்பாடெல்லாம் போடக்கூடாது'

பணிவாக கும்பிட்டுவிட்டு, மூன்று பேரும் வெளியே வந்தார்கள். மூன்று பேருடன் நான்காவதாகப் பொய்யாழியும், இன்னும் சில இளைஞர்களும் சேர்ந்துகொண்டார்கள். போலீஸ்டேச னுக்குள் நடந்த விஷயங்களை ஒன்றுவிடாமல் பொய்யாழியிடம் சொல்லிக்கொண்டே வந்தான் கணேசன்.

'எஸ்பிகிட்ட கம்ப்ளையண்ட் எல்லாம் கொடுக்க வேணாம்ண்ணே, மிஞ்சி மிஞ்சிப் போனா இங்கேயிருந்து வேற எங்கேயாவது மாத்துவான், பெறகென்ன அவன தூக்குலயா போட்ருவான், அவன் அங்கயும் போயி சாதிவெறியக் காட்டத்தான் போறான், கீழ இருந்து மேல வரைக்கு சாதிவெறி நாறிப் போய் கெடக்கு கணேசண்ணே'

'இன்ஸ்பெக்டரு வாங்கு வாங்குனு வாங்கிட்டாருடா'

'அவரு நம்ம சாதியா இருப்பாரு, பேர் என்ன?'

'என்னமோ முத்துக்கருப்பண்ணு போட்டு இருந்துச்சு'

'பெறகென்ன யானை பாக்க வெள்ள எழுத்தா, கருப்பன், மாடன், சுப்பன்னு வந்திட்டாலே தெரியாதா'

தேரடி ரோட்டில் இருந்த டீ கடையில் அனைவரும் டீ குடித்துக் கொண்டிருந்தார்கள். பத்து இருபது நாட்களாக தங்கியிருப்பதால் அனேகமாக அந்த தெரு முழுக்கவே இவர்களை தெரிந்திருந்தது. பார்க்கிறவர்கள் அனைவருமே வாஞ்சனையுடன் விசாரித்தார்கள். தங்களால் இயன்ற உதவிகளைச் செய்தார்கள். சில பெரியவர்கள் உபதேசம் செய்தார்கள். இளைஞர்கள் உசுப்பேத்தினார்கள்.

பெண்கள், குடும்பம் சீரழிந்து போவதைப் பற்றிக் கவலைப் பட்டார்கள். எல்லாவற்றையும் ஏற்றுக்கொள்ளும்போது உடலும் மனசும் அதற்கேற்றவாறு தங்களைத் தகவமைத்துக் கொண்டு ஒத்தாசை செய்கின்றன.

குமுக்காய்த் தளிர்த்துக் கூட்டமாக நிற்கும் வேப்ப மரங்கள் உதிர்த்த வெள்ளைப் பூக்கள் தரையில் சிதறிக் கிடந்தன. பண்டாரங்களுக்கு மத்தியில் தானும் ஒரு பண்டாரமாக உட்கார்ந் திருந்த கணேசு சாமியிடம் வந்து மத்தியான அன்னதானச் சாப்பாட்டிற்கான சீட்டை நீட்டினான்—ருத்ராட்சக் கொட்டைகள் அணிந்த ஒரு பண்டாரம். இந்தக் கதைகளை எல்லாம் வேப்பமரத் தடியில் உட்கார்ந்து என்னிடம் சொல்லிக்கொண்டிருக்கும் கணேசு சாமியாருக்கு வயது என்பத்தி ஏழு. காவி வேஷ்டி, வெற்றுடம்பு காவித்துண்டு, கழுத்து நிறைய்ய ருத்ராட்சக் கொட்டை மாலை. நெற்றி நிறைய்ய திருநீறு, சந்தனம் குங்குமம், நரைத்த தாடியும் ஜடை முடியும்.

'சரிசாமி கொறக் கதையும் சொல்லிட்டுச் சாப்பிடப் போங்க, இல்ல சாப்பிட்டுட்டு வந்து சொல்லுங்க'

'இப்பிடி மாறி உட்கார்வோம் வெய்யில் முகத்திலடிக்கி'

'மரத்தடி நிழல் காக்கை எச்சம் படாமலிருக்கணுமே'

'காக்கையோட எச்சம் மட்டுமல்ல, எந்தப் பறவையோட எச்சமும் நம்மமீது பட நம்ம பாக்கியம் செஞ்சிருக்கணும், அதுவும் பறந்து போகும்போது போகிற பறவை எச்சம் நம்ம மேல விழுந்தா யோகம்'

நானும் கணேசு சாமியும் மரத்தடியில் எதிரெதிராக உட்கார்ந்து கொண்டோம். சோலையப்பசாமி சித்தருக்கு நேர்ச்சையாக விட்ட சேவல்களும் கன்றுக்குட்டிகளும் சுதந்திரமாக சுற்றித் திரிந்தன.

'பெறகென்ன, தென்காசியில ஒரு மாசம் தங்கியிருந்து தெனம் ரெண்டாட்ட ஸ்டேசன்ல கையெழுத்துப் போட்டோம், பெறகு ஒரு மாசம் ஒராட்ட காலையில மட்டும் கையெழுத்துப் போட்டோம், பெறகு தான் ஜாமீன்ல வெளியவிட்டான், ஜாமீன் மனு நாலஞ்சாட்ட தள்ளுபடியாகிருச்சு, வக்கீலு நல்ல புண்ணிய வாலன் விடாம வாதாடி ஜாமீன் வாங்கிக் குடுத்தாரு, இந்த ரெண்டு மாசமும் நாங்க மூனு பேரும் அஞ்சு பைசா செலவழிக்கல,

எல்லாமே அந்த ஊர் ஜனங்கதான் பாத்துக்கிட்டாங்க'

'கடேசியா கேஸ் என்னாச்சு'

'ஆறு வருசம் மூனு பேரும் கோர்ட்டுக்கும் வீட்டுக்கும் நாயா அலஞ்சோம். சாட்சிகளப் பூராத்தையும் கந்தல் கோலமாக்கிட்டாரு நம்ம வக்கீலு, எழவுக்கு வந்தவ தாலியறுப்பாளா, கடைக்காரங்க எல்லாருமே அடையாளம் தெரியாதுனு சொல்லிட்டுப் போய்ட்டாங்க, கொலை செஞ்ச ஆயுதத்தைக் கைப்பத்த முடியல, செத்தவங்களோட ரத்தக்கறை படிஞ்ச எங்களோட துணிமணிக எதையும் கைப்பத்த முடியல, வலுவான சாட்சிகளும் இல்லாததால கேசு விடுதலையாகிப் போச்சு'

'வெளிய வந்தப் பெறகு ஓங்க ஊருக்குப் போனீகளா'

'கேசு முடியுமுன்னயே கொஞ்சங் கொஞ்சமா எல்லாத்தையும் வித்தாச்சு, திரும்பவும் அங்க போயி இருக்கிறது எதிராளிய வம்புக்கு இழுக்கிறது மாதிரி, எதுக்கு கழுத வேண்டாம்னுட்டு பொண்டாட்டியக் கூட்டியாந்து அம்மாகூட வச்சுக்கிட்டு பொய்யாழி கூடத்தான் வேலை செய்துக்கிட்டு இருந்தேன், அதுக்குப் பெறகும் ரெண்டு புள்ள பெறந்துச்சு ரெண்டும் பொட்டப் புள்ளைதான், ஒரு புள்ளைக்கு நம்ம வக்கிலய்யா பேர ஞாபகம் இருக்கட்டுமினு முருகேஸ்வரின்னு பேர் வச்சேன், இன்னொரு புள்ளைக்குப் பொய்யாழியோட ஞாபகமா பொய்கையம்மானு பேர் வச்சேன் ஏற்கனவே மொதப் புள்ளைக்கு நம்ம கோயில் பேரு சோலையம்மானு பேர் வச்சிட்டேன்.'

'எல்லாரும் நல்லா இருக்காகளா'

'மூத்த புள்ள மெட்ராஸ் ஹைகோர்ட்ல வக்கீலா இருக்கா, மருமகனும் வக்கீல், நடுவுளவ ஹைஸ்கூல் டீச்சர் மருமகனும் வாத்தியார்தான், கடைக்குட்டி என்னென்னமோ பரீட்சை எழுதி சப்கலெக்டரா இருக்கா, மருமகன் காலேஜ்ல வாத்தியாரா இருக்காரு'

'பெறகு எதுக்கு இங்க வந்து இப்பிடி இருக்கீரு'

'எனக்கு இப்ப வயசு எண்பத்தி ஏழாகுது, பொண்டாட்டி புண்ணியவாட்டி போய் சேர்ந்துட்டா, புள்ளைக கூடப் போயி இருக்க மனசு ஒப்பல, ஏம்னா எப்பிடியிருந்தாலும் அது ஓசிச் சோறுதான், ஆம்பளப் புள்ள வீட்லனா போயி இருக்கலாம்,

அங்க போயி சகஜமா இருக்க முடியுமா, முடியாது. அடுத்து இன்னொன்னு மனசை அறுத்துக்கிட்டே இருக்கிற விஷயம், நான் பண்ணுன ஆறு கொலைகள். நித்தம் மனசை உறுத்துது, ரணமா அறுக்குது, நிம்மதியா இருக்க முடியல, ராத்திரி தூங்க முடியல, நான் கொலை செய்யணும்னா முயல் வேட்டைக்குப் போனேன், ரேக்ளா வண்டிக்காரனை கொலை செய்யவா போனேன் சண்டையை விலக்கிவிடப் போனேன் கொலைகாரனாகிப் போய்ட்டேன், சரி நான்தான கொன்னேன் ரேக்ளா வண்டிக்காரனை, பதிலுக்கு என்னையத்தானே கொல்லணும், எங்கய்யா என்ன செஞ்சாரு அவரைக் சொன்னது தப்பில்லையா, அதனால் தான் கொய்யாப்பழ வியாபாரியைக் கடத்திட்டுப் போயி உசுரோட கரி மூட்டத்துக்குள்ள வச்சு கொளுத்தினேன், இந்த மூனு பயகலும் தான் எங்கய்யாவைக் கொன்னவங்க, பழிக்குப் பழிதானே ஒழிய வேற ஒன்னுமில்ல, ஆனாலும் ஒரு வெறிச்சியில செஞ் சிட்டோமே ஒழிய, இம்மிகூட சந்தோஷம் கிடையாது, நித்தம் ரணவேதனை, புள்ளகுட்டிக எல்லாம் நல்லபடியா இருக்காக, பொண்டாட்டி போய் சேர்ந்திட்டா ஒத்தக்கட்டை இனிமே எங்கேயிருந்தா என்னனு எங்க அப்பன் சோலையப்பன் காலடியில வந்து உட்கார்ந்திட்டேன்'

'உன் கூட்டாளி பொய்யாழி என்ன ஆனான்'

'இருக்கான், நல்லா இருக்கான், பயக எல்லாம் படிச்சு வேலைக்குப் போய்ட்டான், லட்சுமியோட மக மூத்த புள்ளைய என்னோட கொலை பண்ணிட்டுச் சீரழிஞ்ச பய, அவனுக்கு கல்யாணம் பண்ணி வச்சிட்டோம், சித்தப்பா போய் சேர்ந்திட்டாரு'

'கடேசிக் காலமாவது புள்ள குட்டிககூட போவீரா'

'போகமாட்டேன், செத்தா இங்னயே சோலையப்பன் கால்மாட்லயே சாவேன், இங்கேயே அடக்கம் பண்ணச் சொல் லிட்டேன், வினையை அறுத்தவன் வெந்துதான், சாகணும், நம்மளப் புடிச்ச கிரகம், வெனையிலருந்து யாரும் தப்ப முடியாது. அன்னைக்கு எழுதுனவன் அழிச்சா எழுதப் போறான், வாழ்ந்து தான் தீரணும், சாகணும்.'